ഗ്രീൻ ബുക്സ്

ജീവന്റെ അവസാനത്തെ ഇല

കെ.വി. മോഹൻകുമാർ

കഥാകൃത്ത്, നോവലിസ്റ്റ്, മുൻ പത്രപ്രവർത്തകൻ.
ആലപ്പുഴയിൽ ജനനം.
കേരളകൗമുദിയിലും മലയാള മനോരമയിലും സ്റ്റാഫ് റിപ്പോർട്ടറായും സബ് എഡിറ്ററായും പ്രവർത്തിച്ചു.
ഇപ്പോൾ ഇന്ത്യൻ അഡ്മിനിസ്ട്രേറ്റീവ് സർവ്വീസിൽ.
നോവൽ, കഥ, ബാലസാഹിത്യം എന്നീ മേഖലകളിൽ നിരവധി കൃതികൾ പ്രസിദ്ധീകരിച്ചിട്ടുണ്ട്.

ഓർമ്മ

ജീവന്റെ അവസാനത്തെ ഇല

'ദേവി നീ പറയാറുണ്ട്' എന്ന പേരിൽ പ്രസിദ്ധീകരിച്ച
ഓർമ്മക്കുറിപ്പുകളുടെ രണ്ടാംപതിപ്പ്

കെ.വി. മോഹൻകുമാർ

ഗ്രീൻ ബുക്സ്

green books private limited
little road, ayyanthole, thrissur- 680 003
ph: 0487-2361038
website: www.greenbooksindia.com
e-mail: info@greenbooksindia.com

(malayalam)
jeevante avasanathe ila
(memoirs)
by
k.v.mohankumar

first published july 2011
reprinted october 2015

illustrations: baiju dev
cover design : rajesh chalode
cover photo : jiraphoto/shutterstock

branches:
thrissur 0487-2422515
palakkad 0491-2546162
kannur 0497-2763038
Thiruvananthapuram 9846670899

isbn : 978-93-80884-28-8

GBPL/378/2011/X001

മുഖക്കുറി

ജീവിതത്തിന്റെ കണ്ണാടിയിൽ ചില നിമിഷങ്ങൾ അവിസ്മരണീയങ്ങളാണ്. ചിലത് വിസ്മൃതങ്ങളും. വേദനയും കണ്ണീരും സന്തോഷവും ആശ്വാസവും പുരണ്ട അവിസ്മരണീയങ്ങളായ ആ നിമിഷങ്ങളെ പുനരാവാഹിക്കുകയാണ് കെ.വി. മോഹൻകുമാർ 'ജീവന്റെ അവസാനത്തെ ഇല' എന്ന ഈ കൃതിയിലൂടെ. നിസ്സംഗമായ മിതഭാഷണമാണ് ഈ കുറിപ്പുകളുടെ പൊതുഘടനയെങ്കിലും ജീവിതത്തിന്റെ എല്ലാ പച്ചപ്പുകളും അതിന്റെ നഗ്നമായ യാഥാർത്ഥ്യത്തോടെ ഈ അനുഭവങ്ങളുടെ അന്തർധാരയാവുന്നു. ജീവിതം കൊഴിച്ചിട്ട സന്ധ്യാംബരങ്ങൾ, ഊഷരമായ പകലുകൾ, ധ്യാനദീപ്തമായ രാത്രികൾ, വ്യക്തികളും കാലവും വിരുന്നെത്തിയ മൗനമുദ്രിതമായ ആന്തരാനുഭവങ്ങൾ, അവയിൽ നിന്നും ഉണർന്നൊഴുകിയ വാങ്മൊഴികൾ. കെ.വി. മോഹൻകുമാറിന്റെ ഈ അനുഭവക്കുറിപ്പുകളിലൂടെ കടന്നുപോകുന്ന ഓരോ വായനക്കാരനിലും സൃഷ്ടിക്കുന്ന സമ്മിശ്രവികാരങ്ങൾ ഇതെല്ലാമാണ്.

കൃഷ്ണദാസ്
മാനേജിങ് എഡിറ്റർ

എന്റെ ഓർമ്മകളെ തട്ടിയുണർത്തി ഈ കുറിപ്പുകൾക്ക് ജന്മം നൽകിയതിനുപിന്നിൽ പ്രിയ സുഹൃത്തും പ്രശസ്ത കഥാകൃത്തുമായ ജോർജ് ജോസഫ് കെ.യുടെ നിരന്തരമായ പ്രേരണയുണ്ട്. ന്യൂയോർക്കിൽനിന്നും പ്രസിദ്ധീകരിക്കുന്ന, വിദേശമലയാളികളുടെ സാംസ്ക്കാരിക മാസികയായ 'ജനനി'ക്കു വേണ്ടിയായിരുന്നു അത്. ജോർജ് ജോസഫിന്റെ പത്രാധിപത്യത്തിലായിരുന്നു ജനനി.

ഓർമ്മക്കുറിപ്പുകൾക്ക് കഥകളേക്കാൾ വായനക്കാരുണ്ടെന്നു കണ്ടപ്പോൾ പിന്നിട്ടുപോന്ന നടവഴികളിലെവിടെയോ ഉപേക്ഷിച്ചുപോയ ഓർമ്മകളെല്ലാം എവിടെനിന്നോ ഓടിയെത്തി. പരസ്പരം വിരലുകളിൽ കൈകോർത്ത് ഒരുമിച്ചായി പിന്നെ ഞങ്ങളുടെ യാത്ര.

എപ്പോഴോ തിരിഞ്ഞുനോക്കിയപ്പോൾ കണ്ടത് ഒറ്റപ്പെട്ടുപോയ വിഹ്വലനായ ഒരു കുട്ടി മുന്നോട്ടുള്ള വഴിയറിയാതെ പകച്ചുനിൽക്കുന്നതായിരുന്നു. തീയിൽ കുരുത്തതായിരുന്നു അവന്റെ ബാല്യ-കൗമാരങ്ങൾ. വെയിൽച്ചൂടിൽ തളരാതെ, എപ്പോഴോ ഇടറാത്ത കാൽവെയ്പുകളോടെ അവൻ മുന്നോട്ടു നടന്നുപോകുന്നതും കണ്ടു. അരക്ഷിതമായൊരു കാലഘട്ടത്തിലൂടെയാണവന്റെ കൗമാരവും യൗവ്വനാരംഭവും കടന്നുവന്നത്. പാർശ്വവത്ക്കരിക്കപ്പെട്ട ജനസമൂഹത്തിലൊരാളായി-

അവന്റെ നേരനുഭവങ്ങൾ ദാലിയുടെ സർറിയലിസ്റ്റിക് ചിത്രങ്ങൾ പോലായിരുന്നു. പിന്നിട്ടുപോന്ന ഭൂമികകൾ വാൻഗോഗിന്റെ ക്യാൻവാസുകളായിരുന്നു. ജീവിതത്തിന്റെ വഴിത്തിരിവുകളിലൂടെ, അവൻ എവിടെയൊക്കെയോ ചെന്നെത്തി. അവൻപോലുമറിയാതെ-

ഈ ഓർമ്മക്കുറിപ്പുകളിലൂടെ ഞാൻ
അവനിലേക്കെത്തിനോക്കുകയാണ്.
അവൻ കടന്നുപോന്ന ആ ഒറ്റയടിപ്പാതകളിലേക്ക്,
അവൻ കണ്ട കാഴ്ചകളിലേക്ക്-

ജനനിയിലും പിന്നീട് കലാകൗമുദിയിലും
മറ്റു ചില ആനുകാലികങ്ങളിലും വെളിച്ചം
കണ്ട മുപ്പതോളം ഓർമ്മക്കുറിപ്പുകളിൽനിന്നു
തെരഞ്ഞെടുത്ത ഇരുപത് കുറിപ്പുകളാണിതിൽ.
ഓർമ്മയുടെ വഴികളിൽ എന്നോടൊപ്പമോ
എനിക്കെതിരെയോ കടന്നുവരുന്ന ഒട്ടേറെ
കഥാപാത്രങ്ങളുണ്ടിതിൽ - ജീവിച്ചിരിക്കുന്നവരും
അല്ലാത്തവരും. അവരിൽ ചിലരുടെ പേരുകൾ
യഥാർത്ഥമല്ല. നോവിന്റെ ഒരു പിണരുപോലും
അവരുടെ മനസ്സിൽ വീഴാതിരിക്കട്ടെ.

ആദ്യ പതിപ്പ് പ്രകാശനവേളയിൽ ഈ
പുസ്തകത്തിന് ഏറ്റവും അനുയോജ്യമായ
ശീർഷകം 'ജീവന്റെ അവസാനത്തെ ഇല'
എന്നായെങ്കിൽ നന്നായിരുന്നുവെന്ന്
പ്രശസ്ത നിരൂപകൻ
ആഷാമേനോൻ പറയുകയുണ്ടായി.
പിന്നീട് മറ്റു പല സുഹൃത്തുക്കളും
ഇതേ അഭിപ്രായം മുന്നോട്ടു വെച്ചു.
അവരുടെയെല്ലാം നിർദ്ദേശങ്ങളെ മാനിച്ചാണ്
പുതിയ പതിപ്പിന്റെ പേര് മാറ്റാൻ ഞങ്ങൾ
തീരുമാനിച്ചത്. ഒന്നാം പതിപ്പ് വായിച്ച്
അഭിപ്രായമറിയിച്ച എല്ലാ വായനക്കാർക്കും
സുഹൃത്തുക്കൾക്കും നന്ദി.

കെ.വി. മോഹൻകുമാർ

ദേവി, നീ പറയാറു-
ണ്ടെന്നോടും നിന്നോടുമായ്:
ജീവിത പുഷ്പത്തിന്റെ
സൗരഭ്യമത്രേ ദുഃഖം
എങ്കിലീ വിരഹത്തിൽ
പാതിരാപ്പൂവോടൊത്തു
മംഗലഗന്ധം വാർന്നെൻ
ജീവിതം വിരിഞ്ഞുപോയ്"

- *വൈലോപ്പിള്ളി*

ഉള്ളടക്കം

കാളിയരയത്തി

എന്റെ ബാല്യത്തിന്റെ മായികതയിലേക്ക് ഇടയ്ക്കെപ്പോഴോ കടന്നു വരാറുള്ള കുറേ വിചിത്ര കഥാപാത്രങ്ങളുണ്ട്. കാക്കാത്തികൾ, പഞ്ചാരപ്പാലു മിഠായിക്കാരൻ, ലാടഗുരുക്കൾ, ഈയംപൂശുകാർ, അവധൂതൻമാർ, വിചിത്രസ്വഭാവക്കാരായ ധർമ്മക്കാർ അങ്ങനെ....

ആലപ്പുഴ പട്ടണത്തിലെ ഞങ്ങളുടെ വാടകവീടിന്റെ ഒരു വശത്തായിരുന്നു സ്വാമിയുടെ പെങ്ങളുടെ വീട്. അത് കഴിഞ്ഞ് വിശാലമായൊരു പുൽമേട്. പല നിറത്തിലുള്ള വാലൻതുമ്പികളും പച്ചക്കുതിരകളും ചെറുകിളികളുമൊത്തായിരുന്നു എന്റെ കുഞ്ഞുന്നാളുകൾ. ഞങ്ങളുടെ വീടിന്റെ പിന്നിലായി വളരെ ഉയരമുള്ള ഒരു വയസ്സൻ പുളിമരമുണ്ടായിരുന്നു. അതിശയക്കാഴ്ചകൾ സമ്മാനിക്കുന്ന പുളിമരമായിരുന്നു അത്. നൂലു പൊട്ടിയ പട്ടങ്ങൾ, ബലൂണുകൾ അങ്ങനെ നിറപ്പകിട്ടാർന്ന കാഴ്ചകൾ മിക്ക ദിവസങ്ങളിലും ഞങ്ങളുടെ പുളിമരത്തിലുണ്ടാവും. കാറ്റിന്റെ വഴിയിലായിരുന്നതുകൊണ്ടോ, ഉയരക്കൂടുതൽകൊണ്ടോ എന്നറിയില്ല. ആ പ്രദേശത്ത് ആരു പട്ടം പറത്തിയാലും അതു വന്നു തങ്ങുക ഞങ്ങളുടെ പുളിമരത്തിലാണ്. അതുപോലെ പല നിറത്തിലുള്ള ഹീലിയം നിറച്ച ബലൂണുകളും.

അണ്ണാറക്കണ്ണന്മാരുടേയും പലതരം കിളികളുടേയും താവളമായിരുന്നു പുളിമരം. ശാഖകളിൽ അനേകം പക്ഷിക്കൂടുകൾ. പലതരം പക്ഷികളുടേത്. മനോഹരമായ മഞ്ഞപ്പൂക്കളുണ്ടാക്കുന്ന ഒരു തരം ഓർക്കിഡും പുളിമരത്തിൽ പൂവിട്ടു നിന്നിരുന്നു. പുളിമരത്തിന്റെ പടിഞ്ഞാറേയ്ക്കുള്ള ശാഖകളിലൊന്ന് എത്തിനിൽക്കുന്നിടത്തായിരുന്നു സ്വാമിയുടെ പെങ്ങളുടെ വീട്.

സ്വാമിയെ ഞാൻ കണ്ടിട്ടില്ല. എനിക്കറിയാവുന്നത് വെളുത്ത റൗക്കയിട്ട്, വെള്ളമുണ്ടുടുത്ത് കുളിച്ചു ഭസ്മക്കുറിയിട്ടു നടക്കുന്ന സ്വാമിയുടെ പെങ്ങളെയാണ്. പൊക്കം കുറഞ്ഞ് ശോഷിച്ച ശരീരം, എഴുപതോളം വയസ്സ്. അധികം സംസാരമില്ല. ഏറെ നേരവും

ശ്രീ നാരായണഗുരുദേവന്റെ "ദൈവശതകം" ഉരുവിട്ടിരിക്കും. ഏതാണ്ട് ഒരു സന്ന്യാസിനിയെപ്പോലെ. ഞാൻ ജനിക്കും മുമ്പെങ്ങോ ആണ് സ്വാമി മരിച്ചത്. അതോടെ സ്വാമിയുടെ പെങ്ങൾ തനിച്ചായി. തനിച്ചെന്ന് പറഞ്ഞുകൂടാ.

ആ പ്രദേശത്തെത്തുന്ന പക്ഷികളെല്ലാം സ്വാമിയുടെ പെങ്ങളുടെ വീട്ടുമുറ്റത്തെ ചെറുമരങ്ങളിൽ വന്നിരിക്കും. അണ്ണാറക്കണ്ണന്മാരിൽ ചിലത് സ്വാമിയുടെ പെങ്ങളുമായി ചങ്ങാത്തത്തിലായിരുന്നു. ഉച്ച തിരിഞ്ഞാൽ സ്വാമിയുടെ പെങ്ങൾ പുറത്തെ ഇളം തിണ്ണയിൽ ചുമരും ചാരി കാൽ നീട്ടിയിരിക്കും.

അണ്ണാറക്കണ്ണന്മാരിൽ ചിലത് ഓടി അരികെ വന്നിരിക്കും.

സ്വാമിയുടെ പെങ്ങളെനോക്കി അവ 'ചിൽ ചിൽ' എന്നു ചിലയ്ക്കും. സ്വാമിയുടെ പെങ്ങൾ തിരിച്ചങ്ങോട്ടും ഓരോന്നു പറയും.

സ്വാമിയുടെ പെങ്ങളുടെ വീടിനകം എനിക്കൊരു അദ്ഭുത ലോകമായിരുന്നു. കൊച്ചു കൊച്ചു മൺപാത്രങ്ങളുടെ വലിയൊരു ശേഖരം. സ്വാമിയുടെ കാലത്തെപ്പോഴോ പുരയിടം കുഴിച്ചപ്പോൾ പൊന്തി വന്നതാണത്. പുരാവസ്തുക്കൾ, ചെറുപാത്രങ്ങൾ, വിളക്കുകൾ, ചെപ്പുകൾ അങ്ങിനെ എന്തൊക്കെയോ കൗതുക വസ്തുക്കൾ.

ഒരിക്കൽ സ്വാമിയുടെ പെങ്ങളുടെ മുറ്റത്ത് കളിയമ്പലം ഉണ്ടാക്കാൻ ഞാനും എന്റെ കളിച്ചങ്ങാതി ശിവനും മണ്ണു തോണ്ടി വന്നപ്പം, ദാ പൊന്തിവരുന്നു മോഹൻജാദാരോവിലേതുപോലെ കൊച്ചു കമ്പോടുകൾ.

ഒറ്റമുറിയിൽ പലകച്ചുമരുള്ള പഴയൊരു വീടായിരുന്നു അത്. അകം മൺതറ. തടുക്കുപായ വിരിച്ച് അതിലായിരുന്നു സ്വാമിയുടെ പെങ്ങൾ കിടന്നിരുന്നത്. ആ കിടപ്പിൽ പായ 'പറക്കും പായ' ആകുമെന്നും സ്വാമിയുടെ പെങ്ങൾ ആകാശത്തിലൂടെ സ്വാമിയെ കാണാൻ പോയി വരാറുണ്ടെന്നും കുട്ടികൾ പറയും.

ഒരു ദിവസം സ്വാമിയുടെ പെങ്ങൾ എണീറ്റില്ല. ഞങ്ങൾ കുട്ടികൾ അദ്ഭുതലോകത്തിലേക്കെത്തിനോക്കി. സ്വാമിയുടെ പെങ്ങൾ ഉറക്കത്തിലായിരുന്നു. തൂവെള്ള വസ്ത്രമണിഞ്ഞ്, നെറ്റിയിലെ ഭസ്മക്കുറി മാഞ്ഞ്, സ്വാമിയുടെ പെങ്ങൾ ഉറക്കമുണരാതെ കിടന്നു. മുറ്റത്ത് കിളിഞ്ഞിലിൽ അണ്ണാറക്കണ്ണന്മാർ വന്ന് അകത്തേക്കു തല നീട്ടി ചിലച്ചു. മൈനകൾ, കരീലക്കിളികൾ, കാവതികൾ മരങ്ങളിൽ വന്നിരുന്ന് സ്വാമിയുടെ പെങ്ങളെ വിളിച്ചു കരഞ്ഞു.

സ്വാമിയുടെ പെങ്ങൾ ആകാശത്തേക്കു പറന്നുപോയ ശേഷം ആ കൊച്ചുവീട് ആരോ വന്ന് താഴിട്ടു പൂട്ടി. അതോടെ ഞങ്ങളുടെ വിസ്മയങ്ങളുടെ കലവറയും പൂട്ടി. എനിക്കന്ന് ആറോ ഏഴോ വയസ്സ്.

സ്വാമിയുടെ പെങ്ങളെപ്പോലെ എന്റെ ഓർമ്മയിൽ നിറഞ്ഞു നിൽക്കുന്ന കുറേ കഥാപാത്രങ്ങളുണ്ട്. കരുമാടിക്കുട്ടൻ, ചൊവ്വാഴ്ച പ്പതിവ്, ബുധനാഴ്ച മൂപ്പീന്ന്, കാളഭ്രാന്തി.

എന്റെ ഓർമ്മയിൽ ഒരു ഉച്ചമയക്കത്തിലാണ് കരുമാടിക്കുട്ടന്റെ വരവ്. എണ്ണക്കറുപ്പ് മേനി. നാലു നാലരയടി പൊക്കം. കുട്ടിത്തോർത്തു മാത്രം ചുറ്റി കയ്യിലൊരു ഭിക്ഷപ്പാത്രവുമായി കരുമാടിക്കുട്ടൻ എന്റെ കിടപ്പുമുറിക്കരികെ വന്നു നിന്നു. ജനലഴിയിലൂടെയാണ് ഞാൻ കണ്ടത്. എന്നെ നോക്കി പുഞ്ചിരി തൂകുകയാണ്. വെറും ചിരിയല്ല. എണ്ണക്കറുപ്പ് മേനിയിൽ വെളുപ്പിന്റെ പോള കീറിയതുപോലെ തൂവെള്ള പല്ലു കാട്ടിയുള്ള ചിരി. തലയിലോ ദേഹത്തോ ഒറ്റ രോമ മില്ല. ഒരു കയ്യിൽ കുറുവടി. കരുത്താർന്ന കാലുകൾ. ചെരിപ്പില്ല. ആ ദേഹത്ത് ആകെയുള്ളത് ഒരു കുറുമുണ്ടും കൗപീനവും. ഞാൻ പേടി ച്ചരണ്ട് അമ്മയുടെ അടുത്തേയ്ക്കോടി. അമ്മ പറഞ്ഞു:

"പേടിക്കേണ്ട. ഇതാ കരുമാടിക്കുട്ടൻ. കാടാറുമാസം, നാടാറു മാസം..."

കരുമാടിക്കുട്ടന്റെ ഭിക്ഷപ്പാത്രത്തിലേക്ക് അമ്മ അരിയും നാണ യവും ഇട്ടു. അന്നേരവും എന്നെ നോക്കി അതേ ചിരിയാണ് കരു മാടിക്കുട്ടൻ. ഒന്നും മിണ്ടാതെ, ഭിക്ഷയും വാങ്ങി കരുമാടിക്കുട്ടൻ മറഞ്ഞു.

"ഇനി ആറുമാസം കഴിഞ്ഞേ കരുമാടിക്കുട്ടൻ ഇതു വഴി വരൂ," അമ്മ പറഞ്ഞു.

അമ്മയുടെ ചെറുപ്പകാലം മുതൽ കാണുന്നതാണത്രേ കരുമാടി ക്കുട്ടനെ. ഇതേ രൂപത്തിൽ (എന്റെ ആദ്യകൃതിയായ ശ്രാദ്ധശേഷ ത്തിലെ ഒടിയൻ എന്ന കഥാപാത്രത്തെ ഞാൻ രൂപപ്പെടുത്തിയത് കരുമാടിക്കുട്ടനിലൂടെയാണ്.) കാലം മാറ്റിവരയ്ക്കാത്ത രൂപം. ചിലർ അങ്ങനെയുമുണ്ട്. അച്ഛന്റെ മരണത്തോടെ ആലപ്പുഴ പട്ടണത്തിലെ വാടകവീടൊഴിഞ്ഞു പോരുന്നതിനിടയിൽ രണ്ടോ മൂന്നോ വട്ടമേ പിന്നീട് കരുമാടിക്കുട്ടനെ ഞാൻ കണ്ടിട്ടുള്ളൂ.

തകഴിക്കടുത്ത് കരുമാടിയിൽ അതേ രൂപത്തിൽ ഒരു ബുദ്ധപ്രതിമ യുണ്ടായിരുന്നു (ഇപ്പോഴുമുണ്ട്). ആ പ്രതിമയുടെ അതേ നിറവും രൂപവുമായിരുന്നു നമ്മുടെ കരുമാടിക്കുട്ടനും. അങ്ങനെ വീണു കിട്ടി യതാവണം ആ വിളിപ്പേര്.

ഞാൻ ആഴ്ചകളും ദിവസങ്ങളും ആദ്യമായി കേൾക്കുന്നത് വീട്ടിൽ വരാറുള്ള ധർമ്മക്കാരുടെ പേരിലൂടെയാണ്. ചില ദിവസ ങ്ങളിൽ പതിവു തെറ്റാതെ ധർമ്മം ചോദിച്ചു വരുന്നവരെ ആഴ്ച കളുടെ പേരു ചേർത്താണ് ആലപ്പുഴക്കാർ വിളിച്ചിരുന്നത്. അക്കൂട്ട ത്തിലൊരാളായിരുന്നു 'ചൊവ്വാഴ്ചപ്പതിവ്.' എല്ലാ ചൊവ്വാഴ്ചയും

ഉച്ചയ്ക്കു മുമ്പായി വീട്ടുമുറ്റത്തെത്തും. ഒന്നും മിണ്ടത്തില്ല. കറുത്തിട്ടാണ്. കാവി മുണ്ട് മാടിക്കുത്തി, ഒരു കാവിശീല ആദിശങ്കരന്റേതുപോലെ തലയ്ക്കു പിന്നിൽ പിണച്ചുകെട്ടി, നഗ്നപാദനായി, തോളിൽ ഭാണ്ഡവും പേറി 'ചൊവ്വാഴ്ചപ്പതിവ്' മുറ്റത്തുവന്നു നിൽക്കും. സന്ന്യാസിയുടേതു പോലെ നിസ്സംഗമായ മുഖത്ത് കുറ്റി രോമങ്ങൾ കാണാം. കയ്യിലും കാലിലും മാറിലുമെല്ലാം ഇടതിങ്ങിയ നരച്ച രോമങ്ങൾ, ബ്രായ്ക്കറ്റുപോലെ അല്പം ഉള്ളിലേക്കു വളഞ്ഞ കാലുകൾ.

എനിക്കന്നു ചെറിയ സമ്പാദ്യമുണ്ടായിരുന്നു. ഒരു പൈസയുടെ വട്ടത്തിലുള്ള ചെമ്പു നാണയങ്ങൾ. അന്ന് ഒരു പൈസ അത്ര നിസ്സാരക്കാരനല്ല. ചൊവ്വാഴ്ചയ്ക്ക് എന്റെ വകയായി ഒരു പൈസ പതിവുണ്ട്. അമ്മ കൊടുക്കുന്നതിനു പുറമെ. അമ്മ കൊടുത്താലും 'ചൊവ്വാഴ്ചപ്പതിവ്' അകത്തേക്കു നോക്കി നിൽക്കും. എന്റെ ഒരു പൈസയ്ക്കായി. സത്യത്തിൽ എന്റെ ഒരു പൈസയ്ക്കുവേണ്ടിയാണ് 'ചൊവ്വാഴ്ചപ്പതിവ്' വീട്ടിൽ വരുന്നതെന്നു തോന്നിപ്പോകും ആ നില്പു കണ്ടാൽ. ഞാൻ പള്ളിക്കൂടത്തിൽ പോയിത്തുടങ്ങിയതോടെ അതു മുടങ്ങി.

ഒന്നു രണ്ടു ചൊവ്വാഴ്ച 'ചൊവ്വാഴ്ചപ്പതിവിനെ' കണ്ടില്ല. പിന്നീട് അമ്മ പറഞ്ഞറിഞ്ഞു. ചൊവ്വാഴ്ചപ്പതിവ് ചത്തു പോയി. മുല്ലയ്ക്കലെ ഏതോ കടയുടെ വരാന്തയിൽ കിടന്ന്. ഭാണ്ഡത്തിൽ നിറയെ സമ്പാദ്യമായിരുന്നു. അഞ്ഞൂറിലധികം രൂപ. അന്നത് വലിയ സംഖ്യയായിരുന്നു. ഒരു ചെപ്പിനകത്ത് നിധിപോലെ കുറേ പൈസാത്തുട്ടുകളും...

ബുധനാഴ്ച മൂപ്പിന്ന് വടി കുത്തിപ്പിടിച്ചാണു വരിക. കയ്യിലൊരു ചപ്ലാം കട്ടയുണ്ട്. മൂപ്പിന്ന് മുറ്റത്തെത്തിയാൽ ചപ്ലാം കട്ട നാലഞ്ചു വട്ടം ഒച്ചവയ്ക്കും.

കാളിഭ്രാന്തിക്കു പ്രത്യേക ദിവസങ്ങളില്ല. ഏതു നേരവും പ്രതീക്ഷിക്കാം. എന്റെ കുഞ്ഞുന്നാളിലെ പേടിസ്വപ്നമായിരുന്നു കാളിഭ്രാന്തി. കാഴ്ചയിൽ അസ്സൽ 'കാളി'. അഞ്ചെട്ടു പാവാടകളെങ്കിലും ഒന്നിനു മീതെ ഒന്നായി ഉടുക്കും. മേലേയുള്ള പാവാടകൾ കീറിപ്പിഞ്ഞി നാടകൾ പോലെ വിടർന്നു കിടക്കും. ഒറ്റനോട്ടത്തിൽ പല നിറത്തിലുള്ള നാടകൾ തുന്നിച്ചേർത്ത അടുക്കു പാവാട. കഴുത്തിൽ പല നിറത്തിലുള്ള മുത്തുമാലകൾ. അറുപതോടടുത്തു പ്രായം. അഴിഞ്ഞുലഞ്ഞ ചെമ്പൻ മുടി. തീ തുപ്പുന്ന കണ്ണുകൾ. സകലരോടും രോഷം. ഒരു കൈയിൽ തുരുമ്പിച്ച അരിവാൾ. മറുകയ്യിൽ നീളൻ വടി. ലോകത്തോടു മുഴുവൻ ദേഷ്യം.

അന്ന് നഗരത്തിന്റെ ഉൾപ്രദേശങ്ങളിൽ റോഡുകളേറെ ഇടവഴികളാണ്. ഏതെങ്കിലുമൊരു വഴി തിരിയുന്നിടത്ത് കാളി ഭ്രാന്തിയുണ്ടാവും.

ചില നേരങ്ങളിൽ ആർത്തട്ടഹസിച്ച്, നാവു നീട്ടി, വടി ചുഴറ്റി തകർപ്പൻ നൃത്തം ചെയ്ത് ആൾക്കാരെ വിരട്ടും. അല്ലാത്തപ്പോൾ കാണുന്നവരോടൊക്കെയും ചോദിക്കും. "എന്റെ മക്കളെ കണ്ടോ?"

മറുപടി കിട്ടാതാവുമ്പോൾ ഭ്രാന്തിളകും. കാളി ഭ്രാന്തി അലറി വിളിക്കും:

"എന്റെ പൊന്നു മക്കളെ കൊന്നുതിന്നോടാ പിശാശ്ക്കളെ?"

അക്കാലത്ത് അനുസരിക്കാത്ത കുട്ടികളെ കാളിഭ്രാന്തി വരുന്നെന്നു പറഞ്ഞാണ് അമ്മമാർ വിരട്ടിയിരുന്നത്. എന്നെയും.

ഒന്നാം ക്ലാസ്സിൽ എന്നെ സ്കൂളിലയയ്ക്കാൻ അച്ഛൻ ഒരു സൈക്കിൾ റിക്ഷാ ഏർപ്പാട് ചെയ്തിരുന്നു. രണ്ടാം ക്ലാസ്സിലായപ്പോൾ അച്ഛൻ പറഞ്ഞു: ഇനി റോഡിലൂടെ നടന്നു ശീലിക്കണം. രാവിലെ അച്ഛൻ ആപ്പീസിലേക്കു പോകുമ്പോൾ കൂടെ കൊണ്ടുപോകും. വൈകീട്ട് തനിച്ചു വേണം വരാൻ. ഇടവഴിയിലൂടെയുള്ള മടക്കയാത്ര എനിക്ക് പേടിസ്വപ്നമാണ്. എപ്പോഴാണ് കാളിഭ്രാന്തി മുന്നിൽ ചാടി വീഴുക?

ഒരു ദിവസം റോഡ് തിരിഞ്ഞ് ഇടവഴിയിലൂടെ നടന്ന് വളവിലെത്തിയതും ദാ, കാളി ഭ്രാന്തി. ഇടുങ്ങിയ വഴിയാണ്. എന്നെ കണ്ടതും കാളിഭ്രാന്തി ഒന്നുലഞ്ഞു. അരിവാൾ വിറപ്പിച്ച്, വടി ചുഴറ്റി, കണ്ണു തുറിപ്പിച്ച്, നാവു നീട്ടി, വട്ടം ചുറ്റിത്തിരിഞ്ഞ് ഒരലർച്ച. ഞാൻ പേടിച്ചു വിറച്ചുപോയി. കാളിഭ്രാന്തി അടുത്ത നിമിഷം എന്നെ കൊല്ലുമെന്നുറപ്പായതും ഞാൻ "അമ്മേ"യെന്നു വിളിച്ച് ഉച്ചത്തിൽ അലറി.

അതു കേട്ടതും കാളിഭ്രാന്തി സ്തബ്ധയായി. ബ്രേക്കിട്ടതുപോലെ തുള്ളൽ നിലച്ചു. എന്നെയവർ തുറിച്ചുനോക്കി. ക്രമേണ കാളിഭ്രാന്തിയുടെ മുഖത്ത് ദൈന്യം അലയടിച്ചു വന്നു. അവർ അലിവോടെ എന്നെ നോക്കി. അതുവരെ കണ്ടിട്ടില്ലാത്തൊരു ഭാവം കാളിഭ്രാന്തിയുടെ മുഖത്ത് തെളിഞ്ഞു വന്നു. ഞാനാവട്ടെ, അപ്പോഴും പൂക്കുല പോലെ വിറയ്ക്കുകയാണ്. കാളി ഭ്രാന്തി നാലഞ്ചു ചുവടു പിന്നോട്ടു മാറി ഒതുങ്ങിനിന്ന്, സ്വബോധത്തിലെന്നോണം എന്നോടു പറഞ്ഞു: "പൊന്നുമക്കള് പേടിക്കണ്ടാ. പൊയ്ക്കോ."

എനിക്ക് വിശ്വസിക്കാനായില്ല. ഒരു കൈയിൽ അരിവാൾ. മറുകയ്യിൽ വടി. തോളിൽ ഭാണ്ഡം. എന്നെ പിടിച്ചകത്തിട്ടു കൊണ്ടുപോകാനുള്ള സൂത്രമാണെങ്കിലോ?

ഞാൻ അറച്ചുനിന്നതും കാളിഭ്രാന്തി വടിതാഴെയിട്ടു. അരിവാൾ ദൂരെക്കെറിഞ്ഞു. എന്നെ നോക്കി സൗമ്യമായി പറഞ്ഞു: "മക്കള് പോ. കാളി ഒന്നും ചെയ്യത്തില്ല." എനിക്കു കടന്നുപോകാനായി ഇടവഴിയിലെ മുള്ളുവേലിയോടു ചേർന്ന് കാളിഭ്രാന്തി ഒതുങ്ങിനിന്നു.

പിന്നെ വൈകിയില്ല. ഞാൻ ജീവനും കൊണ്ട് ഒരോട്ടം. ഇടവഴി അവസാനിക്കുന്നിടത്തെത്തിയതും തിരിഞ്ഞുനോക്കി. കാളി ഭ്രാന്തി നിലത്തുകുത്തിയിരുന്ന് മക്കളെ വിളിച്ചു തലതല്ലി കരയുകയാണ്. കാളിഭ്രാന്തിക്കു മക്കളുണ്ടോ? അവരെവിടെയാണ്? എനിക്കറിയില്ലായിരുന്നു. മുല്ലയ്ക്കലെ തെരുവിൽ ഏതോ ഒരു ദിവസം കാളിഭ്രാന്തിയുടെ കഥ അവസാനിച്ചു.

പേടിച്ചരണ്ട് നിരാലംബനായ കൊച്ചുകുട്ടിയുടെ മുന്നിൽ മുഴുഭ്രാന്തിന്റെ വലയം ഭേദിച്ച് വാത്സല്യത്തിന്റെ കനിവു കാട്ടിയ കാളിഭ്രാന്തി ഒരു കടങ്കഥ പോലെ പിന്നെയും കുറേക്കാലം എന്റെ മനസ്സിൽ അവശേഷിച്ചു.

'അമ്മ'യെ വിളിച്ചു കരഞ്ഞ കുട്ടിയുടെ മുന്നിൽ വത്സല്യത്തിന്റെ സ്വബോധം വീണ്ടെടുത്ത കാളിഭ്രാന്തി ആരായിരുന്നു? ഏഴെട്ടു വർഷം മുമ്പാണ് അതിശയപ്പെടുത്തിക്കൊണ്ട്, ആ കഥ ഒരു പുസ്തക വായനയ്ക്കിടയിൽ എന്നിലേക്കിറങ്ങിവന്നത്.

'പുന്നപ്ര-വയലാർ-ജ്വലിക്കുന്ന അധ്യായങ്ങൾ' ആയിരുന്നു ആ പുസ്തകം. ആ ഐതിഹാസിക സമരത്തിൽ പങ്കു വഹിച്ച എം.ടി. ചന്ദ്രസേനൻ രചിച്ച് തകഴി അവതാരിക എഴുതിയത്.

പുസ്തകം വെളിച്ചം വീഴ്ത്തിയ ഏടുകളിൽ ഞാൻ എന്റെ കാളി ഭ്രാന്തിയെ കണ്ടെത്തി. ഞാൻ കണ്ടെത്തിയ കാളി ഭ്രാന്തിയുടെ മുഴു ഭ്രാന്തിനു പിന്നിൽ ഒരു ദേശത്തിന്റെ ദാരുണമായ ചരിത്രമുണ്ടായിരുന്നു.

അതിലെ 'കാളി അരയത്തി' എന്ന അധ്യായത്തിലേക്കു നമുക്ക് കടക്കാം (പുന്നപ്രയിൽ ലഹളയിൽ പങ്കെടുത്ത സമരസഖാക്കൾക്കു നേരെ നടന്ന പോലീസ് വെടിവെയ്പാണ് പശ്ചാത്തലം.)

അധ്യായം തുടങ്ങുന്നതിങ്ങനെയാണ്. കാളിയമ്മ ആലപ്പുഴ കടപ്പുറത്ത് ആളനക്കം കാത്തു വടക്കോട്ടു നോക്കി നിൽക്കുകയാണ്. സന്ധ്യ കഴിഞ്ഞു. എന്നിട്ടും മക്കളെ രണ്ടു പേരേയും കണ്ടില്ല. തെക്കു നിന്ന് ചിലർ വരുന്നുണ്ട്. അവരുടെ കൈകളിൽ ചോരപുരണ്ട വാരിക്കുന്തങ്ങൾ കാണാം. "എന്റെ മക്കളെ കണ്ടോ? കൃഷ്ണനേം കോവാലനേം കണ്ടോ? നിങ്ങടെ കൂടെയാണല്ലോ അവരു വന്നത്?" കാളിയമ്മ ചോദിച്ചു.

ആരും കണ്ടവരില്ല. അവർ പ്രാർത്ഥിച്ചുനിന്നു.

കാളിയമ്മ കടലമ്മയോടു പ്രാർത്ഥിച്ചുനിന്നു

അന്നേരം കൊച്ചു ഗോവിന്ദൻ അതുവഴി വന്നു.

"കാളിയരയത്തീ", കൊച്ചു ഗോവിന്ദൻ പറഞ്ഞു. "പുന്നപ്ര ക്യാമ്പിൽ പോലീസ് വെടിവച്ചു. നമ്മുടെ ആളുകളും മരിച്ചു."

എൻ.കെ.ഗോപാലനും കെ.ആർ ശ്രീധരനും അതുവഴി വന്നപ്പോൾ കാളിയമ്മ ചോദ്യം ആവർത്തിച്ചു. "എന്റെ മക്കളെ കണ്ടോ?"

"അവർ വരും."

ഇരുവരുടേയും ശബ്ദം പതറുന്നുണ്ടായിരുന്നു. അല്പം മാറി നിന്ന് അവർ അടക്കിയ സ്വരത്തിൽ പറഞ്ഞു.

"ഒരു സൂചന കൊടുത്താലോ? അവർ വെടിയേറ്റു മരിച്ചില്ലേ?"

"ശ്ശ്! മിണ്ടരുത്." മറ്റേയാൾ പറഞ്ഞു.

"അവർക്കു ഭ്രാന്തു പിടിക്കും."

ദിവസങ്ങൾ കഴിഞ്ഞു.

മക്കൾ വന്നില്ല.

"എന്റെ കൃഷ്ണനേം കോവാലനേം കണ്ടോ?" കാളിയരയത്തി കാണുന്നവരോടൊക്കെ ചോദിച്ചു.

ഒരു ദിവസം ഒരു സി.ഐ.ഡി. കാളി അരയത്തിയുടെ വീട്ടിൽ വന്നു.

"നിങ്ങൾക്കെത്ര മക്കളുണ്ട്"

"രണ്ട്"

"എന്തായിരുന്നു പണി?"

"തുറമുഖത്ത്"

"പുന്നപ്ര ലഹളയ്ക്ക് പോയിരുന്നോ?"

"എനിക്കറിഞ്ഞുകൂടാ"

"അറിഞ്ഞുകൂടേ? പിന്നെ അവരെ വെടിവച്ചു കൊന്നതോ?"

കാളിയമ്മ ഒന്നലറി. അരിവാളെടുത്ത് സി.ഐ.ഡിയുടെ നേർക്കു ചാടി വീണു.

"എന്റെ കൃഷ്ണാ, കോവാലാ, മക്കളേ..."

കാളിയരയത്തിയുടെ ബോധം മറഞ്ഞു. അവർക്ക് ഭ്രാന്തിളകി.

ഒരു ദിവസം കാളിയരയത്തി ജില്ലാകോടതി വളപ്പിലെത്തി. പുന്നപ്ര-വയലാർ കേസിലെ പ്രതികളെ കോടതിയിൽ ഹാജരാക്കിയ ദിവസം. സ്പെഷൽ കോടതിയിൽ കേസ് വിസ്താരം നടക്കുകയാണ്.

കാളിയരയത്തി നേരേ കോടതിയിലേക്കു ചെന്നു: 'എന്റെ മക്കളെ കണ്ടോ?'

പോലീസുകാർ കാളിയരയത്തിയെ തടഞ്ഞു. കാളിയരയത്തി അലറി. "എനിക്കെന്റെ മക്കളെ കാണണം. ആരാടാ എന്നെ തടയാൻ." വക്കീലന്മാരും കാഴ്ചക്കാരും പോലീസുകാരും നോക്കി

നില്ക്കെ കാളിയരയത്തി മുടി അഴിച്ചിട്ട് അലറി: "എനിക്കെന്റെ മക്കളെ കാണണം."

ആലപ്പുഴ മുല്ലയ്ക്കൽ തെരുവീഥിയിൽ പിന്നീട് കാളിയരയത്തി അലഞ്ഞുതിരിഞ്ഞതായി പുസ്തകത്തിൽ പറയുന്നു. ഇടയ്ക്കവർ കൊല്ലത്തേക്ക് ബോട്ടിൽ കയറും. കൊല്ലം ജെട്ടിയിലെത്തി കാണുന്ന വരോടൊക്കെ ചോദിക്കും. "എന്റെ മക്കളെ കണ്ടോ? അടുത്ത ബോട്ടിൽ ആലപ്പുഴയിലെത്തും. മക്കളെ അന്വേഷിച്ച് തെരുവുകളി ലൂടെ അലഞ്ഞു നടക്കും.

കാളിയരയത്തി മുഴുഭ്രാന്തിലേക്ക് തെന്നിവീഴുകയായിരുന്നു.

ഒരു ഐതിഹാസികസമരത്തിലെ രക്തസാക്ഷികളുടെ അമ്മ. നിരാലംബനായ ഒരു കുട്ടിയുടെ നിലവിളിയുടെ മുന്നിൽ ആ അമ്മയ്ക്ക് മുഴുഭ്രാന്തിലും അലിയാനല്ലേ ആവൂ.

എന്റെ ബാല്യത്തിലെ വിജനമായ നടവഴികളിൽ ഇപ്പോഴും കാളി ഭ്രാന്തി വന്നു നിൽക്കാറുണ്ട്. മുടിയഴിച്ചിട്ട് ഉലഞ്ഞാടി കാളിയരയത്തി ചോദിക്കുന്നു: "എന്റെ മക്കളെ കണ്ടോ? എന്റെ കൃഷ്ണനേം കോവാലനേം കണ്ടോ?"

■

ദേവി നീ പറയാറുണ്ട്...

രാവിലെ പങ്കേട്ടൻ വിളിച്ചു.

"ഇന്നു ഞായറാഴ്ചയല്ലേ, പ്രത്യേകിച്ചു പണിയൊന്നുമില്ലല്ലോ. ഉച്ചയൂണ് ഞങ്ങളോടൊപ്പമാകാം. പിന്നെ, അത്യാവശ്യം പരിചയപ്പെടേണ്ട ഒരാളെ പരിചയപ്പെടുത്തുകേം ചെയ്യാം."

"അതാര്?"

"അതൊക്കെ പരിചയപ്പെടുമ്പോ അറിഞ്ഞാ മതി. അതുവരെ സസ്പെൻസ്" പങ്കേട്ടൻ ഫോൺ വച്ചു.

ഞാൻ തൃശൂരിൽ കേരളകൗമുദി ലേഖകനായി എത്തിയിട്ട് ഒരാഴ്ച തികയുന്നതേയുള്ളൂ. എനിക്കന്ന് ഇരുപത്തിനാലു വയസ്സ്.

ദേശാഭിമാനി ജില്ലാ ലേഖകനാണ് പങ്കേട്ടൻ. കുടുംബവുമൊത്ത് കൊച്ചി ദേവസ്വം ബോർഡിന്റെ ക്വാർട്ടേഴ്സിൽ താമസിക്കുന്നു.

ഉച്ചയോടെ ഞാൻ പങ്കേട്ടന്റെ വസതിയിലെത്തി. വളരെ ഹൃദ്യമായൊരു ഉച്ചയൂണ്. ആതിഥ്യമര്യാദയിൽ പങ്കേട്ടന്റെ ശ്രീമതി ആരെയും അമ്പരപ്പിക്കും. ഊണു കഴിഞ്ഞതും പങ്കേട്ടൻ പറഞ്ഞു.

"വാ ഒരിടംവരെ പോവാം."

മുണ്ടു മാടിക്കുത്തി ഒരു 'സഖാവി'ന്റെ ശൈലിയിൽ പങ്കേട്ടൻ മുന്നേനടന്നു. നാലഞ്ചു കെട്ടിടങ്ങൾ പിന്നിട്ടു കാണും. എല്ലാം ഒരേ മാതൃകയിൽ പണിതത്. പങ്കേട്ടൻ ഒരു വീടിന്റെ ഉമ്മറത്തു നിന്നു. വാതിൽ അകത്തുനിന്ന് അടച്ചിരിക്കുന്നു. അകത്തുനിന്ന് സംസാരം കേൾക്കാം. പങ്കേട്ടൻ, 'ഒച്ചയുണ്ടാ'ക്കരുതെന്ന് എന്നോട് ആംഗ്യം കാണിച്ചു. അകത്ത് രണ്ടാൾക്കാരുണ്ട്. ഒരാൾ മറ്റൊരാളോടു സംസാരിക്കുകയാണ്. (അതിങ്ങനെ ഒളിഞ്ഞുകേൾക്കുന്നതെന്തു മോശമാണ്. ഞാൻ പങ്കേട്ടനെ നോക്കി. അകത്തെ സംസാരം ശ്രദ്ധിക്കാൻ, കുസൃതിച്ചിരിയോടെ പങ്കേട്ടന്റെ ആംഗ്യം)

അകത്തു നിന്ന് അല്പം പ്രായം ചെന്ന പുരുഷന്റെ സ്വരം.

"അതിനിപ്പോ, ഞാനെന്ത് അപരാധം കാട്ടീന്നാ നീ പറേണേ?"

മറുപടിയില്ല. അകത്തെവിടെയോ ഒരു പൂച്ച കരഞ്ഞു.

"ഓഹോ, അപ്പോ അപരാധം എന്റെ ഭാഗത്താ, നിന്റെ ഭാഗത്തല്ല? അതങ്ങനല്ലേ വരൂ"

മറുപടിയില്ല.

അല്പനേരം മൗനം. കുറച്ചുകഴിഞ്ഞ് പുരുഷ ശബ്ദം.

"എന്നെ നീയും മനസ്സിലാക്കണില്ല. അത് തന്നെ കാര്യം. നീയെന്നല്ല ആരും." അകത്ത് മറുപടിയില്ല.

"ഞാനിപ്പോ ഇനീപ്പോ ഞാൻ എന്താ വേണ്ടേ, നീ തന്നെ പറയ്ക." പൂച്ച ഞരങ്ങി.

ആൾ മൗനം.

കുറച്ചു നേരത്തേക്ക് അകത്ത് മിണ്ടാട്ടമില്ല. പങ്കേട്ടൻ എന്നെ നോക്കി "ഇനി വിളിക്കാം."

പങ്കേട്ടൻ വാതിലിൽ തട്ടി വിളിച്ചു. "മാഷേ"

"ആരാ" അകത്തുനിന്നു ചോദ്യം.

"ഞാനാ, പങ്കജാക്ഷൻ"

"ഓ"

വാതിൽ തുറന്നയാൾ മുഖം തരാതെ അകത്തേക്കു തിരിഞ്ഞു നടന്നു. ഞാൻ അന്തിച്ചുനിന്നുപോയി.

"മാഷെ പരിചയപ്പെടാൻ ഒരാള് വന്നിട്ടൊണ്ട്."

പങ്കേട്ടൻ എന്നെ അകത്തേക്കു വലിച്ചു. ഞാൻ അമ്പരന്നു നില്ക്കുകയാണ്. എന്നെ ഗൗനിക്കാതെ, ഉപചാരങ്ങളൊന്നുമില്ലാതെ വാതിൽ തുറന്നയാൾ കസേരയിൽ പോയിരുന്ന് എന്തോ എഴുതുകയാണ്.

"ഇരിക്ക്" പങ്കേട്ടൻ എന്നോടു പറഞ്ഞു.

അപ്പോഴാണ് ഞാൻ മുഖം കണ്ടത്. എനിക്ക് ഇരിക്കാനാവുന്നില്ല.

അദ്ഭുതമോ, ആദരവോ, എന്തുകൊണ്ടെന്നറിയില്ല.

"വൈലോപ്പിള്ളി മാഷല്ലേ?" ഞാൻ അടക്കത്തിൽ പങ്കേട്ടനോടു ചോദിച്ചു.

പങ്കേട്ടൻ ഉറക്കെ ചിരിച്ചു.

"മാഷേ, ഞാൻ ഇവിടേക്കാണെന്നു പറയാണ്ടാണ് ഇയാളെ കൂട്ടിക്കൊണ്ടുവന്നത്. ഇപ്പോൾ ചോദിക്കുന്നത് കേട്ടില്ലേ."

മാഷ് അതും ശ്രദ്ധിക്കുന്നില്ല.

എഴുത്തു തുടരുകയാണ്.

ഞാൻ എത്തിനോക്കി. കവിതയല്ല. വേറെന്തോ.

പങ്കേട്ടൻ ചെറുതായൊന്നു ചമ്മിയോ? "മാഷ് ഒറ്റയ്ക്കാണ്. അതോണ്ട് എപ്പ വേണേലും കേറിവരാൻ എനിക്കു സ്വാതന്ത്ര്യാ"

പങ്കേട്ടൻ എന്നോടായി പറഞ്ഞു. മാഷ് തലയുയർത്താതെ അതിനൊരു മറുചോദ്യം ചോദിച്ചു.

"ഒറ്റയ്ക്കാന്ന് ഇയാളോടാരാ പറഞ്ഞെ? ദാ. കണ്ടില്ലേ?"

മേശപ്പുറത്ത്, മാഷ് എഴുതുന്നതും നോക്കിയിരിക്കുകയാണ് പൂച്ച. മാഷ് പറഞ്ഞതു ശരിവയ്ക്കുംപോലെ അതൊന്നു ഞരങ്ങി.

"അപ്പോ, അകത്താരോടോ മാഷ് സംസാരിച്ചതോ?"

ഞാൻ പങ്കേട്ടനോട് അടക്കത്തിൽ ചോദിച്ചു.

പങ്കേട്ടൻ കണ്ണിറുക്കി. ഒപ്പം പൂച്ചയുടെ നേർക്കൊരു നോട്ടമെറിഞ്ഞു.

"ഉവ്വോ" ഞാൻ മനസ്സിൽ ഒരു അടിക്കുറിപ്പെഴുതി. "പൂച്ച സുഖിക്കുന്നു."

വൈലോപ്പിള്ളി മാഷുടെ ആ കൊച്ചുകവിത എന്റെ മനസ്സിലേക്കു വന്നു.

"പുരയുടെ മോന്തായം
പൂച്ചയ്ക്കെന്തു രസം!
പുതുവെയിലിൽ കണ്ണും പൂട്ടിയുറങ്ങാലോ!..."

പൂച്ച മെല്ലെ എണീറ്റ്, വില്ലുപോലെ വളഞ്ഞ്, മൂരി നിവർത്തി.

"എന്താ നിനക്ക് സവാരിക്കു നേരായോ?" മാഷ് എഴുത്തു നിർത്താതെ ചോദിച്ചു.

'ങാ' പൂച്ച കോട്ടുവായിട്ടു.

"ന്നാ, പോയി ചുറ്റിത്തിരിഞ്ഞു വാ"

കേൾക്കേണ്ട താമസം പൂച്ച മാഷ്ടെ മടിയിലേക്കിറങ്ങി, താഴേക്കൊരു ചാട്ടം.

പൂച്ച സുഖിക്കുന്നു...

ചത, പത, മതിലിലൂടെ
ചാടിയിറങ്ങുന്നു.
മാടി വിളിക്കാതേ
മടിയിൽക്കേറുന്നു.
കുറുകുറെ വാത്സല്യം
കുറുകിയുറങ്ങുന്നു...
പുതുവെയിലാം, മഴയാം
പൂച്ച സുഖിക്കുന്നു...

വാല് വിറപ്പിച്ച്, ഞങ്ങളെ ഗൗനിക്കാതെ അത് വാതിൽക്കലൂടെ പുറത്തേക്കിറങ്ങി.

“മാഷ് എഴുതുകയല്ലേ” പങ്കേട്ടൻ പറഞ്ഞു. “എന്നാ ഞങ്ങളിറങ്ങുകാ.”

പങ്കേട്ടൻ എണീറ്റു.

മാഷ് മൂളിയെന്നു തോന്നുന്നു.

ഞങ്ങൾ പുറത്തിറങ്ങി.

“ചെല നേരം അങ്ങനാ.” പങ്കേട്ടൻ പറഞ്ഞു. “ഒരു തരം മുരട്ടു സ്വഭാവം”

“ഏയ് മാഷ് ശുദ്ധനാ” ഞാൻ

“ഇക്കാലത്തെ ഒരു മാതിരി കാട്ടിക്കൂട്ടലുകള് മാഷെ ബാധിച്ചിട്ടില്ല. ഉള്ളത് ഉള്ളതുപോലെ”

“പാവമാ” പങ്കേട്ടൻ ശരിവച്ചു.

“വേറൊരു ദിവസാവട്ടെ”

“മാഷേ, എഴുത്തിനിടേൽ ശല്യം ചെയ്യേണ്ടിയിരുന്നില്ല” ഞാൻ പറഞ്ഞു. “മുമ്പേ പറയാതെ ചെല്ലരുതായിരുന്നു.”

പങ്കേട്ടൻ ചിരിച്ചു:

“ഇയാക്ക് മാഷെ അറിയാഞ്ഞിട്ടാ. മാഷ് അത്തരക്കാരനല്ല. പിന്നെ എല്ലാം ഒരു മൂഡാ.”

പങ്കേട്ടൻ പറഞ്ഞതു ശരിയായിരുന്നുവെന്ന് പിന്നീടുള്ള സന്ദർശനങ്ങൾ ബോധ്യമാക്കിത്തന്നു.

ചിലപ്പോൾ മാഷ് ഒരു കൊച്ചുകുട്ടിയെപ്പോലെ മനസ്സു തുറക്കും. ചിലപ്പോൾ അടുക്കളയിൽ പാചകത്തിന്റെ തിരക്കിലായിരിക്കും. മുണ്ടു മാടിക്കുത്തി, ബനിയൻ പോലുമിടാതെ അടുപ്പത്ത് കഞ്ഞിക്ക് വെള്ളം വയ്ക്കുകയോ, ചായ അനത്തുകയോ അങ്ങനെ എന്തെങ്കിലുമാവും. ചിലപ്പോൾ വളർത്തുപൂച്ചയോട് പരിഭവവും പിണക്കങ്ങളും പങ്കു വയ്ക്കുകയാവും. ചിലപ്പോൾ മാഷ് ഒന്നും മിണ്ടാതെ ചാരുകസാലയിൽ വെറുതെ കിടക്കുകയാവും. ചിലപ്പോൾ തൃശ്ശൂർ പൂരത്തിനു പോലും കണ്ട ഭാവമേയുണ്ടാവില്ല.

പങ്കേട്ടൻ പറഞ്ഞാണ്, മാഷ് വർഷങ്ങളായി കുടുംബവുമായി അകന്നു കഴിയുകയാണെന്നു ഞാനറിയുന്നത്.

“ടീച്ചർ പാവമാണ്. ഒരു സാധു സ്ത്രീ.” പങ്കേട്ടൻ പറഞ്ഞു. “ഇടയ്ക്കു വരും. മാഷോട് നമുക്ക് വെറുപ്പു തോന്നുക അന്നേരമാണ്. തനി മുരട്ടുകാള”

ഒരു ദിവസം ഞാനും പങ്കേട്ടനും വൈലോപ്പിള്ളി മാഷെ കാണാനെത്തുമ്പോൾ ടീച്ചർ അവിടെയുണ്ട്. അങ്ങിങ്ങായി നര ബാധിച്ച, ഒറ്റ നോട്ടത്തിൽ ആദരവും മമതയും തോന്നിക്കുന്ന രൂപം.

പങ്കേട്ടൻ എന്നെ പരിചയപ്പെടുത്തി.

ടീച്ചർ നനവോടെ ഒന്നു പുഞ്ചിരിച്ചു.

"മാഷില്ലേ?" പങ്കേട്ടൻ ചോദിച്ചു.

"അകത്തുണ്ട്" ടീച്ചർ പതുക്കെ പറഞ്ഞു.

"ഒത്തിരി നേരായോ ടീച്ചറ് വന്നിട്ട്?"

ടീച്ചർ ആർദ്രമായി ചിരിച്ചു.

"ഒന്നും മിണ്ടീല്ലേ?" പങ്കേട്ടൻ ചോദിച്ചു. പെട്ടെന്ന് ടീച്ചറുടെ കണ്ണു നിറഞ്ഞു.

അതു പൊട്ടിയൊഴുകുമെന്നായപ്പോൾ പങ്കേട്ടൻ മുണ്ടുമാടിക്കുത്തി അടുക്കളയുടെ ഭാഗത്തേക്കു ചെന്നു.

"മാഷേ, എത്ര നേരായി ടീച്ചറ് വന്ന് കാത്തിരിക്കുന്നു?"

അല്പം പരുഷമായിരുന്നു പങ്കേട്ടന്റെ ഒച്ച.

"അതിന് ഞാനെന്ത് വേണം?" അകത്തു നിന്ന് തണുപ്പൻ മറുപടി.

ടീച്ചർ പെട്ടെന്ന് സാരിത്തലപ്പുകൊണ്ട് കണ്ണുതുടച്ചു.

"എന്താ മാഷേ ഇങ്ങനെയൊക്കെ?" പങ്കേട്ടൻ ശാസിച്ചു.

പങ്കേട്ടന് മാഷോടുള്ള സ്വാതന്ത്ര്യം എന്നെ അമ്പരപ്പിച്ചു. മാഷ് ഉമ്മറത്തെ മുറിയിലേക്കിറങ്ങിവന്നു. ടീച്ചർ അപ്പോഴും ഒരേ നില്പാണ്. മാഷ് ടീച്ചറെ ഗൗനിക്കുന്നില്ല.

"മാഷ് എന്തെങ്കിലുമൊന്ന് സംസാരിക്ക്" പങ്കേട്ടൻ നയത്തിലായി. മാഷ് അല്പനേരം മിണ്ടാതിരുന്നു.

പിന്നെ, ടീച്ചറുടെ നേർക്കു നോക്കാതെ ചോദിച്ചു "എന്തിനാ വന്നെ?"

"ഒന്നു കാണാൻ" ടീച്ചർ ഒച്ചതാഴ്ത്തി, അതീവ വിനയത്തോടെ യാണതു പറഞ്ഞത്.

"കണ്ടില്ലേ?" മാഷ് എവിടേക്കോ നോക്കി ചോദിച്ചു.

"ഇനി പൊയ്ക്കൂടെ?"

ടീച്ചർ സാരിത്തലപ്പെടുത്ത് മുഖം പൊത്തി. പങ്കേട്ടനു ദേഷ്യം വന്നു.

"ഇതിലും ഭേദം മാഷ് മിണ്ടാതിരിക്കുകയായിരുന്നു."

പങ്കേട്ടൻ എന്റെ കൈപിടിച്ചു വലിച്ചു. "വാ നമുക്കു പോകാം. ഇനീം ഇവിടെ നിന്നാൽ ഞാൻ മാഷാണെന്നോർക്കാതെ വല്ലതു മൊക്കെ പറേം."

മാഷ് ഒരക്ഷരം മിണ്ടുന്നില്ല.

മുഖം മറച്ച സാരിത്തലപ്പിനു പിന്നിൽ പാവം ടീച്ചർ ഏങ്ങിക്കര യുകയാണ്.

ഞങ്ങൾ പുറത്തേക്കിറങ്ങി. കുറേ ദിവസത്തേക്ക് ഞാൻ മാഷെ കാണാൻ പോയില്ല. ഒരു ദിവസം തൃശ്ശൂരെ സ്വരാജ് റൗണ്ടിനു സമീപം പ്രശസ്തമായ വെജിറ്റേറിയൻ ഹോട്ടലിലിരുന്ന് മാഷ് 'വത്സൻ' തിന്നുന്നു. (അവിലും തേങ്ങയും അകത്തുവച്ച ഇല അട). മുഖം കൊടുക്കേണ്ടെന്നു കരുതി ഞാൻ ഒഴിഞ്ഞുമാറി. ടീച്ചറുടെ കരച്ചിൽ എന്നെയപ്പോഴും വേദനിപ്പിക്കുന്നുണ്ടായിരുന്നു. മാഷ് എന്നെ കണ്ടു. രണ്ടു മൂന്നുവട്ടം നോക്കി. ഞാൻ കാണാത്ത മട്ടിലിരുന്നു. കൈകഴുകി വന്ന്, സന്തത സഹചാരിയായ കാലൻകുടയുമെടുത്ത് പുറത്തേക്കി റങ്ങുന്നതിനിടയിൽ മാഷ് ഒന്നുകൂടി നോക്കി, എന്നിട്ട് ഒറ്റ നട... നാലഞ്ചുദിവസം കഴിഞ്ഞ് പങ്കേട്ടനെ വിളിച്ചു ചോദിച്ചു: "മാഷെ കാണാറുണ്ടോ?"

പങ്കേട്ടൻ പറഞ്ഞു "മാഷ് നിങ്ങളെ തെരക്കി."

മാഷെ കാണാൻ ഞാൻ നിശ്ചയിച്ചു.

വളരെ കാലം കൂടി, ആയിടെ ഞാനൊരു കഥയെഴുതുകയുണ്ടായി- 'പാതിയാത്രാച്ചീട്ട്.'

കലാലയ ജീവിതകാലത്ത്, കേരള സർവകലാശാല യുവജനോത്സവത്തിൽ കഥയെഴുത്തിനു പുരസ്കാരം ലഭിച്ച ശേഷം ഒന്നുരണ്ടു കഥകളെഴുതിയതോടെ എന്നിലെ കഥാകാരൻ ഉറക്കത്തിലായിരുന്നു. ഏതാണ്ട് ആറേഴു വർഷത്തെ വിടവിനു ശേഷം എഴുതിയ കഥയായതുകൊണ്ട് ആരെങ്കിലും അതൊന്നു വായിച്ചു നോക്കിയിരുന്നെങ്കിൽ എന്നു തോന്നി.

ആരെയാണു കാണിക്കേണ്ടതെന്നറിയാതെ കുറച്ചു ദിവസമായി എവിടെപ്പോയാലും ആ കഥയുമായാണ് എന്റെ നടപ്പ്.

പങ്കേട്ടനെ അന്വേഷിച്ചു ചെന്നപ്പോൾ സ്ഥലത്തില്ല. എറണാകുളത്ത് പത്രമോഫീസിൽ പോയിരിക്കുന്നു.

ഞാൻ തനിച്ച് വൈലോപ്പിള്ളി മാഷുടെ വീട്ടിലേക്കു നടന്നു. മാഷ് തനിച്ചായിരുന്നു.

നല്ല മൂഡിൽ.

അല്പനേരം പല കാര്യങ്ങളും പറഞ്ഞിരുന്നു. ദേവസ്വം ബോർഡുകാരെ കുറെ പഴിപറഞ്ഞു.

ഇറങ്ങാൻനേരം മടിച്ചു മടിച്ചാണെങ്കിലും ഞാൻ ചോദിച്ചു.

"മാഷ്, ഒരു കഥ തന്നാൽ ഒന്നു വായിച്ചുനോക്കാമോ" ഒച്ച താഴ്ത്തിപ്പറഞ്ഞു. "ഞാനെഴുതിയതാ"

കഥയെഴുത്തു രോഗമുണ്ടെന്ന് അറിഞ്ഞിരുന്നേൽ പരിചയപ്പെടില്ലായിരുന്നു എന്ന ഭാവമായിരുന്നോ മാഷിന്റെ മുഖത്ത്.

കഥ ഞാൻ മാഷിന്റെ മടിയിൽ വച്ച് ഒരു നിമിഷം അറച്ചുനിന്നു, അങ്ങനെയൊരു 'സാധനം' മടിയിൽ വച്ച ഭാവമേ മാഷിന്റെ മുഖത്തു കാണാനില്ല.

ഞാൻ കാണിച്ചത് അധികപ്രസംഗമായോ?

മാഷ്ക്ക് ഇഷ്ടപ്പെട്ടിട്ടുണ്ടാവില്ലേ?

ഞാൻ വേഗം പുറത്തുകടന്നു.

കുറച്ചു ദിവസങ്ങൾ കഴിഞ്ഞാണ് ഞാൻ കഥയന്വേഷിച്ച് പതുങ്ങിപ്പതുങ്ങിച്ചെന്നത്.

കഥയെക്കുറിച്ച് ഒന്നും ഞാൻ ചോദിച്ചില്ല.

എന്തൊക്കെയോ നാട്ടുവിശേഷം പറഞ്ഞിരുന്നു.

ഇറങ്ങാൻ നേരം മാഷ് ഒരു പുസ്തകത്തിനകത്തു നിന്ന് എന്റെ കഥ പുറത്തെടുത്തു. നാലഞ്ചുപേജുകൾ മറിച്ച് അവസാനത്തേതിനു തൊട്ടുമുമ്പിലെ പേജിൽ നോക്കിയിരുന്നു. ക്രമേണ മാഷുടെ കണ്ണുകൾ നനയുന്നതു കണ്ടു.

വായന നിർത്തി മാഷ് വേഗം കഥ എന്റെ നേർക്കുനീട്ടി. കഥ ഏല്പിക്കുന്നതിനിടയിൽ മാഷ് പറഞ്ഞു:

“രണ്ടാവർത്തി വായിച്ചു.”

ഇരു കൈകളും കൂപ്പിയാണ് ഞാനത് ഏറ്റുവാങ്ങിയത്. കഥയെക്കുറിച്ച് മാഷ് ഒന്നും പറഞ്ഞില്ല. നല്ലതെന്നോ മോശമെന്നോ, തരക്കേടില്ലെന്നോ ഒന്നും.

യാത്രപറഞ്ഞു പുറത്തേക്കിറങ്ങുന്നതിനിടയിൽ പിന്നിൽ മാഷ്ടെ ഒച്ച കേട്ടു: “എഴുത്ത് മൊടക്കണ്ട.”

മാഷ്ടെ കണ്ണുകളെ ഈറനണിയിച്ച ഭാഗം ഞാൻ പലയാവർത്തി വായിച്ചു നോക്കി.

ഭർത്താവുപേക്ഷിച്ചു പോയ ഒരു പാവം യുവതി. സർക്കാർ ആശുപത്രിയിൽ മരിച്ച കുഞ്ഞിന്റെ ജഡം സാരിത്തലപ്പിൽ പൊതിഞ്ഞ് തോളിൽ ഉറക്കിക്കിടത്തുന്നതുപോലെ കിടത്തി വണ്ടി കാത്തു നിൽക്കുന്ന ആ യുവതിയുടെ ദൈന്യമായിരുന്നു കഥയിൽ.

മാഷെ നോവിപ്പിച്ചതെന്താവും?

ആരോരുമില്ലാത്ത ആ യുവതിയുടെ അവസ്ഥയോ? എങ്കിൽ സ്വന്തം ജീവിതത്തിൽ ആ നനവ് മാഷെ കീഴ്പ്പെടുത്താതിരുന്നതെന്തുകൊണ്ട്?

വെറുമൊരു പിടിവാശിയായിരുന്നു വൈലോപ്പിള്ളി മാഷുടെ വിവാഹ ജീവിതം തകർത്തതെന്ന് പങ്കേട്ടൻ പറഞ്ഞ് ഞാൻ കേട്ടിരുന്നു. 1986ൽ മാഷ് പൂങ്കുന്നത്തെ ഒരു സ്വകാര്യ ആശുപത്രിയിൽ കിടന്നു മരിക്കുംവരെ തിരുത്താനാകാതെ പോയ പിടിവാശി.

ജഡത്തിനരികിലെ, ടീച്ചറുടെ ഉള്ളുനിറഞ്ഞുവന്ന വിലാപം ഇപ്പോഴും എന്റെ കാതുകളിൽ മുഴങ്ങുന്നു-

"അറിഞ്ഞോ അറിയാതെയോ ഒരപരാധവും ഞാൻ ചെയ്തിട്ടില്ല."

ഇതുമാത്രമായിരുന്നു ആദ്യാവസാനം പാവം ടീച്ചറുടെ വിലാപം.

'പാതിയാത്രച്ചീട്ട്' എന്ന എന്റെ കഥയ്ക്ക് അതേ വർഷം സാഹിത്യ പ്രവർത്തക സഹകരണസംഘത്തിന്റെ കാരൂർ പുരസ്കാരം ലഭിച്ചു. വൈലോപ്പിള്ളി മാഷോടത് പറയാൻ എനിക്കു കഴിഞ്ഞില്ല. അപ്പോഴേക്കും മാഷ് യാത്ര പറഞ്ഞിരുന്നു. നിസ്സാരമായ വാശികൾക്കു മുന്നിൽ ഒരു വലിയ ജീവിതം ഹോമിച്ചശേഷം.

ദേവി, നീ പറയാറു-
ണ്ടെന്നോടും നിന്നോടുമായ്:
ജീവിത പുഷ്പത്തിന്റെ
സൗരഭ്യമത്രേ ദുഃഖം
എങ്കിലീ വിരഹത്തിൽ
പാതിരാപ്പൂവോടൊത്തു
മംഗലഗന്ധം വാർന്നെൻ
ജീവിതം വിരിഞ്ഞുപോയ്"

ജീവിതത്തെ വിശിഷ്ടമാക്കിത്തീർക്കുന്നത് ദുഃഖമാണെന്ന് 'വിരഹ'ത്തിൽ എന്ന കവിതയിൽ എത്രയോ പതിറ്റാണ്ടു മുമ്പേ വൈലോപ്പിള്ളിമാഷ് പാടിയത് സ്വന്തം ജീവിതത്തെ മുന്നിൽ കണ്ടായിരുന്നുവോ? ■

എല്ലാമറിയുന്ന പൂച്ച

പൂച്ചകൾക്ക് അതീന്ദ്രിയജ്ഞാനമുണ്ടോ? വരുംവരായ്കകൾ മുൻകൂട്ടി യറിയാനുള്ള കഴിവുണ്ടോ? ദില്ലിയിൽ ചാണക്യപുരിയിലെ വസതിയിൽ താൻ വളർത്തിയിരുന്ന സയാമീസ് പൂച്ചകൾക്ക് ഇന്ദ്രി യേതര ഗ്രഹണശേഷിയുള്ളതായി ഒ.വി.വിജയൻ ഒരിക്കൽ പറഞ്ഞ തോർക്കുന്നു. ഫോണിൽ വിളിക്കുന്ന അടുത്ത ചില സുഹൃത്തു ക്കളോട് ആദ്യം തന്റെ പൂച്ചകളോടു സംസാരിക്കാൻ വിജയൻ നിർബന്ധിക്കുമായിരുന്നു. വരുംകാലങ്ങളിലേയ്ക്കുറ്റുനോക്കുന്ന സയാമീസ് പൂച്ചകൾ വിജയന്റെ ആത്മമിത്രങ്ങളായിരുന്നല്ലോ. സാമ്രാജ്യങ്ങൾ വെട്ടിപ്പിടിച്ചു മുന്നേറിയ അലക്സാണ്ടർ ചക്ര വർത്തിയെ പൂച്ചപിടിച്ചതായി വിജയന്റെ ഒരു നുറുങ്ങുകഥയിൽ വായിച്ചതോർക്കുന്നു. കഥയിലെ പൂച്ച മരണമാണ്. അഥവാ നിനച്ചി രിക്കാതെ, പതുങ്ങിയിരുന്ന് പിടികൂടുന്ന നിയതിയുടെ പര്യവസാന മാണ്.

അമേരിക്കയിൽ പ്രൊവിഡൻസിലെ ഒരു ആതുരാലയത്തിൽ മറ്റൊരു പൂച്ച ഈയിടെ മരണത്തിന്റെ പ്രവാചകനായി പ്രത്യക്ഷപ്പെട്ടു. ഓസ്കാർ എന്നാണ് ഈ പൂച്ചയുടെ പേര്. മറവിരോഗം ബാധിച്ച രോഗികളുടെ മരണസമയം മണത്തറിയാനുള്ള കഴിവാണ് ഓസ്കാ റിനെ വാർത്താമാധ്യമങ്ങളിൽ താരമാക്കിയത്. ഡെമെൻഷ്യ (മറവി രോഗം) ബാധിച്ച രോഗികളുടെ മരണസമയം പ്രവചിക്കുക വൈദ്യ ശാസ്ത്രത്തിനുപോലും കഴിയാറില്ല -ആതുരാലയത്തിലെ പരിചയ സമ്പന്നനായ ഡോ.ഡേവിഡ് എം.ഡോസ പറയുന്നു. രണ്ടുവയസ്സു കാരനായ ഓസ്കാർ ഇതിനകം 25 രോഗികളുടെ മരണസമയം മണ ത്തറിഞ്ഞു. പ്രശസ്തമായ 'ന്യൂ ഇംഗ്ലണ്ട് ജേർണൽ ഓഫ് മെഡി സിനി'ൽ എഴുതിയ ലേഖനത്തിൽ ഡോ.ഡോസ സാക്ഷ്യപ്പെടു ത്തുന്നു.

മരണത്തിനു മണമുണ്ടെങ്കിൽ ഓസ്കാറിനെപ്പോലെ മറ്റു പൂച്ച കൾക്കും അതു മണത്തറിയാനുള്ള കഴിവുണ്ടോ? ഉണ്ടെന്നു തെളി യിക്കുന്ന ഒരനുഭവം എന്റെ ബാല്യകാലത്തുണ്ടായി. വീട്ടിൽ നിന്ന്

ആട്ടിയോടിച്ചൊരു പൂച്ച, മാസങ്ങൾക്കുശേഷം, എന്റെ അച്ഛന്റെ മരണ ദിവസം വീട്ടിൽ തിരിച്ചെത്തി. ഞാൻ [1]കാറ്റാബെൽറ്റിൽ കല്ലുതൊടുത്ത് ഓടിക്കാൻ തുനിഞ്ഞിട്ടും അച്ഛൻ മരിക്കുംവരെ ആ പുരയിടം വിട്ടു പോകാതെ, ഒരുതരം ദയനീയമായ മുരളലോടെ വീടിനു ചുറ്റും അത് പരതിനടന്നു.

ഡിസംബറിലെ പുലർമഞ്ഞു പുതച്ചൊരു വെള്ളിയാഴ്ചയായിരുന്നു അന്ന്. എന്നെ കിടക്കയ്ക്കരികിലേക്കു വിളിച്ച്, ചുമലിൽ തഴുകി, അന്നു സ്കൂളിൽ പോവരുതെന്നു പറയുമ്പോൾ അച്ഛന്റെ കൺതടങ്ങൾ ചിറപൊട്ടി ഒഴുകുന്നതെന്തിനെന്ന് എട്ടു വയസ്സുകാരനായ എനിക്ക് തിരിച്ചറിയാനായില്ല. അച്ഛന്റെ ഉള്ളിലെ ഘടികാരത്തിൽ മരണത്തിന്റെ അലാറം മുഴങ്ങുന്നുണ്ടായിരുന്നോ? ആ നേരത്താണ് വരാന്തയിലൊരു പൂച്ചയുടെ പരിചിതമായ കരച്ചിൽ കേട്ടത്. ഞാൻ കാറ്റാബെൽറ്റുമെടുത്ത് വാതിൽക്കലേക്കോടി. അത് അവൻതന്നെയാണെന്ന് എനിക്കുറപ്പായിരുന്നു. മാസങ്ങൾക്കുമുമ്പ് വീട്ടിൽ നിന്ന് തുരത്തിയോടിച്ച കണ്ടൻപൂച്ച.

എന്റെ കാറ്റാബെൽറ്റ് പ്രയോഗം പേടിച്ചാവണം വീടിന്റെ പരിസരത്തു പോലും പിന്നീടവനെ കണ്ടിട്ടില്ല. ആ അവൻ ദാ, വീടിന്റെ ഉമ്മറത്തുനിന്ന് ദയനീയമായി മുരളുന്നു. വരാന്തയോടു ചേർന്നുള്ള മുറിയിലായിരുന്നു അച്ഛൻ. ആ മുറിയുടെ അടച്ചിട്ട വാതിലിനു നേർക്കാണ് അവൻ നിന്നിരുന്നത്. അച്ഛന്റെ അസുഖവിവരം അറിയാൻ വന്ന ഏതോ ബന്ധുവിനെപ്പോലെ വരാന്തയിൽ വന്നുനില്ക്കുകയാണവൻ. ആറേഴുമാസം മുമ്പുവരെ വീട്ടിലെ ഒരംഗത്തെപ്പോലെയായിരുന്നു അവൻ. ആലപ്പുഴ നഗരത്തിലെ ഞങ്ങളുടെ വാടകവീടിന്റെ മച്ചിൻപുറത്തുനിന്ന് കോവണിവഴി ഒരു പൂച്ചക്കുഞ്ഞ് ഇറങ്ങിവന്നത് ഞാനോർക്കുന്നു. എനിക്കന്ന് നാലോ അഞ്ചോ വയസ്സു പ്രായം.

അല്പനേരത്തെ അപരിചിതത്വം.

തൊട്ടുനോക്കാനൊരുമ്പെട്ട എന്നെ, മൂരിനിവർത്തി രോമങ്ങൾ വിറപ്പിച്ച് അവനൊന്നു വിരട്ടി. പിന്നെ അവൻ എന്നെ ആകെയൊന്നുഴിഞ്ഞു. അവനെപ്പോലെ ഞാനും ഒരു പയ്യനാണെന്നു തോന്നിയതുകൊണ്ടാവണം വേഗം എന്റെ ചങ്ങാതിയായി.

എനിക്കൊരു റബ്ബർ പന്തുണ്ടായിരുന്നു. ഭൂഗോളം പോലെ തോന്നിക്കുന്ന അതിന് നാലഞ്ചു നിറമുണ്ടായിരുന്നു. അതിവേഗം ഉരുട്ടിവിടുമ്പോൾ അതൊരു വെളുത്ത പന്താവും. ഒരുവശത്ത് ഞാനിരിക്കും. മറുവശത്ത് ചുമരിനരികെ അവൻ. അവന്റെ ഇരിപ്പ് ഇപ്പോഴും എന്റെ മനസ്സിലുണ്ട്. പിൻകാലുകൾ നിലത്തു പതിച്ച് മുൻകാലുകൾ

1. Catapult

നിലത്തൂന്നി- ഞാൻ ഉരുട്ടിവിടുന്ന പന്ത് അരികിലെത്തുന്നതും അവൻ മുൻകാലുകളിലൊന്ന് ഉയർത്തി അതിവേഗം തട്ടിവിടും. പൂച്ചയാണെങ്കിലും എന്നോടൊപ്പമുള്ള പന്തുകളി അവൻ ആസ്വദിച്ചിരുന്നു.

എങ്കിലും അവൻ ആളത്ര ശരിയായിരുന്നില്ല. ചില നേരങ്ങളിൽ അവന് തലക്കനം കൂടും. ഞാനാണോ മൂത്തത് അവനാണോ മൂത്തത് എന്ന് മൂപ്പിളമ തർക്കമുള്ളതുപോലെ. ഉച്ചമയക്കത്തിനിടയ്ക്കെങ്ങാനും ശല്യപ്പെടുത്താൻ ചെന്നാൽ അവൻ ഇഷ്ടപ്പെടാത്ത മട്ടിൽ ഒന്നു മുരളും. പാദത്തിലെ പതുപതുപ്പിൽ ഒളിച്ചുവെച്ചിരിക്കുന്ന കൂർത്തു വളഞ്ഞ നഖം പുറത്തേക്കു നീട്ടി എന്നെ വിരട്ടും. അവന്റെ ഔദാര്യത്തിൽ, അവന്റെ വീട്ടിൽ ഞാൻ വാടകയ്ക്കു കഴിയുകയാണെന്ന ഭാവം.

അല്പം മുതിർന്നതോടെ അവന്റെ സ്വഭാവത്തിൽ മാറ്റം വന്നു. ആളൊരു ഗൗരവക്കാരനായി. പന്തുകളിക്കാൻ വരാതായി. മീശരോമം കനത്തു. മുഖത്ത് അല്പംകൂടി കനംവച്ചു. രാവിലെ വീട്ടിൽ നിന്നിറങ്ങും. കറങ്ങിനടക്കും. വൈകാതെ അവനൊരു 'പെണ്ണുപിടിയ'നാണെന്ന് ആൾക്കാർ പറയുന്നതു കേട്ടു. എനിക്കതിന്റെ അർത്ഥം പിടികിട്ടിയില്ല.

അയൽപക്കത്ത് തയ്യൽക്കാരൻ സൗദായുടെ വീട്ടിൽ ഒരു സുന്ദരി പെൺപൂച്ചയുണ്ടായിരുന്നു. ഒന്നു പെറ്റതാണ്. എന്നാലും സുന്ദരി. അവളുമായിട്ടായിരുന്നു അവനു ലോഹ്യം. സദാസമയം അവളുടെ പിന്നാലെ നടക്കും. രാത്രിയെന്നോ പകലെന്നോ ഇല്ല. കാണാൻ വൈകിയാൽ സൗദയുടെ പൂച്ച ഞങ്ങളുടെ വീട്ടുപടിക്കൽ അന്വേഷിച്ചുവരും.

വീടിനു മതിലില്ല. വേലിപ്പത്തലായി കിളിഞ്ഞിൽ പിടിപ്പിച്ചിരുന്നു. കിളിഞ്ഞിൽ നിറയെ ഈർക്കിൽ മുല്ല. നേരം വെളുത്താൽ മുറ്റം നിറയെ മുല്ലപ്പൂക്കൾ വീണുകിടക്കും. ആ പൂക്കളൊരുക്കിയ പരവതാനിയിലാണ് സൗദായുടെ സുന്ദരിപ്പൂച്ച പ്രേമാതുരയായി വന്ന് കാത്തിരിക്കുക.

പന്തുകളിപോലെ സൗദായുടെ പൂച്ചയോടുള്ള അവന്റെ താത്പര്യവും അധികനാൾ നിന്നില്ല. അവൾ ഗർഭിണിയായി. വയറു വീർത്ത് അവശയായി. സൗദായുടെ പൂച്ച വേദനയോടെ കരയുന്നതു കാണുമ്പോൾ എനിക്കു സങ്കടം വരും. അവൻ സൗദായുടെ വീട്ടിൽ പോകാതായി. അവളെ സന്ദർശിക്കാതായി.

രാവിലെ എണീറ്റ് കിഴക്കേ പറമ്പിലേക്കായി ഇഷ്ടന്റെ നടത്തം. ഇവൻ എവിടേക്കാണു പോകുന്നത്? എനിക്ക് കൗതുകമായി. സൂത്രത്തിൽ ഞാൻ പിന്നാലെ ചെന്നു. കിഴക്കേ മൂലയിലെ മോളിയുടെ വീട്ടിലേക്കാണവൻ പോയത്. മോളി എന്റെ പ്രായക്കാരിയാണ്.

മുത്തുകളുടെയും വളപ്പൊട്ടുകളുടെയും വലിയൊരു ശേഖരത്തിന്റെ ഉടമ. രാത്രി കള്ളനായി ചെന്ന് അവളുടെ മുത്തുകളും വളപ്പൊട്ടുകളും സ്വന്തമാക്കുന്നത് ഞാൻ പലപ്പോഴും സ്വപ്നം കണ്ടിരുന്നു. തൊങ്ങലു പിടിപ്പിച്ച വെളുത്ത് സുതാര്യമായ ഉടുപ്പണിഞ്ഞ് മോളി ഉറക്കത്തിലായിരുന്നു. അപ്പോഴെല്ലാം മോളിയും ഞാനും ഒരിക്കലും മിണ്ടിയിരുന്നില്ല. എങ്കിലും മോളിക്ക് എന്നോട് എന്തോ ഒരിഷ്ടം തോന്നിയിരുന്നു. ഒരു നോട്ടം. കണ്ണിന്റെ കോണിൽ ഒളിപ്പിച്ചുവച്ച ഒരു ചിരി.

മോളിയുടെ വീട്ടിൽ ഇവനെന്താണു കാര്യം? എന്റെ ചോദ്യത്തിലേക്ക് ഒരു സുന്ദരിപ്പൂച്ച ഇറങ്ങിവന്നു. കവിളിൽ കറുത്ത ചുട്ടിയുണ്ടവൾക്ക്. പ്രായം തികഞ്ഞുവരുന്നതേയുള്ളൂ. ഒന്നു കണ്ടാൽ ആരും നോക്കിപ്പോകും. അത്രയ്ക്ക് കൗതുകം. അവനെ കുറ്റം പറയാനാവില്ല. എന്നാലും സൗദായുടെ പൂച്ചയെ ഈ അവസ്ഥയിലാക്കിയിട്ട്–

എനിക്കവനോടു ദേഷ്യമായി. ഞാനവനെ വീട്ടിൽ നിന്നോടിച്ചു. ആഹാരം കൊടുക്കാതായി. പരിസരത്തെവിടെയെങ്കിലും കണ്ടാൽ കാറ്റാബെൽറ്റിൽ കല്ലു തൊടുക്കും. അവനും കാര്യം മനസ്സിലായെന്നു തോന്നുന്നു. അവൻ വീട്ടിൽ വരാതായി. (ആയിടെ സൗദായുടെ പൂച്ച പെറ്റു. മൂന്നു കുഞ്ഞുങ്ങൾ. മൂന്നും അവനെപ്പോലെ.)

മാസങ്ങൾക്കുശേഷം അവൻ വീട്ടിൽ മടങ്ങിയെത്തിയിരിക്കയാണ്. ഞാനവനെ വീട്ടിനകത്തു കടക്കാൻ അനുവദിച്ചില്ല. കാറ്റാബെൽറ്റുമായി പിറകെ പാഞ്ഞു. അല്പനേരം ഓടിയിട്ട്, ഒന്നുനിന്ന് അവൻ തിരിഞ്ഞ് എന്നെ നോക്കി എന്തോ പറയും പോലെ. ദയനീയമായ ഒരുതരം മുരൾച്ച. എന്തായിരുന്നിരിക്കാം അവൻ പറഞ്ഞത്?

രാവിലെ പതിനൊന്നുമണിയോടെ അച്ഛൻ മരിച്ചു. അറിഞ്ഞുകേട്ട് ബന്ധുക്കളെത്തും മുമ്പേ മുറ്റത്തെ കിളിഞ്ഞിലിന്റെ ചോട്ടിൽ അവൻ സ്ഥാനം പിടിച്ചിരുന്നു.

വർഷങ്ങൾ കഴിഞ്ഞു. അച്ഛൻ മരിച്ചതോടെ ഞങ്ങൾ നഗരത്തിലെ വാടകവീടു വിട്ട് ഗ്രാമത്തിലേക്കു വന്നു. വയലുകൾക്കും തെങ്ങിൻതോപ്പുകൾക്കും നടുവിലായിരുന്നു ഞങ്ങളുടെ കൊച്ചുവീട്. വീടിനു പിന്നിലെ കുളത്തിൽനിന്ന് വയലിലേക്കൊരു 'കഴുവാ' വെട്ടിയിരുന്നു. മഴപെയ്ത് കുളത്തിൽ വെള്ളം നിറഞ്ഞാൽ കഴുവാ വഴി വയലിലേക്കൊഴുകിയിറങ്ങും. വെള്ളമൊഴുക്കു തുടങ്ങുന്നതിനുമുമ്പ് കഴുവായിൽ നടുവിലായി ഞങ്ങൾ ആഴത്തിൽ കുഴിയെടുക്കും. മഴ പെയ്താൽ കുളത്തിലെ മീനുകൾക്ക് വയലിലെ വിശാലമായ ലോകത്തിലേക്കു കടക്കാൻ ഉത്സാഹമാകും. വരാലുകളും ചെമ്പല്ലികളും കാരിയുമെല്ലാം കുളത്തിൽ നിന്നു തത്തിത്തത്തി കഴുവയിലെത്തും. വയലിലേക്കുള്ള കുതിപ്പിനിടയിൽ അമളിപറ്റിയതറിയാതെ ഞങ്ങൾ കുഴിച്ച കുഴിയിൽ വീഴും.

കഴുവകളിലൂടെ മീനുകൾ തത്തിവരുന്നത് പൂച്ചകൾ മണത്തറിയും. രാത്രി പൂച്ചകൾ കഴുവാകളിൽ വന്നു കാത്തിരിക്കും. ഒന്നോ രണ്ടോ മീനുകളെ കിട്ടിയാൽ അതുമായി സ്ഥലം വിടും. ഇരുപതും മുപ്പതും മീൻവരെ ഓരോ രാത്രിയിലും കഴുവയിൽ വീഴും. അതുകൊണ്ട് പൂച്ചകളെ ആരും ഗൗനിക്കാറില്ല.

ഒരു ദിവസം രാവിലെ അമ്മ കഴുവായിൽ ചെന്നുനോക്കുമ്പോൾ ഒരു ഗർഭിണിപ്പൂച്ച. പൂച്ചകൾക്ക് കഴുവ ചാടിക്കയറാൻ പ്രയാസമില്ല. കഷ്ടിച്ച് ഒരാൾ താഴ്ചയേയുള്ളൂ. അമ്മയെ കണ്ടതും ഗർഭിണിപ്പൂച്ച സഹായത്തിനായി കരഞ്ഞു. അമ്മയ്ക്കു മനസ്സലിഞ്ഞു. കഴുവയിലിറങ്ങി അമ്മ പൂച്ചയെ താങ്ങിയെടുത്ത് വീട്ടിലേക്കു കൊണ്ടുവന്നു. കാരി കുത്തിയതാവണം അതിന്റെ മുൻകാലുകളിൽ നിന്നും മുഖത്തുനിന്നും രക്തം പൊടിച്ച് നീരുവച്ചിരുന്നു. അമ്മ മുറിവിൽ മഞ്ഞളരച്ചുപുരട്ടി.

അമ്മ അവൾക്കൊരു പേരിട്ടു - മിനി. ഗർഭിണിയായ മിനി വീട്ടിലെ അംഗമായി. അവൾ പെറ്റു. നാലു കുഞ്ഞുങ്ങൾ. മൂന്നും അവളെപ്പോലെ വെളുത്ത് മദാമ്മക്കുട്ടികൾ. ഒന്നുമാത്രം പാണ്ടൻ.

ഞാനന്ന് ഏഴാംക്ലാസിലെ പരീക്ഷയെഴുതിനിൽക്കുകയാണ്. പൂച്ചകളോടുള്ള വെറുപ്പ് മാറിയിട്ടില്ല. മിനിയോ കുഞ്ഞുങ്ങളോ അടുത്തുവന്നാൽ ഞാനോടിക്കും. അമ്മയറിയാതെ പൂച്ചക്കുഞ്ഞുങ്ങളെ ചാക്കിലിട്ടു കൊണ്ടുപോയി, കളയാൻ പല തവണ പരിപാടിയിട്ടു. നടന്നില്ല. എങ്കിലും മിനിയുടെ പാണ്ടനെ ഒരുദിവസം എന്റെ കൈയിൽ കിട്ടി. ഞാനവനെ ദൂരെയൊരിടത്തു കൊണ്ടുപോയി കളഞ്ഞു.

രാവിലെ തള്ളപ്പൂച്ച കുഞ്ഞിനെ അന്വേഷിച്ച് കരഞ്ഞുനടന്നു. പൂച്ചക്കുട്ടിയെ കാണാനില്ലെന്ന് അമ്മ. രാത്രി വല്ല പട്ടിയും പിടിച്ചു തിന്നു കാണുമോ ആവോ! വേറെ മൂന്നു കുഞ്ഞുങ്ങളുണ്ടായിട്ടും തള്ളപ്പൂച്ച കൂട്ടത്തിലേക്കും കാണാൻ കൊള്ളാത്ത പാണ്ടൻ പൂച്ചക്കുഞ്ഞിനെ വിളിച്ച് കരഞ്ഞുനടക്കുന്നതു കണ്ടപ്പോൾ എനിക്ക് വിഷമമായി.

ഞാൻ പൂച്ചക്കുട്ടിയെ ഉപേക്ഷിച്ച സ്ഥലത്തെത്തി. ഭാഗ്യം. തോടിന്റെ കരയിൽ പൊന്തയ്ക്കു കീഴേ വിശന്നു തളർന്നുകിടക്കുകയാണത്. എന്നെ കണ്ട മാത്രയിൽ കരഞ്ഞു കണ്ണീരൊലിപ്പിച്ച അതിന്റെ മുഖം കൂടുതൽ ആർദ്രമായി. ഞരങ്ങിക്കൊണ്ടോടിവന്ന് എന്റെ പാദങ്ങളിൽ ഉരുമ്മി. വിരലിൽ മൃദുവായി കടിച്ചു. എനിക്കു വല്ലാത്ത കുറ്റബോധം തോന്നി. ഞാനവനെ കോരിയെടുത്തു.

അന്നുമുതൽ എന്റെ ജീവിതത്തിലേക്ക് രണ്ടാമതൊരു പൂച്ച കൂടി കടന്നുവന്നു. ഒരു ദിവസം മുഴുവൻ പട്ടിണികിടന്ന ക്ഷീണവും തളർച്ചയും. മൂന്നുനാലുദിവസത്തേക്ക് അവനൊട്ടും ചുറുചുറുക്കില്ലായിരുന്നു. തീർത്തും അലസൻ. മടിയനായ ജാക്കിന്റെ പാഠം

ആയിടെയാണ് ഇംഗ്ലീഷ് പാഠപുസ്തകത്തിൽ പഠിച്ചത്. അതുകൊണ്ട് അവന് ഞാൻ 'ജാക്ക്' എന്നുപേരിട്ടു.

മറ്റു മൂന്നു പൂച്ചക്കുട്ടികളിൽ നിന്നും വ്യത്യസ്തനായി ജാക്ക് ഞങ്ങളോട് കൂടുതൽ ഇണക്കത്തിലായി. അവന്റെ അമ്മയ്ക്ക് അവനോടല്പം വേർതിരിവുണ്ടായിരുന്നു. സുന്ദരികളായ മറ്റു മൂന്നു പൂച്ചക്കുട്ടികളെയും സദാ നക്കിത്തോർത്തും. ജാക്കിനെ അപൂർവമൊന്നു നക്കിയാലായി. പാലുകൊടുക്കുന്നതിലും അവർക്കായിരുന്നു മുൻഗണന. മൂന്നുപേരും അവളെപ്പോലായിരുന്നു. ജാക്ക് മാത്രം വേറിട്ട്.

അന്നുമുതൽ ജാക്കിലായി എന്റെ ശ്രദ്ധ. അവനു ഞാൻ പാലുകൊടുക്കും. മടിയിലെടുത്തുവച്ചുതലോടും. എന്നോടും ചേട്ടനോടും അവൻ ഒരുപോലെ അടുപ്പത്തിലായി. ഞാൻ വീട്ടിലുള്ളപ്പോൾ എന്റെ അരികിൽ നിന്നുമാറില്ല. രാത്രി ഞാനറിയാതെ എന്റെ പുതപ്പിനുള്ളിൽ വന്നുകിടക്കും.

ആഹാരം സമൃദ്ധമായി കിട്ടിയിരുന്നതുകൊണ്ടാവാം തള്ളപ്പൂച്ചയോടും ഉടപ്പിറന്നോരോടുമൊപ്പം എലിവേട്ടയ്ക്കോ മീൻപിടിത്തത്തിനോ ജാക്ക് പോയിരുന്നില്ല. തള്ളപ്പൂച്ച എലിയെയോ മീനിനെയോ പിടിച്ചുകൊണ്ടുവന്ന് കുഞ്ഞുങ്ങളെ വിളിച്ചുകരയുന്നതുകേട്ടാലും പങ്കുപറ്റാൻ ജാക്ക് പോവില്ല. തള്ളപ്പൂച്ചയുടെ വേർതിരിവ് അവന്റെ കുഞ്ഞുമനസ്സിലും പതിഞ്ഞിട്ടുണ്ടാവണം.

പാകംചെയ്ത ആഹാരം മാത്രം കഴിക്കുന്ന വി.ഐ.പി ആയിരുന്നു ജാക്ക്. വൃത്തിയും വെടിപ്പുമുള്ള പൂച്ച.

ഞങ്ങളുടെ റൂട്ടിലൂടെ അന്ന് ആകെയൊരു ബസ്സേയുള്ളൂ. രാവിലെ എട്ടരയ്ക്ക് ആ ബസ്സിലാണ് ചേട്ടൻ ഓഫീസിലേക്കു പോകുക. രാത്രി ഏഴരയ്ക്ക് അതേ ബസ്സിൽ മടങ്ങിവരും. ക്രമേണ ചേട്ടൻ ഓഫീസിലേക്കു പോകുന്നതും മടങ്ങിവരുന്നതുമായ സമയം ജാക്കിന് അറിവായി. എവിടെയായിരുന്നാലും രാവിലെ ചേട്ടൻ പുറത്തേക്കിറങ്ങുന്നതും അവൻ ഓടിപ്പോയി കാലിൽ മുഖമുരുമ്മും. പടിക്കൽ വരെ യാത്രയാക്കും. വൈകീട്ട് സമയം തെറ്റിയാൽ വേലിക്കൽ കാത്തിരിക്കും. ചേട്ടൻ വന്നിട്ടേ ഒപ്പം അകത്തുവരൂ. ഒരു ദിവസം ചേട്ടന് ആലപ്പുഴയിൽ തങ്ങേണ്ടിവന്നു. രാത്രി, സമയം കഴിഞ്ഞിട്ടും ചേട്ടനെ കാണാതായപ്പോൾ ജാക്കിന് സങ്കടമായി. അവൻ പടിക്കൽ കാത്തിരുന്നു. അത്താഴം കഴിച്ചില്ല. രാവിലെ കരഞ്ഞു കണ്ണീരൊലിപ്പിച്ച് അവൻ എന്റെ കാലിൽ വന്നുരുമ്മി. എനിക്കെങ്ങനെ അവനെ പറഞ്ഞു മനസ്സിലാക്കാനാവും?

ഞാൻ സ്കൂളിലേക്കു പോകുന്ന സമയവും മടങ്ങിയെത്തുന്ന സമയവും ജാക്കിനറിയാം. എന്നും എന്നെ യാത്രയാക്കുന്നതവനായിരുന്നു. വൈകീട്ട് അടുത്ത പുരയിടത്തിൽ വന്നുകാത്തിരിക്കും. അടുത്തെത്തിയാൽ കാൽവിരലിൽ കടിച്ച് സ്നേഹപ്രകടനം.

മാസങ്ങൾ നാലഞ്ചുകഴിഞ്ഞു. ജാക്ക് അല്പം മുതിർന്നു. പക്ഷേ, അവന്റെ കുട്ടിത്തം അപ്പോഴും ബാക്കിനിന്നിരുന്നു.

ആയിടെ പൂച്ചകൾക്കൊരു രോഗം പടർന്നു. നാട്ടിൽ പലേടത്തും പൂച്ചകൾ രോഗം ബാധിച്ചു ചത്തു. ഒരുതരം പരാലിസിസ്. രോഗം പിടിപെട്ടാൽ ആദ്യം പിൻകാലുകൾ തളരും. ചലനശേഷി നശിക്കും. പൂച്ച മുൻകാലുകൾ ഊന്നി അല്പനേരം ഇഴഞ്ഞുനടക്കും. വൈകാതെ വായിൽ നിന്ന് നുരയും പതയും വന്ന് ചാകും.

ഒരുദിവസം ചേട്ടൻ ഓഫീസിൽ പോകാനൊരുങ്ങി. ജാക്കിനെ കാണാനില്ല. എട്ടേകാലിന് ചേട്ടൻ മുറ്റത്തേക്കിറങ്ങി. "ജാക്കിനെ കണ്ടി ല്ലല്ലോ. വല്ലതും പറ്റിയോ?" ചേട്ടൻ ചുറ്റും നോക്കി. അതിനു മറുപടി യായി ഒരു ഞരക്കം കേട്ടു. ജാക്ക് നിരങ്ങിവരികയാണ്. അവന്റെ പിൻകാലുകൾ തളർന്ന് ശേഷിയറ്റ് മണ്ണിലിഴയുന്നു. മുൻകാലുകൾക്ക് ആവുന്നത്ര ശക്തികൊടുത്ത് ഏന്തിവലിച്ച് ചേട്ടനടുത്തേക്കു വരിക യാണവൻ. അവന്റെ അവസ്ഥകണ്ട് ചേട്ടൻ അടുത്തേക്കുചെന്ന് തല യിൽ തലോടി.

ജാക്ക് ഒച്ചയില്ലാതെ കരയുകയായിരുന്നു. അവന്റെ രണ്ടു കണ്ണുകളിൽ നിന്നും കണ്ണീർ ഒലിച്ചിറങ്ങിയിരുന്നു. ചേട്ടന്റെ പാദ ങ്ങളിൽ അവൻ കണ്ണുകൾ ചേർത്തുരുമ്മി. ചേട്ടൻ നടന്നുനീങ്ങിയ പ്പോൾ തല പൊന്തിക്കാനാവാതെ അകലേക്കു നോക്കിക്കിടന്നു. ജാക്ക് അവന്റെ മരണത്തിലേക്കുറ്റുനോക്കുകയായിരുന്നു.

ഞാനവനെ കോരിയെടുത്ത് താഴെ വരാന്തയിൽ കിടത്തി. അക ത്തേക്കു പോകാനൊരുങ്ങിയ എന്റെ കാലിൽ അവൻ മുൻകാലുകൾ നീട്ടി തൊട്ടു. ദയനീയമായി എന്റെ കണ്ണുകളിലേക്കു നോക്കി. ഞാൻ അവന്റെ അരികിലിരുന്നു. "ജാക്ക്, നിനക്കെന്തുപറ്റി?" എന്നു ചോദിച്ച് നെറ്റിയിലും പുറത്തും തഴുകി. അതിനു മറുപടിയായി അവൻ ഞാൻ പോവുകയാണ് എന്ന അർത്ഥത്തിലാവണം. 'മ്യാവു' എന്നൊന്നു ഞരങ്ങി. എന്റെ പാദത്തിലേക്ക് അവന്റെ തല താണു. എനിക്ക് എണീറ്റുപോകാൻ കഴിഞ്ഞില്ല.

ക്രമേണ എന്റെ പാദങ്ങളിൽ നനവു പടർന്നു. ഞാൻ മെല്ലെ അവന്റെ തല പൊന്തിച്ചുനോക്കി. ജാക്ക് മരിച്ചിരുന്നു. ഞങ്ങളുടെ വീട്ടിലെ അടുപ്പിൽ അന്ന് തീ പുകഞ്ഞില്ല. കുടുംബത്തിലെ ഒരംഗം വേർപെട്ട ദുഃഖം. ദിവസങ്ങളോളം വേണ്ടിവന്നു ആ വേർപാടിന്റെ വേദന ശമിക്കാൻ.

പിന്നീട് ഇന്നേവരെ ഞാൻ പൂച്ചയെ വളർത്തിയിട്ടില്ല. എങ്കിലും പൂച്ചകൾ എന്റെ രചനകളിൽ വന്നും പോയുമിരുന്നു. ജാരനും പൂച്ചയും എന്ന നോവലിലെ മുൻ കമ്മ്യൂണിസ്റ്റുകാരന്റെ പുനർജന്മമായ മാവോ യുഗത്തെയോർത്തു സദാ വിലപിക്കുന്ന പരഹൃദയജ്ഞാനമുള്ള പൂച്ച.

'വരുംവരായ്കകൾ അറിയുന്നേരം' എന്ന കഥയിലെ ത്രികാല ജ്ഞാനിയായ ഗോപാലൻകുട്ടി എന്ന പൂച്ച...

പക്ഷേ, എന്റെ ചോദ്യം ഇപ്പോഴും ഉത്തരം കണ്ടെത്താനാവാതെ തുടരുകയാണ്. പൂച്ചകൾക്ക് അതീന്ദ്രിയജ്ഞാനമുണ്ടോ? ഇല്ലായിരിക്കാം. പക്ഷേ, മനുഷ്യനേക്കാൾ ഇന്ദ്രിയങ്ങൾ അവയിൽ ശക്തവും കാര്യക്ഷമവുമാണ്. ഭൂകമ്പങ്ങളും സുനാമി പോലുള്ള പ്രകൃതി ദുരന്തങ്ങളും മുൻകൂട്ടി കണ്ടറിഞ്ഞ് പൂച്ചകൾ ഉൾപ്പെടെയുള്ള മൃഗങ്ങൾ രക്ഷപ്പെടുമ്പോൾ മനുഷ്യൻ അതിനിരയാവുന്നതുതന്നെ സാക്ഷ്യം.

മനുഷ്യന്റെ പഞ്ചേന്ദ്രിയങ്ങൾക്ക് പരിമിതിയുണ്ട്. കാഴ്ചയുടെ പരിധി 4000 ആംഗ്സ്ട്രോമിനും 8000 ആംഗ്സ്ട്രോമിനും മദ്ധ്യേയാണ്. അതായത് ഈ പരിധിക്കുള്ളിൽ വരുന്ന തരംഗദൈർഘ്യമുള്ള പ്രകാശരശ്മികളേ മനുഷ്യന്റെ കണ്ണിനു കാണാനാവൂ. തരംഗ ദൈർഘ്യം കൂടിയ ഇൻഫ്രാറെഡ്, ആൽഫ, ബീറ്റ, ഗാമരശ്മികളോ തരംഗദൈർഘ്യം കുറഞ്ഞ അൾട്രാവയലറ്റ്, മൈക്രോവേവ്, റേഡിയോ വേവ് കിരണങ്ങളോ മനുഷ്യന് കാണാനാവില്ല. എന്നാൽ, പൂച്ച ഉൾപ്പെടെ പല മൃഗങ്ങൾക്കും അതിനു കഴിവുള്ളതായി കരുതുന്നു. കേൾവിയുടെ കാര്യത്തിലുമുണ്ട് ഈ പരിമിതി. ഇരുപത് ഹെർട്സിൽ കുറഞ്ഞതും (ഇൻഫ്രാസോണിക്). 20000 ഹെർട്സിൽ കൂടിയതുമായ (അൾട്രാസോണിക്) ആവൃത്തിയിലുള്ള ശബ്ദങ്ങൾ നമുക്കു കേൾക്കാനാവില്ല. എന്നാൽ പൂച്ച, നായ തുടങ്ങിയ പല മൃഗങ്ങൾക്കും അതിനു കഴിയും. സ്പർശനത്തിന്റെയും മണത്തറിയാനുള്ള കഴിവിന്റെയും കാര്യത്തിലുമുണ്ട് മനുഷ്യന് ഇതേ പരിമിതി. മനുഷ്യന് സങ്കല്പിക്കാൻ പോലും കഴിയാത്ത ഇന്ദ്രിയാനുഭവങ്ങൾ ഈ ചെറുമൃഗങ്ങൾക്ക് സ്വായത്തമായിരിക്കണം. ഒരുപക്ഷേ, നമ്മുടെ മനോവ്യാപാരങ്ങൾ വായിച്ചറിയാനും അവയ്ക്ക് കഴിയുന്നുണ്ടാവും. അതീന്ദ്രിയജ്ഞാനമെന്നോ ഇന്ദ്രിയേതര ആശയവിനിമയമെന്നോ പരഹൃദയജ്ഞാനമെന്നോ മനുഷ്യർ കരുതുന്ന പല കഴിവുകളും അവയുടെ ഇന്ദ്രിയശേഷിയുടെ പരിധിക്കുള്ളിൽ നടക്കുന്ന സ്വാഭാവിക പ്രവർത്തനങ്ങളായിക്കൂടെന്നുമില്ല. ■

വേദാരണ്യത്തിലെ പെൺപുലി

അതിരാവിലെ കോട്ടയത്തു നിന്ന് ചീഫ് ന്യൂസ് എഡിറ്റർ തോമസ് ജേക്കബ് സാറിന്റെ ഫോൺവിളിയാണ് എന്നെ ഉണർത്തിയത്:

'വേദാരണ്യത്ത് തമിഴ്പുലികളുടെ നേതാവ് സി.ബി.ഐ. കസ്റ്റഡിയിൽ കൊല്ലപ്പെട്ടു. രാജീവ്ഗാന്ധി വധക്കേസിലെ മുഖ്യകണ്ണി. വേദാരണ്യം ഇളകി മറിഞ്ഞിരിക്കയാണ്. അറിയാമല്ലോ, തമിഴകത്തെ പുലിമടയാണ് വേദാരണ്യം. സംസ്കാരത്തിൽ പങ്കെടുക്കാൻ ലങ്കയിൽ നിന്ന് പുലികളെത്തുമെന്ന് സൂചന. ഒരുപക്ഷേ, വേലുപ്പിള്ള പ്രഭാകരൻ പോലും വന്നേക്കാം. ഫോട്ടോഗ്രാഫറെയും കൂട്ടി ഉടൻ തിരിക്കുക.'

തൊട്ടുമുമ്പുള്ള രണ്ടാഴ്ചകളിലെ തിരക്കിനുശേഷം എനിക്കു വീണുകിട്ടിയ ഒഴിവുദിവസമായിരുന്നു അത് – 1991 ജൂലായ് 21 ഞായറാഴ്ച.

എങ്കിലും വേദാരണ്യമെന്നും തമിഴ്പുലിയെന്നും കേട്ടതും എന്നിലെ പത്രപ്രവർത്തകൻ ഉറക്കം വിട്ടെണീറ്റു. ഞാനന്ന് മലയാള മനോരമയുടെ പാലക്കാട് ജില്ലാ ലേഖകനാണ്.

വേദാരണ്യത്തെയും പോയന്റ് കലിമർ മുനമ്പിനെയും കുറിച്ച് മുമ്പേ കേട്ടിരുന്നു. സീതാന്വേഷണത്തിനിടെ രാമൻ ആദ്യമെത്തിയത് പോയന്റ് കലിമറിലായിരുന്നത്രെ. പാക്ക് ജലസന്ധിയിൽ മുന പോലെ തള്ളിനിൽക്കുന്ന മുനമ്പ്. മുനമ്പിൽ നിന്ന് 48 കിലോമീറ്റർ തെക്കുകിഴക്കായിരുന്നു രാവണന്റെ കൊട്ടാരം. ഇന്നത്തെ ജാഫ്നയിൽ. കടലിനവിടെ ആഴക്കുറവാണ്. രാമൻ അവിടെ ചിറ കെട്ടിയേനേ. അപ്പോഴാണറിഞ്ഞത്, അതുവഴി പോയാൽ ചെന്നെത്തുക രാക്ഷസരാജാവിന്റെ രാജധാനിയുടെ പിൻഭാഗത്താണ്. വീരന്മാർക്കു ചേർന്നതല്ലല്ലോ പിൻവാതിൽ പ്രവേശം. അതുകൊണ്ട് രാമൻ ആ ശ്രമം ഉപേക്ഷിച്ചു. ബംഗാൾ ഉൾക്കടലിലേക്ക് തള്ളി

നിൽക്കുന്ന മുനമ്പിൽ, രാമൻ വന്നു നിന്നതായി കരുതുന്നയിടത്ത്, പാറയിൽ പതിഞ്ഞ രണ്ടു പാദമുദ്രകൾ കാണാം. തിമിഴർ 'രാമർപാദ'മെന്നു വിളിക്കുന്ന രാമപാദം.

പോയിന്റ് കലിമർ വന്യജീവിസങ്കേതത്തെക്കുറിച്ചും അവിടെ ശരത്കാല തീർത്ഥാടനം നടത്താനെത്തുന്ന രാജഹംസങ്ങളെക്കുറിച്ചും സാൻഡ്പൈപ്പർ പക്ഷികളെക്കുറിച്ചും ഞാൻ വായിച്ചിരുന്നു. എങ്കിലും എന്നിലെ പത്രപ്രവർത്തകൻ ധർമ്മസങ്കടത്തിലായി - ഗർഭിണിയായ ഭാര്യയെയും നാലുവയസ്സുകാരി മകളേയും പാലക്കാട് വാടകവീട്ടിൽ തനിച്ചാക്കി പുലിമടയിലേക്കു പോകുന്നതോർത്തപ്പോൾ. വേദാരണ്യമെന്നും തമിഴ്പുലികളെന്നും ആ അവസ്ഥയിൽ അവളോടു പറയുന്നതെങ്ങനെ? ഒടുവിൽ ഒരുവിധം പറഞ്ഞൊപ്പിച്ചു: 'തഞ്ചാവൂർ വരെ പോകുന്നു. ഫീച്ചറുകൾക്കായി. ആറേഴുദിവസം കഴിയും മടങ്ങിവരാൻ.'

പാലക്കാട്ടെ ഫ്രീലാൻസ് ഫോട്ടോഗ്രാഫർ കൃഷ്ണൻ കുട്ടിയെ കൂട്ടി തഞ്ചാവൂരിലെത്തിയപ്പോൾ ഉച്ചയായി. വേദാരണ്യത്തിലേക്ക് ടാക്സി വിളിച്ചു. ആരും വരാൻ തയ്യാറല്ല.

'വര മുടിയാത്ങ്ക സാർ.' ടാക്സിക്കാർ ഒരേ മറുപടി.

'ഏൻ?'

'അങ്കെ പെരിയ ഗല്ലാട്ട നടക്ക്ത്.'

(വേദാരണ്യത്തിൽ ഭയങ്കര കുഴപ്പമാണത്രെ)

പരിചയക്കാരനായ ഒരു ഇംഗ്ലീഷ് പത്രലേഖകനെ ഞാൻ ഫോണിൽ വിളിച്ചു.

അയാളും പറഞ്ഞു: 'മടങ്ങിപ്പോകുന്നതാണ് ബുദ്ധി. പുലികൾ പത്രക്കാരെ അടുപ്പിക്കുന്നില്ല. പ്രശ്നമുണ്ടായേക്കും.'

ഏതോ തമിഴ് വാരികയിൽ വന്ന വാർത്തയാണത്രെ വേദാരണ്യത്ത് കുഴപ്പങ്ങൾക്കിടയാക്കിയത്. അതോടെ പുലികൾ പത്രലോകത്തോടാകെ 'യുദ്ധം' പ്രഖ്യാപിച്ചിരിക്കുകയാണ്.

ഞാൻ നിർബന്ധിച്ചപ്പോൾ അയാൾ പരിചയമുള്ളൊരു ടാക്സി ഏർപ്പാടാക്കി. ഇരുന്നൂറു രൂപ അധികം കൊടുക്കാമെന്നു പറഞ്ഞപ്പോഴാണ് ഡ്രൈവർ മനസ്സില്ലാമനസ്സോടെ സമ്മതം മൂളിയത്.

ഉപ്പളങ്ങളുടെ നാടാണ് വേദാരണ്യം. എവിടെ നോക്കിയാലും വെളുത്ത ചെറുചെറുകൂനകൾ. തഞ്ചാവൂർക്കാരനായിരുന്നിട്ടും തമിഴൻ ഡ്രൈവറുടെ വാക്കിലും നോക്കിലും പ്രതിഷേധത്തിന്റെ ഉപ്പു കയ്ച്ചിരുന്നു. തമിഴ്പുലികൾക്ക് സഹായമരുളിയവരാണ് വേദാരണ്യത്തുകാർ. ഇന്ത്യൻ ശാന്തിസേന ലങ്കയിൽ ഇടപെടുന്നതിനു മുമ്പ്

പുലികൾ രക്ഷതേടി ബോട്ടുകളിൽ വന്നിറങ്ങിയപ്പോൾ സ്വന്തം വീടുകൾ പോലും ഒഴിഞ്ഞുകൊടുത്തവരാണവർ. ആ നന്ദി പുലികൾക്കെന്നും വേദാരണ്യത്തോടുണ്ടായിരുന്നു.

ജാഫ്നയിലെ പുലിത്താവളങ്ങളിൽ നിന്ന് ഇന്ത്യയിലേക്കുള്ള കുറുക്കുവഴിയായിരുന്നു വേദാരണ്യം. ജാഫ്ന തീരത്തെ കാങ്കേശൻ തുറയിലെത്താൻ പുലികളുടെ സ്പീഡ് ബോട്ടിന് 20 മിനിട്ടു മതി.

രാജീവ്ഗാന്ധി വധത്തിന്റെ രൂപരേഖയുമായി ഒറ്റക്കണ്ണൻ ശിവരശനും മനുഷ്യബോംബ് തനുവും ശുഭയും ഉൾപ്പെടുന്ന എട്ടംഗ കൊലയാളി സംഘം രണ്ടരമാസം മുമ്പ് വന്നിറങ്ങിയതും വേദാരണ്യത്തായിരുന്നു - 1991 മേയ് ഒന്ന് പുലർച്ചെ. കൊടിയക്കരയിൽ ഷൺമുഖത്തിന്റെ വീട്ടിലാണ് അന്നവർ തങ്ങിയത്. ആ ഗൂഢാലോചനയിൽ ഷൺമുഖവും പങ്കാളിയായിരുന്നു. പിറ്റേന്ന് ഷൺമുഖമാണ് കൊലയാളിസംഘത്തെ സുരക്ഷിതമായി ചെന്നൈയിൽ എത്തിച്ചത്. അയാളെ സ്പെഷൽ ഇൻവെസ്റ്റിഗേഷൻ ടീം ചോദ്യം ചെയ്യാൻ കസ്റ്റഡിയിലെടുത്തു. ആ ഷൺമുഖമാണ് ദുരൂഹമായ സാഹചര്യത്തിൽ കൊല്ലപ്പെട്ടത്. രാജീവ് വധക്കേസിലെ പതിമൂന്നാമത്തെ പ്രതി. കൊടിയക്കരയുടെ കാണപ്പെട്ട ദൈവം.

ഉച്ച തിരിഞ്ഞു, ഞങ്ങൾ വേദാരണ്യത്ത് എത്തിയപ്പോൾ. പുലിമടയിലേക്കുള്ള മുഖ്യനിരത്തിൽ തോക്കുകളേന്തിയ പോലീസ് സംഘം ഞങ്ങളുടെ കാർ തടഞ്ഞു.

'ഉള്ളെ യാരിറുക്ക്?'

തോളിൽ നക്ഷത്രചിഹ്നം പേറിയ പോലീസ് ഉദ്യോഗസ്ഥൻ ഡ്രൈവറെ നോക്കി കണ്ണുരുട്ടി.

ഡ്രൈവർ ചാടിയിറങ്ങി.

"പത്രികൈക്കാരർകൾ, സാർ.'

'എങ്കിരുന്ത്?'

'കേരളാവിലിരുന്ത്'

'കാർഡ് കാട്ട ശൊല്ല്'

ഡ്രൈവർ അകത്തേക്കു തലനീട്ടി ഐഡന്റിറ്റി കാർഡ് ഇൻസ്പെക്ടറുടെ മുന്നിൽ ഹാജരാക്കാൻ പറഞ്ഞു. ഐഡന്റിറ്റി കാർഡ് തിരിച്ചും മറിച്ചും നോക്കിയിട്ടും തൃപ്തി വരാതെ ഇൻസ്പെക്ടർ ചോദിച്ചു: 'എന്നാ പത്രികൈ? നീങ്കയാര്? നിരൂപർകളാ?'

(എന്തു പത്രം? നിങ്ങളാര്? ലേഖകനോ?)

ഞാൻ ഇംഗ്ലീഷിൽ മറുപടി പറഞ്ഞതും അയാൾ എന്റെ കവിളിൽ തട്ടി. 'തമിഴിലേ പേശ്.'

'തമിഴറിയില്ല.' ഞാൻ പറഞ്ഞു. 'കേരളത്തിൽ നിന്നാണ്.'

'കേരളാവാ', അയാൾ എന്റെ ഷർട്ട് ഞെരടി. 'ഡെനിമാ?'

'എന്താണിത്? ഞങ്ങളെ പോകാൻ അനുവദിക്കൂ.' ഞാൻ ഒച്ചയുയർത്തി. 'എന്റെ ഐ.ഡി. കാർഡ് ഞാൻ കാണിച്ചില്ലേ?'

'വെയ്റ്റ്, വെയ്റ്റ്.' അയാൾ എന്നെ നോക്കാതെ പറഞ്ഞു. അപ്പോഴേക്കും മറ്റൊരു പോലീസ് ഓഫീസർ വന്നു. കൈയിൽ കുറേ ചിത്രങ്ങൾ അച്ചടിച്ച ഷീറ്റ്. ഞാനത് തിരിച്ചറിഞ്ഞു. രാജീവ് വധക്കേസിലെ പ്രതി ശിവരശന്റെ വിവിധ ചിത്രങ്ങൾ. അതിലൊന്നിന് എന്റെ ഛായയുണ്ടോ?

അപ്പോഴാണ് ചെക്ക്പോസ്റ്റിന്റെ ഓലമറയ്ക്കരികെ അട്ടിയായി വച്ച മണൽച്ചാക്കുകൾക്കിടയിൽ ഒളിച്ചുവച്ച ഇരട്ടക്കുഴൽ തോക്കുകൾ എന്റെ ശ്രദ്ധയിൽപ്പെട്ടത്. തോക്കിൻകുഴലിനു മുന്നിലാണ് ചോദ്യംചെയ്യൽ. അതിനകം തോക്കുകളേന്തിയ സായുധ പോലീസ് സേന കാറിന്റെ മുന്നിലും പിന്നിലും നിരന്നു. വയർലെസ് സന്ദേശങ്ങൾ പായുന്നു.

ഡ്രൈവർ വിറച്ചു. 'എന്ന സർ വിഷയം?'

അയാൾക്ക് ഞങ്ങളെക്കുറിച്ച് ഒന്നുമറിയില്ലെന്നും ഇരുന്നൂറു രൂപ അധികം കൊടുക്കാമെന്നു പറഞ്ഞതുകൊണ്ടുമാത്രം വന്നതാണെന്നും ആവർത്തിച്ചുപറഞ്ഞ് തന്റെ നിരപരാധിത്വം ഉറപ്പിക്കുകയാണയാൾ.

മഫ്ടിയിലായിരുന്ന ഒരു സീനിയർ ഓഫീസർ പെട്ടെന്ന് കാറിനരികിലേക്കു വന്നു.

അയാൾ പോലീസിനോട് ആജ്ഞാപിച്ചു: 'ബാഗിൽ എന്തെങ്കിലും വച്ചിറുക്കാങ്കെ പാർ. ഡിക്കീലേം. ശീഘ്രം.'

പൊലീസുകാർ ബാഗും ക്യാമറയും സീറ്റിന്റെ അടിഭാഗവും ഡിക്കിയുമെല്ലാം വിശദമായി പരിശോധിച്ചു.

'റിമൂവ് ദ ഗ്ലാസ്.' അയാൾ എന്നോട് പറഞ്ഞു.

ഞാൻ ഇരുണ്ട ഗ്ലാസ്സുള്ള കണ്ണട ധരിച്ചിരുന്നു. അതെടുത്തുമാറ്റിയതും അയാൾ എന്റെ കണ്ണുകളിലേക്കുറ്റുനോക്കി. ഞാൻ ഏതു പത്രത്തിൽ, എവിടെ ജോലി ചെയ്യുന്നുവെന്ന് മലയാളത്തിൽ പറയാൻ ആവശ്യപ്പെട്ടു.

ഞാൻ മലയാളത്തിൽ മറുപടി പറഞ്ഞതും ഒരു പോലീസുകാരൻ എന്റെ സഹായത്തിനെത്തി. 'നമ്മ തുഗ്ലക്ക് മാതിരി പത്രികൈ, സർ.'

(ചോ രാമസ്വാമിയുടെ തുഗ്ലക് തമിഴിൽ പ്രസിദ്ധമാണ്.)

'സെരി പോങ്കോ.' ഓഫീസർ ഒച്ച കനപ്പിച്ചു പറഞ്ഞു. പക്ഷേ, കാർ മുന്നോട്ടുവിട്ടില്ല. തമിഴൻ ഡ്രൈവർ ടാക്സിക്കൂലി വാങ്ങി പറ പറന്നു. പൊലീസ് തുണയിൽ ഞങ്ങൾ കുറച്ചുദൂരം നടന്നു. അപ്പോ ഴേക്കും പരിചയത്തിലായ ഇൻസ്പെക്ടറോട് ഞാൻ ചോദിച്ചു. 'എന്താണെന്റെ ഷർട്ടിന്റെ കുഴപ്പം?'

ഗൗരവം വിടാതെ അയാൾ പറഞ്ഞു: 'ഡെനിം, അതു താൻ പ്രോബ്ളം.'

മനുഷ്യബോംബായി വന്ന് രാജീവ്ഗാന്ധിയെ വധിച്ച തമിഴ്പുലി തനു ധരിച്ചിരുന്നതും ഡെനിം ജാക്കറ്റായിരുന്നു. പുലികൾ പൊതുവേ ധരിക്കാറുള്ള പരുക്കൻ ഉപയോഗത്തിനിണങ്ങുന്ന തുണി. അതു വരെ എന്റെ ഷർട്ടിന്റെ തുണി ഡെനിമാണെന്ന് എനിക്കറിയില്ലായി രുന്നു.

'ഇത്രയേറെ കനത്ത പരിശോധനയുടെ ഉദ്ദേശ്യം?' ഞാൻ ചോദിച്ചു.

ഇൻസ്പെക്ടർ ഒച്ചയടക്കി പറഞ്ഞു: 'ഞങ്ങൾ അവരെ പ്രതീ ക്ഷിക്കുന്നു. വേലുപ്പിള്ള പ്രഭാകരനോ അയാളുടെ അംബാസ ഡർമാരോ ഇന്നിവിടെ എത്തും. അവർ വന്നാൽ ഒരേറ്റുമുട്ടലിന് സാദ്ധ്യതയുണ്ട്. കുറേ ജഡങ്ങൾ ഇന്നിവിടെ വീണെന്നുവരാം.'

ജാഫ്നാതീരത്തുനിന്ന് നോട്ടപ്പാടിപ്പുറം പോയിന്റ് കലിമർ മുനമ്പിൽ കൊടിയക്കര കടൽത്തീരത്ത്, പുലികളുടെ തമിഴകത്തെ ചീഫ്ക്യാപ്ടനായിരുന്ന ഷൺമുഖത്തിന്റെ ചിതയൊരുങ്ങുകയാണ്. നാവികസേനയുടെ സാന്നിദ്ധ്യം മൂലം കടൽമാർഗ്ഗം പുലികൾക്ക് വരാ നാവില്ല. വൈകീട്ട് നാലിനാണ് സംസ്കാരം. അതിനുമുമ്പേ റോഡു മാർഗ്ഗം പുലികളെത്താതിരിക്കില്ല. അതു തടയാനായി വേദാരണ്യത്തി ലേക്കുള്ള മൂന്നു മുഖ്യനിരത്തുകളിലും പോലീസ് ചെക്ക് പോസ്റ്റ് ഏർപ്പെടുത്തി. ഒരു കരടുപോലും അരിപ്പ തുളച്ചുപോകാതിരിക്കത്തക്ക കർശന സംവിധാനം. വേദാരണ്യത്തെയും പരിസരങ്ങളിലെയും ലോഡ്ജുകളെല്ലാം പോലീസിന്റെ നിയന്ത്രണത്തിലായി. എന്നിട്ടും പൊലീസിന്റെ ഭാഗത്ത് ഭയം കലർന്ന വീർപ്പുമുട്ടൽ. ഇൻസ്പെക്ടർ സ്വകാര്യമായി പറഞ്ഞു: ഇതിനകം അവർ എത്തിയിട്ടുണ്ടാവില്ലെന്നാരു കണ്ടു? പുലികൾക്ക് സ്വന്തം കൈരേഖ പോലെ പരിചിതമാണ് വേദാ രണ്യം.

അല്പദൂരം കൂടി പോലീസുകാർ ഒപ്പം വന്നു.

'ഇനി സ്വന്തം റിസ്കിൽ പോണം.' അയാൾ തമിഴിൽ പറഞ്ഞു.

'മടങ്ങിപ്പോകുന്നതാണ് ബുദ്ധി. എന്താ സംഭവിക്കുകയെന്നു പറ യാനാവില്ല. വിലാപയാത്ര തുടങ്ങാറായി. പ്രകോപനമുണ്ടായാൽ

തിരിച്ച് വെടിവയ്പുണ്ടായേക്കാം ഏറ്റുമുട്ടൽ പുലികളോടാവുമ്പോൾ അത് എത്രമാത്രം രൂക്ഷമായിരിക്കുമെന്നോർക്കുക.' അയാൾ ഒരിക്കൽക്കൂടി ആവർത്തിച്ചു. 'മടങ്ങിപ്പോകുന്നതാണ് ബുദ്ധി. ഈ ആവേശം നിങ്ങളുടെ ജീവൻ രക്ഷിച്ചെന്നു വരില്ല.'

പിന്നീടങ്ങോട്ട് പോലീസിനെ മഷിയിട്ടു നോക്കിയാൽ പോലും കാണാനില്ല. പുലിമടകൾ ആരംഭിക്കുകയാണ്. നിരത്ത് വിജനം.

ഞങ്ങൾ കൊടിയക്കരയിലേക്കു നടന്നു. ഇരുവശവും നോക്കെത്താ ദൂരത്തോളം കുറ്റിക്കാടുകൾ. കൊക്കുകളുടെ ഇല്ലം. പക്ഷിസങ്കേതം. കൊടിയക്കാട് ഉൾപ്പെടുന്ന 'പുനാരെ ഇല്ലം' രാജഹംസങ്ങളുടെ (പുനാരെ) തറവാടായാണ് അറിയപ്പെടുന്നത്. 'ബ്ലാക്ക് ബക്ക്സ്' ഇനം മാനുകളെയും കൊടിയക്കാട്ടിൽ ധാരാളം കാണാം. നിറയെ മുള്ളുകളുള്ള കാസാൻ ചെടികളും ചൂരലും ഇടതൂർന്നുവളരുന്ന കാട്. എന്നോ കടൽ പിന്മാറിയ പ്രദേശത്തു വളർന്ന കാട്.

പ്രളയത്തിനുശേഷം നാലു വേദങ്ങളും ചേർന്ന് വേദാമൃത എന്ന പുണ്യതീർത്ഥത്തിൽ ശിവനെ തപസ്സു ചെയ്ത കഥ ആരോ പറഞ്ഞ് ഞാൻ കേട്ടിരുന്നു. ശിവൻ പ്രത്യക്ഷനായപ്പോൾ വേദങ്ങൾ ചോദിച്ച വരമിതായിരുന്നു: പാപികൾ ഉരുവിട്ട് ശക്തി ക്ഷയിച്ച തങ്ങൾക്ക് വൃക്ഷലതാദികളായി ഈ മണ്ണിൽ ജന്മം നൽകണം. ശിവന്റെ വരം ലഭിച്ച വേദങ്ങളും ഉപനിഷത്തുകളും ജന്മമെടുത്തയിടമാണ് വേദാരണ്യമെന്ന് ഐതിഹ്യം. സർദാർ വേദരത്തിനം പിള്ള എന്ന സ്വാതന്ത്ര്യസമരസേനാനി ഉപ്പു സത്യഗ്രഹകാലത്ത് ഉപ്പു വറ്റിച്ചതോടെയാണ് ആ പേരു വന്നതെന്ന് വേറൊരു ഭാഷ്യം. ഉപ്പളങ്ങളുടെയും തുറസ്സായ വയലുകളുടെയും നീണ്ട കടലോരത്തിന്റെയും അരികെ ആരംഭിക്കുന്ന കാട് അത്ര ദുർഘടം പിടിച്ചതല്ല. എന്നാൽ രഹസ്യങ്ങൾ ഒളിപ്പിക്കാൻ അതിഭദ്രം. ഈ കാട്ടിനുള്ളിലാണ് പുലികൾക്ക് കൈമാറാനുള്ള സ്ഫോടകവസ്തുക്കളും ആയുധങ്ങളും ഇന്ധനവും ഷൺമുഖം ഒളിപ്പിച്ചുവച്ചിരുന്നത്. ഷൺമുഖത്തിന്റെ മരണത്തിന്റെ തലേന്നാണ് സി.ബി.ഐ അവ കുഴിച്ചെടുത്തത്. സി.ബി.ഐ തലകുത്തനെ നിർത്തി ചോദ്യം ചെയ്തിട്ടും പെരിയോരുടെ ആജ്ഞ കിട്ടുംവരെ അവ എവിടെയാണ് ഒളിപ്പിച്ചുവച്ചിരിക്കുന്നതെന്ന് അനുയായികൾ പറഞ്ഞില്ല.

അതായിരുന്നു ഷൺമുഖത്തിന്റെ ആജ്ഞാബലം. ജാഫ്നയും വേദാരണ്യവുമായുള്ള പുലികളുടെ കണ്ണി. മീൻപിടിത്തക്കാരുൾപ്പെടുന്ന പാവം ഏഴൈകളുടെ 'രാസാവ്' ഒന്നുമില്ലായ്മയിൽ നിന്ന് കോടികളുടെ അധിപനായി മാറിയ പെരിയോർ.

ചോളന്മാരുടെ കാലം മുതൽക്കേ ജാഫ്നയും വേദാരണ്യവുമായി വാണിജ്യബന്ധമുണ്ടായിരുന്നു. അന്നത്തെ നാടൻവള്ളങ്ങളും

പായ്ക്കപ്പലുകളും, ഇതുവഴി കള്ളക്കടത്തു പുരോഗമിച്ചതോടെ, സ്പീഡ് ബോട്ടുകളായി മാറിയെന്നു മാത്രം. കള്ളക്കടത്തുകാരിലൂടെയാണ് പുലികൾ വേദാരണ്യവുമായി ബന്ധം സ്ഥാപിച്ചതും. ലങ്കയിൽ പുലികൾ വേരുറപ്പിച്ചതോടെ കള്ളക്കടത്തിന്റെ പേരുകൾ മാറി.

ശിവകാശിയിൽ നിന്നും ആന്ധ്രയിൽനിന്നും പുലികൾക്കാവശ്യമായ ജലാറ്റിനും മറ്റു സ്ഫോടകവസ്തുക്കളും കൊടിയക്കരയിൽ ശേഖരിച്ചുതുടങ്ങി. ജാഫ്നയിൽ ദുർലഭമായ പെട്രോളും ജീവൻ രക്ഷാമരുന്നുകളും തുണിത്തരങ്ങളും ഇവിടെനിന്നു കടത്തി. ആദ്യമൊക്കെ പകരം ഇങ്ങോട്ടെത്തിയത് ജപ്പാനിലും തയ്‌വാനിലും നിർമ്മിച്ച ഇലക്ട്രോണിക് ഉല്പന്നങ്ങളായിരുന്നു. പിന്നീടത് സ്വിസ് നിർമ്മിത സ്വർണ്ണ ബിസ്കറ്റുകൾക്കു വഴിമാറി.

കള്ളക്കടത്തിലൂടെയാണ് ഷൺമുഖവും പുലികളുമായുള്ള ബന്ധത്തിന്റെ തുടക്കവും. പുതിയ സൗധങ്ങളും വാഹനവ്യൂഹവും കൈവന്നപ്പോഴും കൊടിയക്കാട് വനത്തിനോടു ചേർന്നുള്ള പഴയ ഓലപ്പുരയായിരുന്നു ഷൺമുഖത്തിന്റെ താവളം. ആശയവിനിമയത്തിനായി പുലികൾ ഷൺമുഖത്തിന് ശക്തിയേറിയ വയർലസ് സെറ്റുകൾ നല്കി. കൊടിയക്കരയിലെ പഴയ വീട്ടിലിരുന്ന് കാനഡ പോലുള്ള വിദേശരാജ്യങ്ങളിലെ പുലിത്താവളങ്ങളുമായും അയാൾ ബന്ധപ്പെട്ടിരുന്നു. വേദാരണ്യത്തെ മുഴുവൻ തന്റെ ചൊൽപ്പടിയിൽ നിർത്തിയതും ആ പഴയ ഓലപ്പുരയിലിരുന്നാണ്. ഏതു കക്ഷി തമിഴകം ഭരിച്ചാലും വേദാരണ്യത്തിന്റെ രാജാവ് ഷൺമുഖം തന്നെ. പുലികൾക്ക് പാശ്ചാത്യരാജ്യങ്ങളിൽ നിന്ന് പണമുണ്ടാക്കാൻ ഏഷ്യ -പസഫിക് മേഖലകളിലെ മയക്കുമരുന്ന് കള്ളക്കടത്തുകാരുമായും അയാൾ ബന്ധം സ്ഥാപിച്ചിരുന്നതായി പറയുന്നു.

ഷൺമുഖത്തിന്റെ കീഴിൽ കള്ളക്കടത്ത് ശൃംഖലയിലെ പത്തിലധികം രണ്ടാം നിരക്കാർ. അവർ ഓരോരുത്തരുടെയും കീഴിൽ നൂറോളം വരുന്ന അനുയായികൾ. ഇതായിരുന്നു ഷൺമുഖത്തിന്റെ ചോർച്ചയില്ലാത്ത സംവിധാനം.

നിമിഷങ്ങൾക്കകം വിലാപയാത്ര ഞങ്ങൾക്കെതിരെ ഒഴുകിവന്നു. പ്രക്ഷുബ്ധമായ ആൾക്കൂട്ടം. കടൽ ക്ഷുഭിതമായി ഇരമ്പിവരുന്നതു പോലെ. ക്ഷോഭം വിലാപത്തിലലിഞ്ഞ് കുതിച്ചുപായുകയാണ്. പെണ്ണുങ്ങൾ മാറത്തലച്ച് നിലവിളിക്കുന്നു. 'ഏൻ രാസാ പോയിട്ടാനേ... ഏൻ രാസാവേ കൊണ്ടുപോറാങ്കളേ...'

വൈകീട്ട് നാഗപട്ടണത്തെ ഡബ്ബായിൽ ബിയറും പൊരിച്ച മീനും നുണഞ്ഞ് ഞങ്ങൾ പകലത്തെ ക്ഷീണമകറ്റുന്നതിനിടയിൽ, വിലാപയാത്രയ്ക്കിടെ പരിചയപ്പെട്ടൊരു മലയാളി ഞങ്ങളെ തേടിവന്നു.

കൊഴിഞ്ഞാമ്പാറക്കാരൻ. പുലികളുടെ മിത്രം. (ചന്ദനക്കൊള്ളക്കാരുടെ സിൽബന്തിയായിരുന്നു അയാളെന്നു പിന്നീടറിഞ്ഞു. പുലികൾ ഞങ്ങളെ നിരീക്ഷിക്കാൻ വിട്ടതായിരുന്നോ അയാളെ?)

അയാൾ കാര്യങ്ങൾ ചോദിച്ചറിഞ്ഞു. ഞങ്ങൾ പുലികൾക്കെതിരെ എഴുതാൻ വന്നതല്ലെന്നു ബോദ്ധ്യമായപ്പോൾ അയാൾ ഞങ്ങളുടെ സഹായിയായി മാറി. പിറ്റേന്നു പുലർച്ചെ ഞങ്ങളെ പുലികളുടെ ജല മാർഗ്ഗത്തിലൂടെ കൊണ്ടുപോകാമെന്നയാളേറ്റു. അഞ്ചുകിലോമീറ്റർ പോയാൽ ജാഫ്നാതീരത്തെ സിമന്റ് ഫാക്ടറിയുടെ പുക ക്കുഴലുകളിൽ നിന്ന് പുകയുയരുന്ന ചിത്രങ്ങളെടുക്കാം. ദൂരെ നിരീ ക്ഷണത്തിന് ഏർപ്പെട്ടിരിക്കുന്ന നാവികസേനയുടെ കപ്പലുകളും കാണാം.

പുലർച്ചെ മീൻപിടിത്തക്കാരുടെ ഫൈബർഗ്ലാസ് ബോട്ടുകളി ലൊന്ന് അയാൾ ഞങ്ങൾക്കായി ഏർപ്പാടാക്കി. ശക്തമായ കാറ്റിൽ കടൽ പ്രക്ഷുബ്ധമായിരുന്നു. കൂറ്റൻ തിരകൾ ഞങ്ങളുടെ ബോട്ടിനെ ഇടയ്ക്കിടെ കുത്തനെ ഉയർത്തുന്നുണ്ടായിരുന്നു. കാറ്റ് ശക്തമായാൽ പാക്ക് കടലിടുക്കിലൂടെയുള്ള യാത്ര ദുർഘടമാണ്. പക്ഷേ, കട ലിന്റെ ക്ഷോഭത്തെ പുലികളുടെ ചാവേർസംഘങ്ങൾ വക വയ്ക്കാ റില്ല. കടൽ ക്ഷോഭിക്കുന്ന അവസരങ്ങളാണ് പുലികളുടെ ഓപ്പറേ ഷന് സൗകര്യം. ഈ സമയത്ത് കസ്റ്റംസിന്റേയോ കോസ്റ്റ് ഗാർഡി ന്റേയോ പട്രോളിംഗ് ശല്യമുണ്ടാവില്ല.

പാക്ക് ജലസന്ധിക്കു കുറുകെ താണ്ടുമ്പോൾ, ഞങ്ങളോടൊപ്പം വന്ന യുവാക്കളിലൊരാൾ പറഞ്ഞു: 'ശിവരശനും ശുഭയും യാഴ്പ്പാ ണത്തു നിന്നു വന്നത് ഇതുവഴിയാണ്. അന്ന് കടലിൽ നാവിക സേനയുടെ പട്രോളിംഗ് ശക്തമായിരുന്നില്ല. ഇന്നതല്ല സ്ഥിതി. അഞ്ചു കിലോമീറ്ററിനപ്പുറത്തേക്ക് മീൻപിടിത്തബോട്ടുകൾ പോലും വിടു ന്നില്ല. ബോട്ടിൽ മുക്കുവരെയല്ലാതെ മറ്റാരെയെങ്കിലും കണ്ടാൽ നാവികസേന വെറുതെ വിടില്ല. ചിലപ്പോൾ വെടിവച്ചെന്നു വരാം.'

ഞാനയാളുടെ മുഖത്തേക്കു നോക്കി. വളരെ 'കൂളാ'യാണ് അയാ ളതു പറയുന്നത്. എന്റെ ചങ്കൊന്നു പിടഞ്ഞു. നാവികസേനയും ഞാനുമായി ഒരു വെടിയുണ്ടയുടെ ദൂരമേയുള്ളൂ എന്നോർത്തതും -

കൂടെയുള്ളവരും ഭാഗ്യപരീക്ഷണത്തിനു തയ്യാറായിരുന്നില്ല. തിരകളെ മുറിച്ച് ബോട്ട് കരയിലേക്കു തിരിച്ചതും പിന്നിൽ നിന്നൊരു കൂറ്റൻ തിര വന്നു. ബോട്ട് തിരയ്ക്കുമീതേ കുത്തനെ നിന്നു. അടുത്ത ക്ഷണം ബോട്ട് തലകുത്തനെ മറിയുമെന്നും ഞങ്ങളുടെ കഥ അതോടെ തീരുമെന്നും ഞാൻ ഭയന്നു. കൃഷ്ണൻകുട്ടി ഉറക്കെ അലറിവിളിച്ചു. എനിക്കതിനുപോലും കഴിഞ്ഞില്ല. പാലക്കാട്ടെ വാടക വീട്ടിൽ എന്നെ കാത്തിരിക്കുന്ന ഗർഭിണിയായ ഭാര്യയേയും മകളേയും ഓർത്തുപോയി ഞാൻ.

തിര ബോട്ടിനെ തട്ടിത്തെറിപ്പിച്ച് തകിടം മറിച്ചു. ബോട്ടിൽ കെട്ടിയിരുന്ന വട്ടക്കയറിൽ എനിക്ക് പിടിത്തം കിട്ടി. പിന്നാലെ വന്ന മറ്റൊരു വൻ തിര ബോട്ടിനെ കരയിലേക്കെടുത്തെറിഞ്ഞു. കരയിലെത്തിയതും അത് പിന്നെയും തലകീഴ്മറിഞ്ഞു. കുറേനേരത്തേക്ക് ബോധമുണ്ടായില്ല. മീൻപിടിത്തക്കാർ തഴമ്പിച്ച കൈകൾ വയറ്റത്തമർത്തി ഉപ്പുവെള്ളം പുറത്തുചാടിച്ചു. എപ്പോഴോ ജീവൻ തിരിച്ചുകിട്ടിയ ആശ്വാസത്തോടെ ജീവിതത്തിലേക്കു തിരിച്ചുവന്നപ്പോഴും നല്ലൊരു 'സ്നാപ്പ്' നഷ്ടപ്പെട്ട നിരാശ ഞങ്ങളെ അലട്ടി.

ഉച്ചതിരിഞ്ഞ് കൊഴിഞ്ഞാമ്പാറക്കാരൻ ഞങ്ങളെ തേടിവന്നു. സംഭാഷണത്തിനിടെ അയാൾ രഹസ്യമായി പറഞ്ഞു: തലേന്ന് ജാഫ്നയിൽ നിന്ന് പ്രഭാകരന്റെ രണ്ട് അംബാസഡർമാർ എത്തിയിരുന്നു. സംസ്കാരച്ചടങ്ങിൽ പങ്കെടുക്കാൻ. വന്നതെങ്ങനെയാണെന്നോ? പോലീസിന്റെ കണ്ണുവെട്ടിച്ച് റോഡുമാർഗ്ഗം. അവർ കൊടിയക്കരയിലുണ്ട്.

ഞങ്ങൾ അയാളോടൊപ്പം പുറപ്പെട്ടു. മൂന്നാൾപൊക്കമുള്ള നിബിഢമായ മുൾക്കാട്ടിലൂടെ അയാൾ ഞങ്ങളെ നയിച്ചു. കാടനക്കം കേട്ട് ഓടിയകലുന്ന കുറുനരികളെയും കാട്ടുപന്നികളെയുമല്ലാതെ മൃഗങ്ങളെയൊന്നിനെയും കണ്ടില്ല. പൊലീസ് പുലികളുടെ ആയുധശേഖരം കുഴിച്ചെടുത്ത ഭാഗത്തേക്കാണയാൾ ഞങ്ങളെ കൊണ്ടുപോയത്. ഫോട്ടോഗ്രാഫർ ചിത്രങ്ങളെടുത്തു. അതിനിടെ കൊഴിഞ്ഞാമ്പാറക്കാരൻ എവിടേക്കോ പോയി. പകരം ജഗന്നാഥൻ എന്നൊരാൾ വഴികാട്ടിയായി വന്നു.

കാട്ടുവഴികളിലൂടെ ഞങ്ങൾ നടന്നെത്തിയത്, ഷൺമുഖത്തിന്റെ ഓലമേഞ്ഞ പഴയ വീടിനു മുന്നിൽ. റിസർവ് വനത്തോടുചേർന്ന്. വിശാലമായ പന്തലുകളും തട്ടികളുമിട്ട് അതിനൊരു രഹസ്യസ്വഭാവം വന്നിരുന്നു. പുറത്തുനിന്നിരുന്ന നാട്ടുകാരോട് പുലികളുടെ വരവുപോക്കിനെക്കുറിച്ച് ഞാൻ ആരാഞ്ഞു. അവർ ഒന്നും പറയാൻ കൂട്ടാക്കിയില്ല. 'തെരിയാത് ഒണ്ണുമേ തെരിയാത്.' അവർക്കതേ അറിയൂ. എന്തുചോദിച്ചാലും തെരിയാത്!

ഷൺമുഖത്തിന്റെ ഭാര്യ ഭവാനിയും അമ്മ അഞ്ജമ്മയും സഹോദരി മീനാംബികയും അകത്തുണ്ടെന്നറിഞ്ഞതോടെ അവരോടു കാര്യങ്ങൾ ചോദിച്ചറിയാനായി എന്റെ ശ്രമം. അവർ പുറത്തുവന്ന് എന്റെ ചോദ്യങ്ങൾക്ക് തമിഴിൽ മറുപടി പറയുന്നതിനിടയിലാണ് എന്റെ സംഭാഷണം ഷൺമുഖവും പുലികളുമായുള്ള ബന്ധത്തിലേക്കു കടന്നത്. പെട്ടെന്ന് അകത്തുനിന്നൊരാൾ വന്നു. 'ഉള്ളെ വാങ്കോ.' അയാൾ വിളിച്ചു. ഞാൻ അറച്ചറച്ച് അകത്തേക്കു ചെന്നു.

അതുവരെ സംഭാഷണത്തിലേർപ്പെടാതെ, എന്റെ ചോദ്യങ്ങൾ ശ്രദ്ധിച്ച് അകത്തെവിടെയോ നിൽക്കുകയായിരുന്ന ഒരു യുവതി പെട്ടെന്ന് സംഭാഷണത്തിലേക്കുകടന്നുവന്നു.

അവൾ സ്ഫുടമായ ഇംഗ്ലീഷിൽ എന്നോടു പറഞ്ഞു: 'നിങ്ങൾ ക്കെന്താണറിയേണ്ടത്? എന്നോടു ചോദിക്കൂ. ഞാൻ പറയാം.'

അവൾക്ക് ഇരുപത്തഞ്ചിൽ താഴെയേ പ്രായമുണ്ടാവൂ. ഇരുനിറം ചിന്തേരിട്ടൊതുക്കിയ ദേഹം. ജീൻസും ലൂസ്ജാക്കറ്റും. കഴുത്തി ലൊരു സ്റ്റീൽ കുരിശ് ഞാന്നുകിടന്നു. പാറിപ്പറക്കുന്ന മുടിയിഴകൾ. തീക്ഷ്ണമായ നോട്ടം. കാലിന്മേൽ കാൽകയറ്റി ഇരിക്കുക യാണവൾ.

'നിങ്ങൾ ഷൺമുഖത്തിന്റെ ആരാണ്?' ഞാൻ ചോദിച്ചു. പെട്ടെ ന്നുള്ള എന്റെ ചോദ്യം അവൾ പ്രതീക്ഷിച്ചതായിരുന്നില്ല. അവൾ ഷൺമുഖത്തിന്റെ ഭാര്യയെ ഒന്നു തറച്ചുനോക്കിയിട്ട് എന്നോടായി പറഞ്ഞു: 'എന്റെ ബന്ധം നിങ്ങൾ കാര്യമാക്കണ്ട. നിങ്ങളുടെ ചോദ്യ ങ്ങൾക്ക് മറുപടി കിട്ടിയാൽ പോരേ?'

'നിങ്ങളുടെ ബന്ധമറിയുന്നതിലെന്താണ് തകരാറ്?' ഞാൻ ചോദിച്ചു. 'ഉത്തരങ്ങളുടെ ആധികാരികത എനിക്കുറപ്പാക്കാൻ അതു നന്നായിരുന്നു.'

'പത്രത്തിലെഴുതുമ്പോൾ ആരു പറഞ്ഞു എന്നു കാണി ക്കണമല്ലോ.' ജഗന്നാഥൻ എന്റെ സഹായത്തിനെത്തി. പെട്ടെന്നൊ രാൾ അകത്തുനിന്നു വിളിച്ചുപറഞ്ഞു: 'മാമാപൊണ്ണ്.'

'ഏതു മാമ?' ജഗന്നാഥന്റെ ചോദ്യത്തിന് മറുപടിയുണ്ടായില്ല. അതു ശ്രദ്ധിക്കാതെ യുവതി എന്റെ നേർക്ക് ഇംഗ്ലീഷിൽ ചോദിച്ചു.

'നിങ്ങൾക്ക് എന്തു വിവരമാണറിയേണ്ടത്? അതു ചോദിക്കൂ.'

'ഷൺമുഖത്തിന് പുലികളുമായുണ്ടായിരുന്ന ബന്ധം?' ഞാൻ ചോദിച്ചു.

'ഒരു നിലയ്ക്കും അങ്ങനെയൊരു ബന്ധമുണ്ടായിരുന്നില്ല.' യുവതി പെട്ടെന്നു പറഞ്ഞു.

'വനത്തിൽ നിന്നു കുഴിച്ചെടുത്തതോ?'

'അവയെല്ലാം ഒഴിഞ്ഞ കണ്ടെയ്നറുകളായിരുന്നു. സ്ഫോടക വസ്തുക്കൾ കുഴിച്ചെടുത്തെന്നത് സി.ബി.ഐയുടെ കെട്ടുകഥ യാണ്.'

'ശിവരശനും തനുവും ശുഭയും ഇവിടെ താമസിച്ചിരുന്നില്ലേ?'

ഇത്തവണ എന്റെ ചോദ്യത്തിന് യുവതി മറുപടി പറഞ്ഞില്ല.

യാതൊരു ഭാവഭേദവുമില്ലാതെ അവൾ ഷൺമുഖത്തിന്റെ ബന്ധുക്കളുടെ നേർക്കു ചോദിച്ചു. 'ശിവരശനും ശുഭയും ഇങ്കെ വന്തിരുന്താങ്കളാ?'

ബന്ധുക്കൾ ഒരേ സ്വരത്തിൽ പഠിപ്പിച്ചതുപോലെ പറഞ്ഞു:

'ഇല്ലെ... ഇല്ലെ...'

അതുകേട്ട് ഭാവമാറ്റമില്ലാതെ അവൾ എന്നോടു പറഞ്ഞു:

'കേട്ടില്ലേ, അവരാരും ഇവിടെ വന്നിരുന്നില്ല.'

'ശിവരശനും ശുഭയ്ക്കും തനുവിനും സംഘത്തിനും അഭയം നൽകിയതായി ഷൺമുഖം സി.ബി.ഐയുടെ ചോദ്യം ചെയ്യലിൽ സമ്മതിച്ചല്ലോ?'

ഞാൻ ചോദിച്ചു.

'ആർ യു ഫ്രം സി.ബി.ഐ.?' അവൾ മിസൈൽ മുനപോലെ എന്റെ നേർക്ക് ചോദ്യം തൊടുത്തു. ഡിഡ് ഹീ ടെൽ യൂ?'

അവളുടെ ചുണ്ടുകൾ വിറയാർന്നു.

മുടി ഒതുക്കിവയ്ക്കാതെ അലക്ഷ്യമായിട്ടിരുന്ന ഷേവ് ചെയ്യാത്ത ഒരു ചെറുപ്പക്കാരൻ പെട്ടെന്ന് ക്ഷുഭിതനായി എണീറ്റ് എന്റെ നേർക്ക് തമിഴിൽ ആക്രോശിച്ചു. 'ശിവരശനും ശുഭയും തനുവും ഇവിടെ വന്നു കാണുമായിരിക്കും. അന്തിയുറങ്ങിയിരിക്കും. അതറിഞ്ഞിട്ട് നിങ്ങൾക്കെന്തുവേണം?'

വീണ്ടുമൊരു ചോദ്യം തൊടുത്താൽ അയാളെന്നെ ആക്രമിക്കുമെന്നുറപ്പായിരുന്നു. കോപംകൊണ്ട് അയാൾ വിറയ്ക്കുന്നുണ്ടായിരുന്നു.

'എന്താണ് നിങ്ങളുടെയീ അന്വേഷണത്തിന്റെ ഉദ്ദേശ്യം?' യുവതി എന്നോടു കയർത്തു. 'ഐ വണ്ടർ വൈ യംഗ് പീപ്പിൾ ലൈക്ക് യൂ വേസ്റ്റ് യുവർ എനർജി ആൻഡ് ടൈം...'

അവൾ പുച്ഛത്തോടെ എന്നെ നോക്കി. ഒരു വംശത്തിനു നേരിടേണ്ടിവരുന്ന പീഡാനുഭവങ്ങൾക്കെതിരെ കുരിശുയുദ്ധത്തിനായി ജീവിതം ഉഴിഞ്ഞുവച്ചവൾ. അടുത്ത നിമിഷത്തിൽ തന്റെ വിശ്വാസപ്രമാണങ്ങൾക്കായി ജീവിതം ഹോമിക്കേണ്ടിവന്നാൽ അതിനും ഒരുക്കമുള്ളവൾ–

വേലുപ്പിള്ള പ്രഭാകരന്റെ അംബാസഡർമാരിലൊരാൾ ഇവളായിരിക്കുമോ?

ഇനിയും അവിടെ നിൽക്കുന്നത് പന്തിയല്ലെന്ന് ഞങ്ങൾക്കു തോന്നി. ഞങ്ങൾ നടന്നകലുമ്പോൾ അവൾ ഒപ്പമുള്ള യുവാവിനോട്

പറയുന്നതുകേട്ടു: “ഈ പത്രികൈക്കാരർകൾ ഏൻ വാഴ്കൈ ഇപ്പടി?' (ഈ പത്രക്കാർ എന്നതിനാണിങ്ങനെ ജീവിതം പാഴാക്കുന്നത്?)

ലങ്കയിൽ പുലിമടകൾ ഒന്നൊന്നായി വീഴുമ്പോൾ, പുലികളുടെ അവശേഷിക്കുന്ന സങ്കേതവും നിലംപരിശാകുന്ന വാർത്ത ആഘോഷപൂർവം പത്രങ്ങൾ കൊണ്ടാടുമ്പോൾ അവളുടെ വാക്കുകൾ എന്റെ ചെവികളിൽ അലയടിക്കുന്നു: 'ഈ പത്രികൈക്കാരർകൾ ഏൻവാഴ്കൈ ഇപ്പടി?' വംശീയപോരാട്ടത്തിന്റെ ബലിക്കല്ലിൽ എന്നോ ഒരിക്കൽ അവളും സ്വയം ബലിയർപ്പിച്ചിട്ടുണ്ടാവുമോ? ■

വടക്കുനോക്കിപ്പശു

ഗൂഗിൾ എർത്തിലെ ഉപഗ്രഹചിത്രങ്ങൾ പുറത്തുവിട്ട ആ രഹസ്യ മറിഞ്ഞപ്പോൾ ശിവമണിയാണ് എന്റെ മനസ്സിലേക്കു വന്നത്.

ഏതുനേരവും വടക്കുനോക്കി തല ഉയർത്തിപ്പിടിച്ചുള്ള അവളുടെ നില്പും നടത്തവുമായിരുന്നു മനസ്സിൽ. അതു കാണുമ്പോഴൊക്കെ ഇടയ്ക്കിടെ അമ്മായി പറയുമായിരുന്നു: "എന്റെ വടക്കനപ്പാ, മിണ്ടാ പ്രാണിയാണേലും ആ നില്പും നോട്ടോം കണ്ടില്ലേ?"

അമ്മാവന്റെ വീട്ടിലെ തൊഴുത്തിൽ പശുക്കൾ വാഴാതിരുന്ന കാലം. ക്ടാവായിരുന്ന ശിവമണിയെ വടക്കനപ്പന് (വേളോർവട്ടത്തെ ശിവന്) നടയ്ക്കുവച്ച ശേഷമാണത്രെ അതിനു മാറ്റം വന്നത്. ക്ടാവിന് ശിവമണിയെന്നു പേരിടാനും കാരണമതാണ്. വടക്കനപ്പനോടുള്ള കൂറ് ശിവമണി മറന്നിട്ടില്ല. വടക്കോട്ടു നോക്കി തലയുയർത്തിപ്പിടിച്ചുള്ള ആ നില്പിന്റെ പൊരുൾ അതാണെന്നായിരുന്നു അമ്മായിയുടെ വിശ്വാസം.

എന്നാൽ, ഗൂഗിൾ എർത്തിലെ ഉപഗ്രഹ ചിത്രങ്ങൾ ഈയിടെ പുറത്തുവിട്ട രഹസ്യമെന്തായിരുന്നുവെന്നോ? പശുക്കളും മാനുകളും ഉൾപ്പെടെയുള്ള കാലിക്കൂട്ടങ്ങൾ പൊതുവേ വടക്കുനോക്കികളാണത്രെ. ജർമ്മനിയിലെയും ചെക്ക് റിപ്പബ്ലിക്കിലെയും ജൈവ ശാസ്ത്രജ്ഞന്മാരാണ് ഉപഗ്രഹചിത്രങ്ങൾ നിരീക്ഷിച്ച് ഈ രഹസ്യം കണ്ടെത്തിയത്. ആറു ഭൂഖണ്ഡങ്ങളിലെ മുന്നൂറിലേറെ മേച്ചിൽപുറങ്ങളുടെ (ഇന്ത്യ ഉൾപ്പെടെ) ഉപഗ്രഹചിത്രങ്ങൾ അവർ പരിശോധിച്ചു. അവയിലെല്ലാം സഹജമായ ഏതോ പ്രേരണയാലെന്നോണം വടക്കുനോക്കിയായിരുന്നു അവയുടെ നില്പും സഞ്ചാരവും. കാലിപ്പറ്റങ്ങൾക്കെങ്ങനെ ദിശാബോധം കൈവന്നു? വടക്കുനോക്കിയുള്ള ഈ നില്പിന്റെ രഹസ്യമെന്ത്? ആ വഴിക്കായി ശാസ്ത്രീയമായ അന്വേഷണം.

ഒടുവിൽ ഉത്തരം കണ്ടെത്തി: 'ആറാമിന്ദ്രിയം', അഥവാ ഭൗമ കാന്തത്തെക്കുറിച്ച് ഈ മൃഗങ്ങളിലുള്ള ഇന്ദ്രിയാവബോധം. ഭൂമിക്ക്

തെക്കുവടക്കായി ഭൗമകാന്തം സ്ഥിതിചെയ്യുന്നതായാണല്ലോ സങ്കല്പം? ഈ കാന്തികമണ്ഡലം തിരിച്ചറിയാനുള്ള കഴിവ് കാലി കളിലുണ്ടത്രെ. ഇന്ദ്രിയശേഷിയിൽ മൃഗങ്ങൾ മനുഷ്യരേക്കാൾ മുന്നി ലാണല്ലോ? മനുഷ്യരെപ്പോലെ മൃഗങ്ങളിലുമുണ്ട് ജന്മസിദ്ധമായ കഴി വുകളിൽ ഏറ്റക്കുറച്ചിലുകൾ. ബുദ്ധിശക്തിയിലും ഭാവനയിലും മറ്റു കഴിവുകളിലുമെല്ലാം മനുഷ്യരിലുള്ള അന്തരം നമുക്കറിയാവു ന്നതല്ലേ? അതുപോലെത്തന്നെ മൃഗങ്ങളിലും. എല്ലാ മൃഗങ്ങളും ഒരുപോലെയാവണമെന്നില്ല. ചില മൃഗങ്ങളിൽ ഇന്ദ്രിയങ്ങൾ അതി ശക്തമായിരിക്കും. ഒരു തൊഴുത്തിൽ പത്തു പശുക്കളുണ്ടെങ്കിൽ പത്തും ഒരുപോലെയാവണമെന്നില്ല എന്നർത്ഥം.

ശിവമണിയെ മറ്റു പശുക്കളിൽ നിന്ന് വേറിട്ടു കാണാനിടയാക്കിയ സവിശേഷതയും ഇതായിരുന്നു. ബുദ്ധിശക്തിയിലും തിരിച്ചറിവിലും വ്യക്തിത്വത്തിലും അവൾ ഒറ്റപ്പെട്ടുനിന്നു.

-വ്യക്തിത്വമുള്ള പശു.

ശിവമണി സുന്ദരിയായിരുന്നു. നീണ്ടിടംപെട്ട കണ്ണുകളും വിരിഞ്ഞ നെറ്റിത്തടവും നീണ്ടുയർന്ന നാസികയും. ആരു കണ്ടാലും ഒന്നു നോക്കിപ്പോവും. സുന്ദരിയെന്നല്ല, പ്രൗഢയെന്നു പറയുന്നതാവും ചേർച്ച. കൂർപ്പിച്ചുള്ള നോട്ടത്തിലും തലകുലുക്കിയുള്ള ആ വരവിലും വല്ലാത്തൊരു ഗൗരവം. അടുക്കല്ലേ, ഞാൻ ആളിത്തിരി കേമിയാണ് എന്ന ഭാവം. അതുകൊണ്ട് കുട്ടികളായ ഞങ്ങൾക്ക് അവളോടടുക്കാൻ പേടിയായിരുന്നു. പ്രത്യേകിച്ച് എനിക്ക്. എട്ടുവയസ്സുകാരനായ എന്നെ ആദ്യനോട്ടത്തിൽ കണ്ടപ്പോഴേ വികൃതിച്ചെക്കനെന്ന് അവൾ മുദ്ര കുത്തിക്കാണും. ഞാൻ നാലയൽപക്കത്തൂടെയെങ്ങാനും ചെന്നാൽ കൊമ്പുകുലുക്കിവന്ന് തുരത്തിയോടിക്കും. ചിലരെയൊന്നും അവൾക്ക് കണ്ണിനുനേരെ കണ്ടുകൂടാ. അക്കൂട്ടത്തിലൊരാളായിരുന്നു ഞാൻ (തുറുവിൽ നിന്ന് വയ്ക്കോൽ വലിച്ചിട്ടുകൊടുക്കാൻ ചെന്നാൽ പ്പോലും). കേവലം ഒരു പശുവായ ശിവമണിക്ക് എന്നോടുണ്ടായ വിരോധത്തിന് കാരണമെന്താണെന്നെനിക്കറിയില്ല. മുജ്ജന്മത്തിലെ വല്ല കുടിപ്പകയുമായിരിക്കുമോ?

അച്ഛന്റെ മരണശേഷമാണ് ആലപ്പുഴ നഗരത്തിൽ നിന്ന് ഞങ്ങൾ ചേർത്തലയിലുള്ള അമ്മയുടെ കുടുംബത്തിലെത്തുന്നത്. വിശാല മായ വയലുകളും തെങ്ങിൻതോപ്പുകളും നീർച്ചാലുകളും ശംഖു പോലെ വയൽവെള്ളത്തിലൂടെ നീന്തിനടക്കുന്ന ഞവിണിക്കകളും വെയിലത്ത് വെട്ടിത്തിളങ്ങുന്ന പഞ്ചാരമണൽക്കുന്നുകളും മാറുമറ യ്ക്കാത്ത മുത്തശ്ശിമാരും മലയാളത്തിന്റെ ഏതോ വകഭേദം നീട്ടിയും കുറുക്കിയും മൊഴിയുന്ന ദേശവാസികളും - നഗരത്തിൽ ജനിച്ചു വളർന്ന എന്റെ മുന്നിൽ അമ്മയുടെ നാട് അപരിചിതമായൊരു വിചിത്ര ലോകം തീർത്തു.

ഒന്നീരാടം മാസം രണ്ടായിരത്തോളം തേങ്ങയിട്ടിരുന്നു ആ വീട്ടിൽ. തേങ്ങാപ്പണം അമ്മാവനും തൊണ്ട് അമ്മായിക്കും. അമ്മായി പച്ച ത്തൊണ്ടു വില്ക്കില്ല. പച്ചത്തൊണ്ടിനു വില കുറവാണ്. വെള്ള ത്തിലിട്ട് അഴുക്കി 'വാല്യു ആഡഡ്' ഉല്പന്നമാക്കിമാറ്റി വിലകൂട്ടും. ചകിരിപിരിത്തമായിരുന്നു അന്നൊക്കെ നാട്ടിലെ പാവപ്പെട്ട സ്ത്രീകളുടെ മുഖ്യവരുമാനമാർഗ്ഗം. ചകിരി തല്ലിയെടുക്കാനായി അഴു കിയ തൊണ്ടുവാങ്ങാൻ പലേടത്തുനിന്നും പെണ്ണുങ്ങൾ വരും.

തൊണ്ടുവില്പന കഴിഞ്ഞാൽ പശുക്കളായിരുന്നു അമ്മായിയുടെ വരുമാനത്തിന്റെ ഉറവിടം. വലിയൊരു തൊഴുത്തിൽ ഏഴെട്ടു പശുക്കൾ. അതിലൊന്നായിരുന്നു ശിവമണി. ഒരേസമയം മൂന്നു പശു ക്കളുടെ യെങ്കിലും കറവ കാണും. പാലും തൈരും മോരും വെണ്ണയും നെയ്യും വിറ്റുകിട്ടുന്ന പണം അമ്മായിക്ക്. പശുക്കളെ തീറ്റാൻ വൈക്കോലും പുല്ലും പാടത്തുനിന്ന് 'ഫ്രീ'. കൊപ്രയാട്ടി എണ്ണയാ ക്കുമ്പോൾ കിട്ടുന്ന പിണ്ണാക്കും പുളിമ്പൊടിയും കലക്കിയാണ് പശു ക്കൾക്കു രണ്ടുനേരം ഊട്ട്. സത്യത്തിൽ നിക്ഷേപം വേണ്ടാത്തതാ യിരുന്നു അമ്മായിയുടെ ബിസിനസ്സ്.

അമ്മായിയുടെ തൊഴുത്തിലെ റാണിയായിരുന്നു ശിവമണി. തവിട്ടു നിറം. അകത്തേക്കു വളഞ്ഞ കൊമ്പ്. അഴകാർന്ന നീണ്ട വാൽ. ഒത്ത വലിപ്പം. മറ്റു പശുക്കളെല്ലാം അവളുടെ മക്കളോ പേരക്കുട്ടികളോ ആയിരുന്നു. അതിന്റെ ഒരു ഗമ ശിവമണിയുടെ നില്പിലും നടപ്പിലു മുണ്ട്.

തൊഴുത്തിലെന്നല്ല, ആ വീട്ടിൽത്തന്നെ ശിവണമിക്ക് പ്രത്യേക സ്ഥാനമുണ്ടായിരുന്നു. തന്റെ 'പ്രിവിലേജുകൾ' അല്പമെങ്ങാനും അവഗണിക്കുന്നുവെന്നു കണ്ടാൽ ശിവമണി ഇടയും. ശിവമണിയാണ് ആ വീട്ടിൽ ഐശ്വര്യം കൊണ്ടുവന്നതെന്ന് അമ്മായി എപ്പോഴും പറയും. അതു കേൾക്കുമ്പോൾ അമ്മയുടെ മുഖത്തൊരു തെളിച്ചം കാണാം. ആദ്യമൊന്നും അതിന്റെ കാരണം എനിക്കറിയില്ലായിരുന്നു. പിന്നീടാണറിഞ്ഞത്, ഞാൻ ജനിക്കുന്നതിനും വളരെ മുമ്പ് അമ്മ യുടെ അമ്മ (അമ്മൂമ്മ) ഒരേയൊരു ആങ്ങളയായ അമ്മാവന് ആലപ്പുഴ യിൽ നിന്നു കൊടുത്തുവിട്ടതാണ് ശിവമണിയെ. അന്നവളൊരു കുഞ്ഞുക്ടാവായിരുന്നു. കഴുത്തിലൊരു മണിയും കെട്ടി ആലപ്പുഴ യിൽ നിന്ന് കാളവണ്ടിയിലാണവളെ അമ്മൂമ്മ ചേർത്തലയി ലെത്തിച്ചത്.

ശിവമണി അമ്മാവന്റെ വീട്ടിലെത്തി രണ്ടുവർഷം കഴിഞ്ഞു കാണും. ഒരു രാത്രി. തൊഴുത്തിൽ പശുവിന്റെ നിർത്താതെയുള്ള കരച്ചിൽ. അമ്മാവനും കൊച്ചുമാമനും ഉണർന്നു. റാന്തലുമായി ചെന്നു നോക്കി. വിശന്നിട്ടല്ല. പുല്ലും വയ്ക്കോലും കിടപ്പുണ്ട്. ദാഹിച്ചിട്ടാവു മെന്നോർത്ത് കാടികലക്കിവച്ചു. പശുവത് ഗൗനിക്കുന്നേയില്ല.

ശിവമണി അസ്വസ്ഥയായി ഇടതടവില്ലാതെ കരയുകയാണ്. ഇരുകണ്ണുകളിൽ നിന്നും കണ്ണീരൊലിപ്പിക്കുന്നുണ്ട്. രാത്രി ആരുമുറങ്ങിയില്ല. നേരം വെളുത്തുകഴിഞ്ഞ് ആലപ്പുഴയിൽ നിന്നുള്ള ആദ്യത്തെ ബസ്സിൽ അമ്മൂമ്മയുടെ മരണമറിയിക്കാൻ ആളെത്തി. പാതിരാത്രിയോടടുത്തായിരുന്നു അമ്മൂമ്മയുടെ മരണം. അത്താഴം കഴിച്ച് പതിവുപോലെ ഉറങ്ങാൻ കിടന്നതാണ്. തൊഴുത്തിൽ ശിവമണിയുടെ കരച്ചിൽ ഉയർന്നതും ആ നേരത്തായിരുന്നു.

ശിവമണി ചേർത്തലയിലെത്തുമ്പോൾ അമ്മാവൻ വയലിനോടു ചേർന്ന് ചെറിയൊരു വീട്ടിലായിരുന്നു താമസം. സ്കൂളിൽ വാദ്ധ്യാരായിരുന്ന അമ്മാവന് അന്ന് തുച്ഛമായ വരുമാനമേയുള്ളൂ. ശിവമണി വന്നതോടെ അടിക്കടി കേറ്റമായി. അമ്മായിയുടെ ഓഹരിവസ്തുക്കൾ വീതിച്ചുകിട്ടി. അമ്മാവൻ സ്വന്തമായി പുതിയ പുരയിടങ്ങളും നിലങ്ങളും വാങ്ങി. ഓടുമേഞ്ഞ് വെങ്കളികൊണ്ടു ചുമരുപൂശിയ വലിയൊരു വീടും വീടിനോടുചേർന്ന് ഒരപ്പുരയും തീർത്തു. വൈകാതെ അമ്മാവൻ സ്കൂളിലെ മുഖ്യാധ്യാപകനായി. തൊഴുത്തിൽ നിറയെ പശുക്കളായി. തെങ്ങിൽനിന്നും വയലിൽ നിന്നും വരുമാനം കൂടി.

"എല്ലാം ശിവമണിയാണ് കൊണ്ടുവന്നത്." അമ്മായി നന്ദിയോടെ ഓർക്കും. ശിവമണിക്കും അതറിയാമായിരുന്നെന്നു തോന്നുന്നു. അവളുടെ ജീവിതശൈലിയിലും അതിന്റേതായ ചില ചിട്ടവട്ടങ്ങളൊക്കെയുണ്ടായിരുന്നു. തൊഴുത്തിൽ നിന്ന് ആദ്യം അഴിച്ചുപുറത്തുകെട്ടുന്നത് അവളെയായിരിക്കണം. രാവിലെ കുളിപ്പിക്കണം. നെറ്റിയിൽ സിന്ദൂരം തൊടീക്കണം. തൊഴുത്തിന്റെ തെക്കുപടിഞ്ഞാറേ മൂലയിലുള്ള നാട്ടുമാവിലേ കെട്ടാവൂ (അവിടെയാകുമ്പോ നല്ല തണലുണ്ട്). തൊഴുത്തിൽനിന്ന് അവളെ അഴിക്കാനും തിരികെ കെട്ടാനും കറക്കാനും ഒരേയൊരാളെയേ അനുവദിച്ചിരുന്നുള്ളൂ - കൊച്ചുമാമനെ (അമ്മയുടെ ആങ്ങളയായിരുന്നു കൊച്ചുമാമൻ. കൊച്ചിലേ മുതൽ അമ്മാവനൊപ്പം പാടത്തും പറമ്പിലും കൃഷിക്കാര്യങ്ങൾ നോക്കിനടത്തുന്നതിനിടയിൽ പാവം, സ്വന്തം ജീവിതം മറന്നുപോയി)

ഒരിക്കൽ പറമ്പിൽ പണിക്കുവന്ന പിണ്ഡാളൻ വാസു മാവിന് തടം കോരാനായി ശിവമണിയെ അഴിച്ചുമാറ്റിക്കെട്ടാൻ ശ്രമം നടത്തി. ഒത്ത ഒരുത്തനായിരുന്നു വാസു. കരുത്തൻ. അസാമാന്യമായ ധൈര്യവും. ശിവമണിയോടടുക്കേണ്ടെന്ന് മറ്റു പണിക്കാർ വിലക്കി. വാസു വകവച്ചില്ല. കൈലി മാടിക്കുത്തി, തോർത്തെടുത്തു തലയിൽ കെട്ടി. ലവലേശം കൂസലില്ലാതെ വാസു മുന്നോട്ടടുത്തു. 'അടുക്കരുതേ, അടുക്കരുതേ' എന്ന് ശിവമണി പലവട്ടം കൊമ്പുകുലുക്കി സൂചന നല്കി. വാസുവുണ്ടോ വകവയ്ക്കുന്നു? 'ഇങ്ങു മാറി നിക്കെടീ, പശുവെ' എന്നാക്രോശിച്ച് മുന്നോട്ടാഞ്ഞതും ശിവമണി ഒറ്റക്കുതിപ്പ്. വാസു വിട്ടില്ല. വിത്തുകാളകളെ മെരുക്കി ശീലമുള്ള

വാസു, ശിവമണിയുടെ രണ്ടു കൊമ്പുകളിലും ചേർത്തൊരു പിടിത്തം പിടിച്ചു. ശിവമണി തോറ്റു എന്നു ഞങ്ങൾ കരുതി. വാസു വലതു കാൽ നങ്കൂരമിട്ടതുപോലെ കുത്തിനിർത്തി. ഇടതുകാൽ മുന്നോട്ടുറപ്പിച്ച് ശിവണിയുടെ കൊമ്പിൽ പിടിമുറുക്കി. അവളെ മുന്നോട്ടനങ്ങാൻ പറ്റാത്ത നിലയിലാക്കി. അവൾ സർവ്വശക്തിയുമെടുത്ത് മുന്നോട്ടൊന്നാഞ്ഞുനോക്കി. രക്ഷയില്ല. പണിക്കാർ വാസുവിന് 'ഹുയ്യോ' വിളിച്ചു. 'കളി പിണ്ഡാളൻ വാസുവിനോടു വേണ്ട മോളേ' വാസു ഊറ്റംകൊണ്ടതും ശിവമണി തോറ്റുപിന്മാറി എന്ന മട്ടിൽ നാലഞ്ചു ചുവടു പിന്നോട്ടുമാറി. വാസുവിന്റെ ബാലൻസ് അതോടെ പോയി. അടുത്തക്ഷണം ഞങ്ങൾ കാണുന്നത് പിന്നോട്ടുനടന്ന ശിവമണി പൂർവാധികം കരുത്തോടെ മുന്നോട്ടു കുതിച്ചുവന്ന് വാസുവിനെ ഇടിച്ചുതെറിപ്പിക്കുന്നതാണ്. വാസു ദൂരെയൊരു തെങ്ങിൻ തടത്തിലാണ് ചെന്നുവീണത്. ഒരാഴ്ച വാസു ഉഴിച്ചിലും പിഴിച്ചിലുമായി കിടന്നു.

അമ്മാവന്റെ വീട് കൂട്ടുകുടുംബമായിരുന്നു. അവിടെ മുതിർന്നവരും കുട്ടികളുമെല്ലാം അവരുടേതായ ജോലികൾ ചെയ്യണം. പുറംപണിക്ക് അടുത്തുള്ള ശിവരാമന്റെ പെൺമക്കൾ വരും. ഒരു ദിവസം അവർ വന്നില്ല. പശുക്കൾക്കു കാടിയും പിണ്ണാക്കും കൊടുക്കുന്ന ജോലി അമ്മയും അമ്മായിയും കൂടി ഏറ്റെടുത്തു. അമ്മ പേടിച്ചു പേടിച്ചാണ് ശിവമണിയുടെ അടുത്തേക്കു ചെന്നത്. പേടി കാരണം അല്പം ദൂരെയാണ് വട്ടച്ചെമ്പു വച്ചത്. 'ഇത്രേം ദൂരത്തു വച്ചാ പശു വെങ്ങനെ കുടിക്കും? അങ്ങോട്ടു നീക്കിവച്ചുകൊട്.' അമ്മായി പറഞ്ഞു.

അമ്മ രണ്ടുംകല്പിച്ച് വട്ടച്ചെമ്പു മുന്നോട്ടു നീക്കിവച്ചു. ഉള്ളിലെ പേടികൊണ്ടാവണം, ചെമ്പ് നീക്കിവച്ചിട്ടും അമ്മയ്ക്ക് എണീറ്റു മാറാൻ കഴിഞ്ഞില്ല. കാല് മരിച്ചതുപോലെ, ശിവമണി അമ്മയുടെ നേർക്ക് കൊമ്പുകുലുക്കി പാഞ്ഞുവന്നു.

'പശു കുത്തും, വേഗം മാറ്.' അപ്പോഴേക്കും വരാന്തയിൽ എത്തിയിരുന്ന അമ്മായി അന്ധാളിച്ചു. അമ്മയുടെ കാലനങ്ങീട്ടുവേണ്ടേ എണീറ്റു മാറാൻ? അമ്മ ആ ഇരിപ്പിലിരുന്ന് വാവിട്ടുകരഞ്ഞുപോയി.

കുതിച്ചുപാഞ്ഞുവന്ന ശിവമണി അമ്മയുടെ അടുത്തെത്തിയതും നിന്നു. പതുക്കെ മൂക്കുവിടർത്തി അടുത്തേക്കു വന്നു. അമ്മയുടെ കൈയിലും മുഖത്തുമെല്ലാം മണം പിടിച്ചു. അരമുള്ള നാക്കു നീട്ടി അമ്മയുടെ കൈത്തണ്ടയിൽ നക്കി. ഉമ്മകൊടുക്കുന്നതുപോലെ മുഖത്തോടുമുഖം ചേർത്തു. 'എന്റെ മോളേ' എന്നുവിളിച്ച് അമ്മ അവളുടെ മുഖം ചേർത്തുപിടിച്ചു. അനുസരണയുള്ള കുട്ടിയെപ്പോലെ അവൾ അമ്മയോടു ചേർന്നുനിന്നു. പത്തുപതിനഞ്ചുവർഷം മുമ്പത്തെ പരിചയം അവൾ തിരിച്ചറിഞ്ഞതാവുമോ? അതോ അമ്മൂമ്മയുടെ

ഗന്ധം അവൾ അമ്മയിൽ മണത്തറിഞ്ഞതോ? അന്നുമുതൽ അമ്മ ശിവമണിക്കു വേണ്ടപ്പെട്ടവളായി. അമ്മായിയോടുപോലും കാണിക്കാത്ത സ്നേഹവും അടുപ്പവും അവൾ അമ്മയോടു കാണിച്ചു തുടങ്ങി.

ഒരു വർഷം കടന്നുപോയി. ശിവമണിക്ക് പ്രായത്തിന്റേതായ ചില മാറ്റങ്ങൾ കണ്ടുതുടങ്ങി. അവൾ ചെനകൊള്ളാതായി. മൃഗവൈദ്യൻ വാസു വന്നു നോക്കി. 'പ്രായായില്ലേ, ഇനീം ചെന കൊള്ളുവേല.' വൈദ്യൻ പറഞ്ഞു. 'അപ്പോ, ഇനീം തീനും കുടീം കൊടുത്ത് വളർത്തുന്നെ നഷ്ടാ, അല്ലേ?' അമ്മായി സ്വയം പറഞ്ഞു. 'ആയ കാലത്ത് ഒരുപാട് വരുമാനം തന്ന പശുവല്ലെ? വയസ്സായ ആൾക്കാരെ നമ്മളെങ്ങനാ നോക്കുന്നെ? ലാഭോം നഷ്ടോം ഓർത്തിട്ടാണോ?' മൃഗവൈദ്യൻ വാസു എന്നും മൃഗങ്ങളുടെ പക്ഷത്തായിരുന്നു. അമ്മായിക്ക് ആ മറുപടി തൃപ്തിയായ മട്ടില്ല.

ഒരു ദിവസം അമ്മായി കൊച്ചുമാമനോടു പറയുന്നതു കേട്ടു. "ഇനീം ഇതിനെ നിർത്തിക്കൊണ്ടിരുന്നാ വെറുതെ തീറ്റാവെന്നേയുള്ളൂ. ആ നേരത്ത് കറവയൊള്ളതുങ്ങളെ നേരാംവണ്ണം നോക്കിയാ അതിന്റേതായ മെച്ചം കിട്ടും."

വീട്ടുകാര്യങ്ങൾ നോക്കിനടത്തുന്നതിൽ അമ്മായി നല്ലൊരു പ്രൊഫഷണൽ മാനേജരായിരുന്നു. അസാമാന്യമായ കാര്യനിർവഹണവൈഭവം. കൊച്ചുമാമനാവട്ടെ, ശിവമണിയോട് 'സിമ്പതി' ആയിരുന്നു. 'ഇത്ര കാലോം പാലു തന്ന പശുവല്ലേ? അതിന്റെ പാലും നെയ്യും വിറ്റ് എത്ര പവന്റെ പണ്ടം വാങ്ങീതാ? അതുകേറി വന്നേപ്പിന്നെ അടിക്കടി കേറ്റവല്ലാതെ എറക്കവൊണ്ടായോ?'

"ഊം.. ഞാനായിട്ടൊന്നും പറേണില്ല. നിങ്ങള് ആങ്ങളേം പെങ്ങളും കൂടെ നോക്കിക്കോ.' എന്നു പിറുപിറുത്ത് അമ്മായി അടച്ചുകെട്ടിലേക്ക് പോയി. 'എന്തായാലും കറവ തീർന്ന പശുക്കളെ നിർത്തിക്കൊണ്ടിരിക്കുന്നത് നഷ്ടം തന്നാ.' അമ്മായി അകത്തുനിന്ന് സ്വന്തം നിലപാട് ആവർത്തിച്ചു.

'ശിവമണിയെ കൊടുക്കുവോ?' അമ്മ ആശങ്കപ്പെട്ടു.

'ആ'- കൊച്ചുമാമൻ വ്യക്തമായി മറുപടി പറയാതെ പുറത്തേക്കിറങ്ങി.

'ഈ വയസ്സുകാലത്ത് അതിനെ കൊടുക്കുന്നത് കഷ്ടം തന്നാ.'

അമ്മ സ്വയം പറഞ്ഞു: 'ഇത്ര കാലോം വളർത്തീതല്ലേ?'

ഒരു ദിവസം ഞാൻ ഉണർന്നുനോക്കിയപ്പോൾ ശിവമണിയെ കാണാനില്ല. മാവിൻതടത്തിൽ അവളില്ലാത്തതിന്റെ ശൂന്യത. തൊഴുത്തിലും നോക്കി. 'ശിവമണിയെവിടെ?' ഞാൻ അമ്മയോടു ചോദിച്ചു.

'ആ' എന്നുരുവിട്ട് മൂടിക്കെട്ടിയ മുഖവുമായി അമ്മ അടുക്കളയിലേക്കുപോയി. ശിവമണിയെവിടെ? ആരോടാണൊന്നു ചോദിക്കുക?

വൈകിട്ട് സ്കൂൾ വിട്ടുവരുമ്പോൾ എന്റെയൊപ്പം പഠിക്കുന്ന പെരുമാളാണ് പറഞ്ഞത്: 'ഇയാള്ടെ വീട്ടിലെ കൊമ്പിപ്പശുവിനെ കാണണോ?'

'എവിടെ?' ഞാൻ ആകാംക്ഷപൂണ്ടു.

'വാ.' പെരുമാൾ മുന്നേ നടന്നു.

പാക്കനാരുടെ പിൻമുറക്കാരുടെ വീടുകളുടെ നേർക്കാണ് അവൻ എന്നെ കൂട്ടിക്കൊണ്ടുപോയത്.

'ആണ്ടെ, ആ മാഞ്ചോട്ടിൽ കെട്ടിയിട്ടിരിക്കുന്ന കണ്ടു, രാവിലെ.'

പെരുമാൾ മരച്ചുവട്ടിലേക്കു ചൂണ്ടി.

അവൻ ചൂണ്ടിയ ഇടത്തേക്ക് ഞാൻ നോക്കി. അവിടെ ശിവമണിയെ കണ്ടില്ല.

'ആണ്ടെ', പെരുമാൾ അടുത്തുള്ള തെങ്ങിൻതടത്തിലേക്കു ചൂണ്ടി. ഞാൻ സൂക്ഷിച്ചുനോക്കി.

തെങ്ങിൻതടത്തിൽ രണ്ടു കൊമ്പുകൾ!

ശിവമണി കണ്ണുകൾ തുറിച്ച് മണ്ണിലിരിക്കുന്നോ?

അവളുടെ ഉടലെവിടെ?

തെക്കുവടക്കുദിശയിൽ വടക്കു നോക്കി ശിവമണി!

അവൾ ആരെയാണ് ഉറ്റുനോക്കുന്നത്?

വടക്കനപ്പനെയോ?

കാറ്റിൽ ഇറച്ചിമസാലയുടെ മണം. പാക്കനാരുടെ പിൻമുറക്കാരുടെ അടുക്കളകളിൽ നിന്നാണ്.

കാറ്റിൽ ആ ഗന്ധം കുമിഞ്ഞു വന്നതും ഉള്ളിലെവിടെയോ പൊന്തിവന്ന തേങ്ങലുമായി ഞാനവിടം വിട്ടോടി.

■

ഒളിവിൽ പോയ ഓണനിക്കർ

രാവിലെ മുതൽ ചനം പിനം മഴയായിരുന്നു.

'നനഞ്ഞ ഓണം', അമ്മ അടുക്കളയിൽ നിന്നു മഴയെ പഴി പറഞ്ഞു. 'പകലൊന്നു തെളിയണ മട്ടില്ല.'

വാടകവീടിന്റെ പിന്നിലെ പുളിമരത്തിലിട്ട ഊഞ്ഞാലിൽ തകർത്താടുകയായിരുന്നു ഞാൻ.

തലേന്നാണ് ഊഞ്ഞാലിട്ടത്.

എല്ലാ ഓണത്തിനും ചേട്ടനാണ് ഊഞ്ഞാലിട്ടു തരിക.

ആ ഓണത്തിന് ചേട്ടൻ വീട്ടിലില്ല.

'ആവതൊണ്ടാർന്നേൽ എന്റെ മക്കക്ക് അച്ഛൻ ഊഞ്ഞാലിട്ടു തരാർന്നില്ലേ?' അച്ഛൻ രോഗശയ്യയിൽ ഞരങ്ങി. അവൻ പോവണ്ടിയിരുന്നില്ല, ഇത്ര കാണാദൂരത്തേക്ക്.

ചേട്ടൻ രണ്ടുമാസം മുമ്പാണ് മുമ്പാണ് കൂട്ടുകാരുമൊത്ത് ജോലി തേടിപ്പോയത്. ഹൈദരാബാദിലോ സെക്കൻഡറാബാദിലോ എവിടേക്കോ–

ആലപ്പുഴ എസ്.ഡി.കോളേജിൽ കൊമേഴ്സിൽ നാഷണൽ ഡിപ്ലോമയ്ക്കു പഠിക്കുകയായിരുന്നു. എന്തിനാണ് ചേട്ടൻ പഠിത്തം തീരും മുമ്പേ വീടുവിട്ടു പോയത്? എനിക്കറിയില്ല.

വീട്ടിലെ ഞെരുക്കവും കഷ്ടപ്പാടുമൊന്നും ഏഴു വയസ്സുകാരനായ എനിക്കറിയില്ലായിരുന്നു. ഒരു വർഷമായി അച്ഛൻ കിടപ്പിലാണ്. പ്രമേഹം കടുത്തതോടെ അച്ഛൻ ജോലിക്കുപോകാതായി. ചേട്ടനന്ന് ഇരുപതുവയസ്സ്. അച്ഛൻ കിടപ്പായാൽ വീടു നോക്കേണ്ടതാരാണ്? അതറിഞ്ഞിട്ടാവണം ചേട്ടൻ പഠിത്തംപോലും പൂർത്തിയാക്കാതെ ജോലി തേടിപ്പോയത്.

അമ്മ അടുക്കള വാതിലിൽ നിന്നെത്തി നോക്കി. പുളിമരത്തിൽ വലിഞ്ഞുകേറി ഞാൻ തനിയെ ഇട്ട ഊഞ്ഞാലാണ്.

'ങാഹാ', ചാറ്റമഴയത്ത് ഊഞ്ഞാലിൽ തിമർക്കുകയാ?

'ഞാനങ്ങോട്ടു വരണൊണ്ട്.'

അമ്മ എന്നെ വിരട്ടിയത് അച്ഛൻ കേട്ടെന്നു തോന്നുന്നു.

'അവൻ, കുഞ്ഞല്ലേ, കളിക്കട്ടെ.' അച്ഛൻ എന്റെ പക്ഷം ചേർന്നു.

'കുഞ്ഞാണോ വലുതാണോന്ന് മഴയ്ക്കറിയത്തില്ലല്ലോ', അമ്മ ഒരു തോർത്തുമായി വന്നു. 'പനി പിടിച്ചാലോ–'

ഒരു നുള്ളോ ചെവിക്കു തിരുമ്മലോ ഉറപ്പായിരുന്നതുകൊണ്ട് ഞാൻ ഊഞ്ഞാലിൽ നിന്നിറങ്ങിയോടി അച്ഛന്റടുത്തേക്കാണു ചെന്നത്.

അച്ഛൻ എന്റെ ചുമലിൽ തഴുകി. 'മക്കള് ഓണക്കോടിയിട്ടില്ലല്ലോ. വേഗന്ന് കുളിച്ച് ഓണക്കോടിയിട്ടുവാ. അച്ഛനൊന്നു കാണട്ടെ.'

ഞാനതു കേൾക്കേണ്ട താമസം മുറ്റത്തെ കുളിമുറിയിലേക്ക് 'വണ്ടി'യോടിച്ചു പോയി.

അന്നേരം അച്ഛൻ ആരോടെന്നില്ലാതെ പറയുന്നതുകേട്ടു. 'ഇനിയൊരോണം... ങാ, ദൈവത്തിനേ അറിയൂ...'

ഞാൻ വേഗം കുളിച്ചു പൗഡർപൂശി ഓണക്കോടിയിട്ട് അച്ഛന്റെ മുന്നിൽ ഹാജരായി.

'വാ, നോക്കട്ടെ', അച്ഛൻ എന്നെ ചേർത്തുപിടിച്ചു.

മെല്ലിച്ച കൈകൾ എന്നെ തഴുകി. അച്ഛന്റെ കണ്ണുകൾ ഈറനണിയുന്നതുകണ്ടു.

'എന്തിനാ അച്ഛൻ കരേണേ?'

ഞാൻ അച്ഛന്റെ കൺതടത്തിലെ നനവിൽ തടവി.

'ഏയ്, ഒന്നുല്ല...' അച്ഛൻ എന്റെ നേർക്കു കണ്ണെടുക്കാതെ പറഞ്ഞു. 'നിക്കറും ബനിയനും നന്നായി ചേരണൊണ്ട്.'

– കടുംനീല നിക്കറും കയ്യില്ലാത്ത വെള്ള ബനിയനും.

എല്ലാ വർഷവും ഓണത്തിന് ഉടുപ്പും നിക്കറുമുള്ളതാണ്. ഈ വർഷം മാത്രം–

'ഇന്നാളല്ലേ ഉണ്ണി നിനക്ക് ഉടുപ്പയച്ചുതന്നെ?' ഉടുപ്പെടുക്കാതിരുന്നതിന് അമ്മ കാരണം കണ്ടെത്തി. 'അതോണ്ട്, ഞാനാ അച്ഛനോടു പറഞ്ഞെ, ഉടുപ്പെടുക്കണ്ടാന്ന്.'

അമ്മയോടെനിക്ക് തീർത്താൽ തീരാത്ത ദേഷ്യം തോന്നി.

വഴിമുടക്കി അമ്മ.

ചേട്ടൻ സെക്കൻഡറാബാദീന്ന് ഒരു റെഡിമെയ്ഡ് ഉടുപ്പയച്ചു തന്നത് ഒരു മാസം മുമ്പാണ്–

പോസ്റ്റ്മാൻ ഒരു പാഴ്സലുമായി വന്നു. തുറന്നുനോക്കിയപ്പോൾ കാപ്പിപ്പൊടി നിറത്തിൽ എംബ്രോയ്ഡറി വച്ച റെഡിമെയ്ഡ് ഉടുപ്പ്.

'റെഡിമെയ്ഡ്' ഉടുപ്പ് ഞാൻ ആദ്യമായി കാണുകയാണ്. ആ ഉടുപ്പിന്റെ മണം ഇപ്പോഴുമുണ്ട് എന്റെ മൂക്കിലെവിടെയോ.

സെക്കൻഡറാബാദിൽ ചേട്ടന് ചെറിയൊരു ജോലി തരപ്പെട്ടിരുന്നു. അതിൽ നിന്നു മിച്ചംവച്ചതുകൊണ്ട് പതിമൂന്നു വയസ്സിനിളയ അനിയന് അയച്ചുതന്നതാണ്.

ചേട്ടന് അനിയനോടുള്ള സ്നേഹവും വാത്സല്യവും തൊട്ടറിയിക്കുന്ന സമ്മാനം.

'അച്ഛന്റെ കയ്യില് കാശില്ലാതെ പോയിട്ടല്ലേ', അച്ഛൻ നിരാശയോടെ എന്റെ ഓണക്കോടിയിൽ തഴുകി. 'മക്കക്ക് ഭാഗ്യമൊണ്ടേൽ–'

അച്ഛനത് മുഴുവൻ പറഞ്ഞില്ല.

അതിനുമുമ്പേ അച്ഛന്റെ വാക്കുകളിടറി.

കൺതടം നിറഞ്ഞൊഴുകി.

'ഉച്ചയ്ക്കിന്ന് ഊണിനൊരാളൂടെയുണ്ട്.' അമ്മ അകത്തേക്കു വന്നു. 'നാട്ടീന്ന് ശിവരാമൻ വന്നിട്ടൊണ്ട്. ഓണത്തിന് ശിവരാമൻ വരുംന്ന് വല്യേട്ടന്റെ കത്തൊണ്ടായിരുന്നു. പോരാത്തേന് ഇന്നലെ ഒരാളെ വിട്ട് പറയിക്കേം ചെയ്തു...'

'അതിനെന്താ', അച്ഛന് സന്തോഷം. 'വരട്ടെ, ഒരുമിച്ചാവാം, ഊണ്.'

'ശിവരാമന് സർക്കസിലാ ജോലി', അമ്മ പറഞ്ഞു. 'ഒരുമാസം ടൗണിലൊണ്ടാവും.'

സർക്കസ് എന്നു കേട്ടതും ഞാനിളകി.

ഒരു തവണയേ ഞാൻ സർക്കസ് കണ്ടിട്ടുള്ളൂ.

രണ്ടുവർഷം മുമ്പ്. അച്ഛനുമൊത്ത്. ട്രപ്പീസും ഞാണിന്മേൽ നടത്തവും. ജോക്കറിന്റെ തമാശകളും–സർക്കസ് അന്നേ എനിക്കു ഹരമായിരുന്നു.

ആരാണീ ശിവരാമൻ എന്നെനിക്കറിയില്ല. ഞാൻ കണ്ടിട്ടില്ല. അമ്മയുടെ ഏതോ അകന്ന ബന്ധുവാണ്.

ഊണിനു മുമ്പായി ശിവരാമൻ വന്നു.

ചെറുപ്പക്കാരൻ.

സർക്കസിലല്ലേ? എനിക്ക് ആരാധന തോന്നി.

ശിവരാമൻ ചേട്ടനെ എങ്ങനേം മണിയടിച്ച് സർക്കസ് കാണണം.

എല്ലാവരും ഒരുമിച്ചിരുന്ന് ഊണുകഴിച്ചു.

പോകാൻ നേരം ശിവരാമൻ ചേട്ടൻ പറഞ്ഞു:

വൈകിട്ട് റെഡിയായി നിക്ക്. ഞാൻ വന്നുകൊണ്ടുപോവാം. വൈകുന്നേരത്തെ ഷോയാ രസം.'

ഓ! എനിക്ക് ഇതില്പരം സന്തോഷിക്കാനില്ല.

'അത്രയ്ക്ക് തിമിർക്കയൊന്നും വേണ്ട', അമ്മ എന്റെ സന്തോഷം മണത്തറിഞ്ഞെന്നു തോന്നുന്നു. 'ആ ഓണക്കോടിയങ്ങൂരിയിട്. അല്ലേല് വൈകുന്നേരമാകുമ്പോഴേക്കും കാണാം അതിന്റെയൊരു ചന്തം-'

അമ്മപറഞ്ഞത് ഞാൻ അനുസരിച്ചു. ഓണനിക്കറും ബനിയനും ഊരിയിട്ടു. വൈകിട്ടു സർക്കസിനു പോവണ്ടതല്ലേ? രണ്ടു വീടുകൾക്കപ്പുറം വിശാലമായൊരു മൈതാനമാണ്.

ഓണമുണ്ടുകഴിഞ്ഞ് കുട്ടികളോക്കേം വട്ടംകൂടി.

ആകാശത്തേക്കു നിറമുള്ള പട്ടങ്ങളുയർന്നു.

രണ്ടുതെങ്ങുകൾ കൂട്ടിക്കെട്ടിയ ആലാത്തൂഞ്ഞാലിൽ ഞങ്ങൾ ഊഴം വച്ചാടി.

പെൺകുട്ടികൾ ചിലർ മണ്ണിൽ കളംവരച്ച് 'അക്ക്' കളിതുടങ്ങി.

ഒന്നുരണ്ടാൾ അമ്മായിപ്പുല്ലു പറിക്കാൻ പോയി.

'അല്ലാ, കൃഷ്ണനെ കണ്ടില്ലല്ലോ,' ആരോ പറഞ്ഞു.

'അവൻ കളിക്കാൻ വരണില്ലാന്ന് അവന്റെ അമ്മ പറഞ്ഞു.' ഒരു കുട്ടി പറഞ്ഞു. 'ഓണക്കോടി കിട്ടാഞ്ഞ് പെണങ്ങിക്കെടക്ക്കാത്രെ.'

'അതെന്തേ'? ഞാൻ ചോദിച്ചു.

'ആഹ്', ആ കുട്ടി കൈമലർത്തി.

കൃഷ്ണൻ ഞങ്ങളുടെ കളിക്കമ്പനിയിൽ ചുറുചുറുക്കോടെ ഓടിനടക്കാറുള്ളതാണ്. എല്ലാത്തിനും മുമ്പിലുണ്ടാവും. ഒരു പരമ സാധു. അവന്റെ വീട്ടിൽ വലിയ കഷ്ടപ്പാടാണെന്ന് അമ്മ പറഞ്ഞു കേട്ടിട്ടുണ്ട്.

എനിക്കു വല്ലാത്ത വിഷമം തോന്നി.

ഞാൻ ഓടിപ്പോയി അമ്മയോടു പറഞ്ഞു.

'പാവം പരമേശ്വരൻ!' അമ്മ പറഞ്ഞു. 'എത്ര നാളായെന്നോ പരമേശ്വരന് പണിയില്ലാതായിട്ട്. ഇന്നലേം വന്നിരുന്നു.'

'കഷ്ടം, പരമേശ്വരൻ ഇന്നലെ വന്നത് അതിനാവണം' അച്ഛൻ വിഷമത്തോടെ പറഞ്ഞു. 'ഇരുപതുരൂപ കടം ചോദിച്ചു. എന്റെ കയ്യിലെവിടുന്നാ ഈ അവസ്ഥേല്... അതു മനസ്സിലാക്കീട്ടാവണം. കുറച്ചു നേരം ജനാലയ്ക്കൽ വന്നു നോക്കിനിന്നിട്ട് പോയി... കഷ്ടായി..' അച്ഛൻ പരിതപിച്ചു.

'എന്നാലിന്നവിടെ അടുപ്പീ തീ പൊകഞ്ഞും കാണത്തില്ല. കഷ്ടം തന്നെ.' അമ്മ പറഞ്ഞു. 'ഓണം ആയിട്ട്...'

അച്ഛൻ രോഗശയ്യയിൽ എണീറ്റ് ചാരിയിരുന്ന് എന്തോ ആലോചിച്ചു. 'നീയൊരു കാര്യ ചെയ്യ്.' അച്ഛൻ കുറച്ചുകഴിഞ്ഞ് എന്നോടു പറഞ്ഞു. 'പരമേശ്വരനോ കെട്ട്യോളോ ഒണ്ടേല് ഒന്നിവിടം വരെ വരാൻ പറഞ്ഞേച്ചുവാ.'

കേട്ടതും ഞാൻ വണ്ടിയോടിച്ചു പോയി.

കൃഷ്ണന്റെ അമ്മ കരഞ്ഞു കലങ്ങിയ കണ്ണുകളുമായി ഉമ്മറത്തിരിക്കുകയായിരുന്നു. വയറൊട്ടിക്കിടന്നിരുന്നു.

ഞാൻ കാര്യം പറഞ്ഞതും കളിസ്ഥലത്തേക്കു പാഞ്ഞു.

അവിടെ ശിവപ്പന്റെ പട്ടം ആകാശം മുട്ടാറായിരുന്നു.

എന്റെ മനസ്സിൽ വൈകുന്നേരത്തെ സർക്കസ്സിന്റെ ആരവം തുടങ്ങിയിരുന്നു.

വൈകിട്ട് ശിവരാമച്ചേട്ടൻ കൃത്യസമയത്ത് സൈക്കിളിൽ വന്നിറങ്ങി. 'വൈകണ്ടാ, വേഗം വാ... ഷോ തുടങ്ങാറായി.'

ഞാൻ വേഷം മാറാനായി അകത്തേക്കോടി.

ഓണത്തിനെടുത്ത നീല നിക്കറും ചേട്ടൻ അയച്ചുതന്ന കാപ്പിപ്പൊടി നിറമുള്ള റെഡിമെയ്ഡ് ഉടുപ്പും - നല്ല ചേർച്ചയാവും.

ഉടുപ്പു കിട്ടി. ബനിയനും കിട്ടി.

നിക്കർ കാണാനില്ല.

ഊരിയിട്ടേടത്തു നിക്കറില്ല.

എന്റെ നീല നിക്കറെവിടെ?

'അത് തെരഞ്ഞിനി നേരം കളയണ്ടാ.' അലക്കി മടക്കിവച്ച പഴയൊരു നിക്കറുമായി അമ്മ വന്നു. 'ഞാനതു നനയ്ക്കാനിട്ടു.'

നനയ്ക്കുകയോ?

ഞാനത് ഒന്നിട്ടു നോക്കിയതല്ലേ ഉള്ളൂ. അതിനുമുമ്പേ-

അമ്മ കളവുപറയുകയാണെന്നെനിക്കു തോന്നി.

'തർക്കുത്തരത്തിനു നിക്കണ്ടാ, വേഗം പോ'. അമ്മ അരിശപ്പെട്ടു.

'ശിവരാമൻ ദാ മുള്ളേൽ നിൽക്കുകയാണ്, അവിടെ സർക്കസ് തൊടങ്ങാറായി.'

എവിടെയോ ഒളിപ്പിച്ചിരുന്ന എന്റെ നിക്കറിനെയോർത്ത് ശിവരാമച്ചേട്ടനൊപ്പം ഞാൻ പടിയിറങ്ങി. ചനം പിനം മഴച്ചാറ്റലിൽ ശിവരാമച്ചേട്ടൻ എന്നെ സൈക്കിളിന്റെ പിന്നിലിരുത്തി സർക്കസിന്റെ മാസ്മരികയിലേക്ക് ആഞ്ഞു ചവിട്ടി.

രണ്ടുനാൾ കഴിഞ്ഞാണ് ഞാൻ നിക്കറിന്റെ കാര്യമോർത്തത്.

വീടു മുഴുവൻ തെരഞ്ഞു.

ഒളിവിൽ പോയ നീലനിക്കർ തിരിച്ചു വന്നില്ല.

ഒന്ന് ഇട്ടുനോക്കി കൊതി തീരും മുമ്പേ-

നീല നിക്കറിനെക്കുറിച്ചോർത്ത് ഞാൻ വിഷമിച്ചപ്പോൾ അച്ഛൻ എന്നെ അരികെ വിളിച്ച് ആശ്വസിപ്പിച്ചു. 'മക്കൾക്ക് വേറൊരു നിക്കർ അച്ഛൻ മേടിച്ചു തരണൊണ്ട്.'

മൂന്നു മാസം കഴിഞ്ഞ്, അച്ഛന്റെ ജഡം വലിയ ചുടുകാട്ടിലേക്കെടുക്കുമ്പോൾ മുറ്റത്തെ കിളിഞ്ഞിലിൽ ചാഞ്ഞുനിന്ന് വാവിട്ടു കരയുന്ന പരമേശ്വരനെ ഞാൻ കണ്ടു. അരികെ എന്റെ നീല നിക്കറിട്ട് കൃഷ്ണനും. ■

അളിവേണി
എന്തു ചെയ്‌വൂ!

എന്റെ കുട്ടിക്കാലത്തെക്കുറിച്ചുള്ള ഓർമ്മകളിൽ തെളിഞ്ഞു വരാറുള്ളൊരു ആൺകുട്ടിയുണ്ട്. ഇരുളിമയിൽ വെള്ളയ്ക്കാ കണ്ണുകളോടുകൂടിയ ചന്തമില്ലാത്ത ചെക്കൻ.

ഒരു ക്രിസ്മസ് അവധിക്കുശേഷമാണ് അവൻ നാട്ടിലെ പള്ളിക്കൂടത്തിലെത്തിയത്. അന്നവന് ഒമ്പതു വയസ്സ്. അകലെയുള്ള പട്ടണത്തിൽ നിന്നാണവൻ വന്നത്. നഗരത്തിൽ സുഖമായി ജീവിക്കുന്നതിനിടയിലാണ് അവന്റെ അച്ഛൻ പെട്ടെന്നു മരിച്ചത്. അതോടെ പട്ടണത്തിൽ ആരോരുമില്ലാതായ അവനും അമ്മയും നാട്ടിൽ അമ്മയുടെ വലിയമ്മാവന്റെ വീട്ടിലേക്കു പോന്നു.

നാട്ടിലെ സാമാന്യം ഭേദപ്പെട്ട പ്രമാണിയായിരുന്നു വലിയമ്മാവൻ. അനേകം തെങ്ങിൻപുരയിടങ്ങൾ, ഇരിപ്പൂനിലങ്ങൾ, പശുക്കൾ, വീട്ടുവേലക്കാർ... മുഖ്യ വാദ്ധ്യാരായി അടുത്തൂൺ പറ്റിയ ശേഷം പാടത്തും പറമ്പിലുമാണ് അധികസമയവും. അല്ലാത്തപ്പോൾ വീടിന്റെ കിഴക്കേ വരാന്തയിലൂടെ വെരുകിനെപ്പോലെ തെക്കുവടക്കു നടന്നു തീർക്കും.

നാട്ടിലെത്തി വൈകാതെ വലിയമ്മാവന്റെയും അമ്മായിയുടെയും സമീപനത്തിൽ മാറ്റം വന്നു. വീട്ടുജോലിക്കാരികളെ പറഞ്ഞയച്ചു. പകരം അമ്മയെ വാല്യക്കാരിയാക്കി. നാലാം തരത്തിൽ പഠിക്കുകയായിരുന്ന അവനും ചില്ലറ പണികൾ കിട്ടി. പശുവിനു പുല്ലുപറിക്കുക, വൈക്കോലിട്ടുകൊടുക്കുക, തൊഴുത്തിലെ ചാണകം വാരുക, ആടിനു പ്ലാവില പെറുക്കുക, ഉണങ്ങാനിട്ട നെല്ലോ മുളകോ കൊപ്രയോ ഒക്കെ കാക്കയും കിളിയും കൊണ്ടുപോകാതെ വെയിലത്തു കാവലിരിക്കുക, അങ്ങനെ...

പഠിത്തത്തിൽ അവൻ സാമാന്യം മിടുക്കനായിരുന്നു. എല്ലാ ജോലിയും ഒതുക്കിവച്ച് വൈകിട്ടു പഠിക്കാനിരുന്നാൽ അടച്ചുകെട്ടിൽ നിന്ന് അമ്മായിയുടെ ശകാരം ഉയരും.

"സന്ധ്യയ്ക്ക് നാലു രാമനാമം ജപിക്കണ്ട നേരത്താ ഒച്ചത്തിൽ വായന."

രണ്ടുമണിക്കൂറോളം നീളും അമ്മായിയുടെ നാമജപം. ആറരയ്ക്കു തുടങ്ങി എട്ടരവരെ നീളുന്ന പ്രാർത്ഥനയിൽ സകല ദൈവങ്ങളും അണിനിരക്കും. എട്ടുനാടും പൊട്ടെയുള്ള നാമം ചൊല്ലലിനൊടുവിൽ അമ്മായി ചിലപ്പോൾ അനുഗ്രഹം കൊള്ളും. പിന്നെ മഠത്തിലെ ഭഗവതി അമ്മായിയുടെ നാവിലൂടെ വാതോരാതെ സംസാരിക്കും. ഭഗവതി ചിലപ്പോൾ അവനെ നോക്കി പല്ലിറുമ്മും. കണ്ണുരുട്ടും.

സന്ധ്യനേരത്തെ അവന്റെ പഠിത്തത്തെച്ചൊല്ലിയായിരുന്നു ഭഗവതിക്കു സ്ഥിരം പരാതി. (അമ്മായിയുടെ മക്കളെല്ലാം പഠിത്തത്തിൽ പുറകോട്ടായിരുന്നതാവാം കാരണം)

"ഏതു നേരോം പൊസ്തകോം തൊറന്നിരുന്നാൽ വീട്ടിൽ മൂശ്ശേട്ട കേറും. ഭഗവതിപറയും. തെക്കേപ്പാടത്തെ പുല്ലു മുഴോനും നാട്ടാര് പറിച്ചോണ്ടു പോകണത് കാണണില്ലേ? മിണ്ടാപ്രാണികള് അത് നോക്കിനിന്ന് മനസ്സുരുകി കരയ്കേണ്. ഗോശാപം ഏഴുതലമുറ നിന്നു ഫലിക്കും."

പിറ്റേന്ന് അമ്മായി അവനോടു കല്പിച്ചു. "പോയി തെക്കേപ്പാടത്തൂന്ന് പുല്ലുപറിച്ചോണ്ടു വാ."

ഒരു ദിവസം അവൻ വായിച്ചുകൊണ്ടിരുന്ന, ചങ്ങമ്പുഴയുടെ 'രമണൻ' കാണാതായി. അടുത്തുള്ള രാമകൃഷ്ണ സ്മാരക വായനശാലയിൽ നിന്ന് കടം വാങ്ങിയതാണ്. അകത്തെ കോണിപ്പടിയിൽ അടയാളമിട്ടു വച്ചിരുന്നതാണ്. അവൻ വിഷമത്തിലായി.

വീടുമുഴുവൻ തെരഞ്ഞിട്ടും പുസ്തകം കിട്ടാതായപ്പോൾ അവൻ ബഹളം വെച്ചു. പുസ്തകം 'ഭഗവതി' അടിച്ചുമാറ്റിയതാണെന്ന് അവനുറപ്പുണ്ടായിരുന്നു. അമ്മായി കലിതുള്ളി വന്നു. "ചെക്കന് കുത്തരീടെ ചോറു തിന്നിട്ട് കുത്തിക്കേറണൂ." അമ്മായി പുലമ്പി. "ഒന്നായാലും ഒലക്കകൊണ്ടടിച്ചു വളർത്തണോന്നാ പ്രമാണം." അമ്മായി അടുക്കളയിലേക്കു നോക്കി അമ്മയ്ക്കൊരു താങ്ങു കൊടുത്തു.

വരാന്തയിൽ ഉലാത്തുകയായിരുന്ന വലിയമ്മാവൻ കോലാഹലം കേട്ടു വന്നു: "ഒരുമ്പെട്ടോനേ, മൊട്ടേന്നു വിരിയണേനു മുമ്പേ ചങ്ങമ്പുഴേടെ ശൃംഗാരം വായിക്കാൻ തൊടങ്ങ്യോ?" അതുകേട്ട് അമ്മ ഓടി വന്ന് അവന്റെ മുടിക്കുത്തിനു പിടിച്ച് ഇടനാഴിയിലൂടെ വലിച്ചിഴച്ചു. "നിന്റെ വായന ഇന്നത്തോടം കൊണ്ടു നിർത്തും ഞാൻ."

സ്കൂളിൽ നാലാം തരത്തിൽ നിന്ന് ആ വർഷം രണ്ടുപേരെയാണ് സ്കോളർഷിപ്പ് പരീക്ഷയ്ക്കു തെരഞ്ഞെടുത്തത്. അതിലൊന്ന്

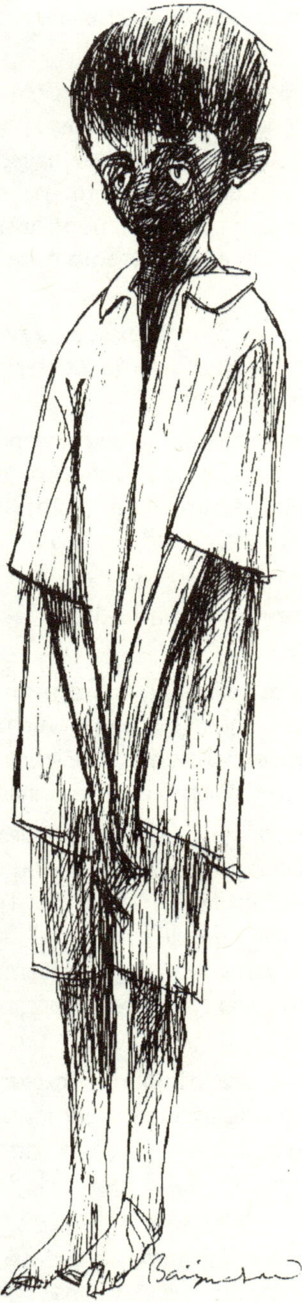

അവനായിരുന്നു. ലോകം കീഴടക്കിയ ഉത്സാഹത്തോടെയാണ് അവനന്ന് വീട്ടിലെത്തിയത്. വന്നപാടെ അടുക്കളയിലേക്കോടി. കരിയും പുകയുമായി മല്ലടിക്കുകയായിരുന്നു അടുക്കളയിൽ അമ്മ. കണ്ണുനിറഞ്ഞതല്ലാതെ അമ്മയൊന്നും പറഞ്ഞില്ല.

അമ്മാവനോടു മിണ്ടാൻ അവന് അനുമതിയില്ലായിരുന്നു. എന്തു കാര്യവും അമ്മായിയോടു പറയണം. അമ്മായി അത് കാര്യ കാരണങ്ങൾ നോക്കിയശേഷം അമ്മാവനോടു പറയും. അതായിരുന്നു ചിട്ട. സ്കോളർഷിപ്പിനു തെരഞ്ഞെടുത്ത കാര്യം അറച്ചറച്ചാണെ ങ്കിലും അവൻ അമ്മായിയോടു പറഞ്ഞു. കൂട്ടത്തിൽ ഒരു കാര്യംകൂടി പറഞ്ഞു. “ഒരു ഫാറം പൂരിപ്പിച്ചു കൊടുക്കണം. അതിന് നാളെ ഒരു രൂപ കൊണ്ടു ചെല്ലണം.” അവനെ കുട്ടികളാരോ പറഞ്ഞു ധരിപ്പിച്ചി രുന്നതങ്ങനെയായിരുന്നു. വിവരം അമ്മായി ‘പ്രോപ്പർ ചാനലിൽ’ അമ്മാവനെ ധരിപ്പിച്ചു. “ഒരു രൂപയോ?” വരാന്തയിൽ ഉലാത്തുകയാ യിരുന്ന അമ്മാവൻ നടത്തം നിർത്തി.

പിറ്റേന്നു രാവിലെ ഉടുപ്പുമിട്ട് പതിവു കാലൻകുടയുമെടുത്ത് അമ്മാവൻ പുറത്തേക്കിറങ്ങി. അമ്മാവൻ നേരേ സ്കൂളിലേക്കാണു പോയത്. ഒരുരൂപയുടെ നിജസ്ഥിതി ഉറപ്പുവരുത്തണമല്ലോ?

വൈകിട്ട് അവൻ സ്കൂൾവിട്ട് ഉല്ലാസത്തോടെ വീട്ടിലെ ത്തിയപ്പോൾ കണ്ട കാഴ്ച, അമ്മാവൻ മുഴുത്തൊരു മാന്താമ്പൂളിയു മായി തെക്കേമുറ്റത്തു നിൽക്കുന്നു. “ഒരുമ്പെട്ടോനേ”, അമ്മാവൻ ഒറ്റ ക്കുതിപ്പിന് അവന്റെ തോളിൽ പിടിമുറുക്കി. “നീ കള്ളം പറയാനും തൊടങ്ങ്യല്ലേടാ.”

മാന്താമ്പൂളി അവന്റെ ദേഹത്തു തലങ്ങും വിലങ്ങും വീണു. “ഫാറത്തിന് ഒരു രൂപാ വേണമെന്നാരു പറഞ്ഞെടാ? കള്ളം പറഞ്ഞു കാശടിക്കാമെന്നായോടാ കള്ളപ്പരിഷേ.”

ഒച്ചകേട്ട്, അടുക്കളയിൽ നിന്നിറങ്ങിയ അമ്മ കഥയറിയാതെ നെഞ്ചത്തലച്ചു. അമ്മായി ‘ഞാനൊന്നുമറിഞ്ഞില്ലേ രാമനാരായണ’ എന്ന മട്ടിൽ മുണ്ടു ചെറുക്കിക്കേറ്റി തിരക്കിട്ട് അങ്ങോട്ടുമിങ്ങോട്ടും നടന്നു.

അവന്റെ സ്കോളർഷിപ്പ് മോഹം അവിടെ പൊലിഞ്ഞുവീണു. ഏഴാം ക്ലാസ്സിൽ വീണ്ടും അവനെ സ്കോളർഷിപ്പ് പരീക്ഷയ്ക്കു തെരഞ്ഞെടുത്തു. അന്നവൻ അമ്മാവന്റെ തണലിലായിരുന്നില്ല. വർഷങ്ങളായി അടഞ്ഞു കിടന്നിരുന്ന തറവാട്ടു വീട്ടിലേക്ക് അമ്മയും അവനും താമസം മാറിയിരുന്നു. എന്നിട്ടും അവൻ ആ പരീക്ഷയെഴു തിയില്ല. വിഭ്രാന്തിയോടെ അവൻ അമ്മയോടു പറഞ്ഞു. “സ്കോളർ ഷിപ്പെന്നു കേൾക്കുന്നതേ എനിക്കിപ്പോ പേടിയാണമ്മേ. ക്ലാസ്സിൽ സാറെന്റെ പേരു വിളിച്ചപ്പഴേ ഉള്ളിൽ നിന്നൊരാന്തലായിരുന്നു. എനിക്ക് സ്കോളർഷിപ്പ് പരീക്ഷയെഴുതണ്ടമ്മേ-”

പീഡനത്തിന്റേതായ കുട്ടിക്കാലവും താണ്ടി അവൻ ഇപ്പോഴും എന്റെ ഓർമ്മകളിലെത്താറുണ്ട്. പീഡനത്തിന്റെയും അവഹേളനത്തിന്റേതുമായിരുന്നു അവന്റെ ബാല്യം. എങ്കിലും ഏതോ ഒരു പ്രതീക്ഷ അവനെ മുന്നോട്ടു നയിച്ചിരുന്നു.

അവന്റെ പീഡിതമായ ബാല്യം ഒരുനാൾ ഞാനറിയാതെ എന്റെ തൂലികത്തുമ്പിലൂടെ ഇറങ്ങിവന്നു. വേഷപ്പകർച്ചയിലൂടെ കഥയിലെത്തിയ അവൻ ഞാനായിരുന്നില്ലേ? ഞാൻ അവനൊരു പേരിട്ടു- 'അളിവേണി. അവൻ... അവന്റെ പ്രതീക്ഷ, ഒരു നാൾ തന്നെത്തേടി വരാനിടയുള്ള ശിവനായി മാറി. അങ്ങനെയൊരു കഥയുണ്ടായി. 'അളിവേണി എന്തു ചെയ്‌വൂ!'

അവനിപ്പോൾ എവിടെയാവും? എന്റെ ഹൃദയത്തിന്റെ അകത്തളങ്ങളിലോ?

മാനത്തുകണ്ണികൾ

അത് സേലം മാങ്ങയായിരുന്നോ നീലം മാങ്ങയായിരുന്നോ എന്നെനിക്ക് ഇപ്പോഴുമറിയില്ല.

വർഷങ്ങൾക്കു മുമ്പ് അമ്മാവന്റെ വീടിന്റെ കിഴക്കേമുറ്റത്തെ അലങ്കരിച്ചിരുന്നത് ആ മാവാണ്. അതിനു കൂട്ടായി ഒരു അശോക മരവും. അതിന്റെ മുരടിച്ച ശിഖരങ്ങളിൽ ഇപ്പോഴും പൂക്കൾ എത്തി നോക്കാറുണ്ട്.

അത് നീലം മാങ്ങയായിരുന്നിരിക്കണം.

നീലം മാങ്ങയെന്ന പേരിൽ തമിഴ്നാട്ടിൽ നിന്ന് നമ്മുടെ മാമ്പഴ ക്കാലങ്ങളിൽ അതിഥിയായെത്തുന്ന അതേ മാങ്ങ...

അതേ രുചി... അതേ തൊലി മിനുക്കം... അതേ വലിപ്പം.

'നീലം' ആരോ അറിയാതെ പറഞ്ഞ് 'സേലം'ആയതാവണം. ആലപ്പുഴയിൽ നിന്ന് എന്റെ അച്ഛൻ പണ്ടെന്നോ കൊടുത്തുവിട്ടതാ യിരുന്നു ആ മാങ്ങ. അതിലൊന്ന് നാട്ടിൽ അമ്മാവന്റെ വീട്ടുവളപ്പിൽ കിളുർത്ത് മാവായി. അച്ഛൻ മരിച്ചശേഷം എന്റെ എട്ടാം വയസ്സിൽ അമ്മയുടെ വീട്ടിലെത്തുമ്പോൾ അതൊരു ഒത്ത മാവായി വളർന്നി രുന്നു. തായ്ത്തടിക്ക് ഒരു തെങ്ങോളം വണ്ണം. നാലഞ്ചു പ്രധാന ശിഖരങ്ങൾ. മാമ്പഴക്കാലമായാൽ ഓരോ ശിഖരങ്ങളും കനം തൂങ്ങും. എന്റെ ഓർമ്മയിലെ ആ മാമ്പഴക്കാലത്താണ് ഇ.എം.എസിന്റെ നേതൃത്വത്തിലുള്ള രണ്ടാം കമ്യൂണിസ്റ്റ് സർക്കാർ അധികാരമേൽക്കു ന്നത്. കോൺഗ്രസ്സിന്റെ നുകം വച്ച കാളകളും അരിവാൾ ചുറ്റിക നക്ഷത്രവും നാട്ടിലെ ചുമരുകളിൽ വീറോടെ സ്ഥാനം പിടിക്കുന്നത് ഞാൻ അതിശയത്തോടെ നോക്കി നിന്നിട്ടുണ്ട്. പക്ഷേ, എനിക്കിഷ്ടം തോന്നിയത് കുതിക്കാൻ വെമ്പി നിൽക്കുന്നൊരു കുതിരയോടാ യിരുന്നു. അത് ആരുടെ ചിഹ്നമാണെന്നോർമ്മയില്ല. എന്നാലും എന്റെ വോട്ട് കുതിരയ്ക്കായിരുന്നു. വോട്ടു ചെയ്യാൻ വീട്ടിലെ മുതിർന്നവർക്കൊപ്പം ബൂത്തിന്റെ മുന്നിലെത്തിയ പ്പോൾ കാക്കി നിക്ക റിട്ട് തലയിൽ കൂർത്ത തൊപ്പി വച്ച് കാലിൽ പട്ടീസ് ചുറ്റിയ ഒരു

പോലീസുകാരൻ എന്നെ പിടിച്ചുമാറ്റി. എട്ടു വയസ്സുകാരനായ എന്റെ പൗരാവകാശം തടയപ്പെട്ടു. എനിക്ക് കുതിരയ്ക്ക് വോട്ടു ചെയ്യണമെന്ന് ഞാൻ പറഞ്ഞു. അതുകേട്ടപ്പോൾ ആ കപ്പടാമീശക്കാരൻപോലീസ് കുംഭ കുലുങ്ങുവോളം ചിരിച്ചു. എന്നിട്ടു ചോദിച്ചു. "മൊട്ടേന്ന് വിരിഞ്ഞില്ലല്ലോടാ, മോനേ, അതിനു മുമ്പേ ഓട്ടോ?"

വിരൽത്തുമ്പിൽ മഷിക്കുത്തുപാടുമായി അമ്മ പുറത്തുവന്നപ്പോൾ ഞാൻ ചോദിച്ചു. "കുതിരയ്ക്കാണോ അമ്മ വോട്ടു കൊടുത്തത്?"

"അല്ല, കാളയ്ക്ക്." അമ്മ പറഞ്ഞു. "നമ്മളൊക്കെ കോൺഗ്രസ്സാ." അതെന്തു സാധനമാണെന്ന് എനിക്കറിയില്ലായിരുന്നു. കൂടുതൽ ചോദിച്ചപ്പോൾ ഒരു കാര്യം പിടികിട്ടി. മഹാത്മാഗാന്ധീടെ പാർട്ടിയാണ് കോൺഗ്രസ്സ്. മഹാത്മാഗാന്ധിയെ എനിക്കു നല്ല പരിചയമാണ്. സ്കൂളിലെ ഹെഡ്മാസ്റ്ററുടെ തലയ്ക്കു മുകളിൽ എല്ലാം നോക്കി പുഞ്ചിരി തൂവിയിരിക്കുന്ന ഗാന്ധിയപ്പൂപ്പൻ. അതേ ഗാന്ധിയപ്പൂപ്പനാണ് അച്ഛൻ മരിക്കും മുമ്പ് ഞങ്ങൾ കണ്ട സിനിമയിൽ "വണ്ടീ വണ്ടീ നിന്നെപ്പോലെ വയറിലെനിക്കും തീയ്യാണേ" എന്ന പാട്ടുപാടി അഭിനയിച്ച ആൾ എന്ന ധാരണ എങ്ങനെയോ എന്റെ മനസ്സിൽ കടന്നു കൂടിയിരുന്നു. ഇപ്പോഴും ആ പാട്ടു കേൾക്കുമ്പോൾ എന്റെ മനസ്സിൽ കടന്നു വരുന്നത് ആ രൂപമാണ്.

അച്ഛന്റെ മരണം കഴിഞ്ഞ് അമ്മയുടെ നാട്ടിലെത്തിയ എനിക്ക് ചേർത്തല ഒരു വണ്ടർലാൻഡായിരുന്നു. എവിടെ നോക്കിയാലും വലിയ പഞ്ചാരമണൽ കുന്നുകൾ. കുന്നുകളിൽ കയറിയാൽ മണ്ണിന്റെ 'ശിലോം ശിലോം' എന്ന സംഗീതം. കാല് ചൊരി മണലിലേക്ക് പൂണ്ടുപോകും. പഞ്ചാരമണൽ സിലിക്കാസാൻഡാണെന്നും അതിൽ ധാതുക്കൾ ഒളിച്ചിരിപ്പുണ്ടെന്നും അറിയുന്നത് എത്രയോ കാലം കഴിഞ്ഞാണ്.

അക്കാലത്ത് നാട്ടിൽ വന്ന പരിഷ്ക്കാരത്തിന്റെ ഭാഗമായി അമ്മാവന്റെ വീട്ടിലും കുഴൽകിണർ കുഴിച്ചു. കുഴിച്ചു വരുന്തോറും കിട്ടിയത് കടലിലെ പലതരം കക്കകളും ശംഖുകളും കവടികളും. എങ്ങനെ അതിശയിക്കാതിരിക്കും? അവിടന്ന് നാലഞ്ചു കിലോമീറ്റർ അകലെയാണ് കടൽ.

പാടത്തെ ചിറവരമ്പുകളിലൂടെ നടക്കുമ്പോൾ കാൽ തട്ടി "കിലും കിലും" എന്നൊലിയിട്ട ഞവിണിക്കത്തോടുകളായിരുന്നു എന്റെ മറ്റൊരദ്ഭുതം. ശംഖ് പോലെ പച്ചകലർന്ന ചാരനിറത്തിലായിരുന്നു ഉണങ്ങിയ ഞവിണിക്കകൾ. പാടത്തെ വെള്ളത്തിലൂടെ ജീവനുള്ള ഞവിണിക്കകൾ മാംസളമായ മേനി പുറത്തേക്കു നീട്ടി മിന്തി മിന്തി പോകുന്നതു കാണാൻ രസമായിരുന്നു.

ഞങ്ങൾ കുളിക്കുന്ന കുളത്തോടു ചേർന്ന് പ്രായം ചെന്ന് ജരാനരകൾ ബാധിച്ച ഒരു മരമുണ്ടായിരുന്നു. എന്തുമരമെന്ന്

എനിക്കോർമ്മയില്ല. വയസ് ഒരുപാടുണ്ടായിരുന്നെങ്കിലും ഒരു തെങ്ങിനേക്കാൾ വണ്ണം കുറവായിരുന്നു അതിന്. നിറയെ പോടുകളാണ്. പോടുകൾ പക്ഷികളുടെ വീടായിരുന്നു. ഓരോരോ പോടുകളിൽ നിന്നും പൊന്മാനുകളും മരം കൊത്തിയും മൈനയും കാട്ടുകോഴികളും ഇറങ്ങിവരുന്നതും കുഞ്ഞുങ്ങൾക്കു തീറ്റയുമായി പോകുന്നതും ഞാൻ കണ്ടിരുന്നു. ഏറ്റവും താഴെയായിരുന്നു കുളക്കോഴിയുടെ വീട്. അതിനുചുറ്റും പൊന്തകളും പടർപ്പുകളുമായിരുന്നു. അതുകൊണ്ട് കുളക്കോഴിയും കുടുംബവും താമസിച്ചിരുന്നത് മരപ്പൊത്തിലായിരുന്നോ പൊന്തയ്ക്കുള്ളിലായിരുന്നോ എന്നെനിക്കറിയില്ല.

വേനലിൽ തെങ്ങിനു വെള്ളമൊഴിക്കാൻ വന്ന രണ്ടു ചേട്ടന്മാരെ (രാധപ്പച്ചേട്ടനും വടയറ്റു കാട്ടിലെ ചന്ദ്രച്ചേട്ടനും) കുളക്കോഴികൾക്കു പേടിയായിരുന്നു. അവരെ കാണുമ്പോൾ കുളക്കോഴികൾ പ്രാണഭീതിയോടെ ഓടുന്നതു കാണാമായിരുന്നു. നല്ല ഒശത്തന്മാരായിരുന്നു രണ്ടാളും. രണ്ടുകയ്യിലും വലിയ ചെമ്പുകുടങ്ങൾ തൂക്കിപ്പിടിച്ച് രണ്ടാളും ഓടിച്ചെന്ന് കുളത്തിലിറങ്ങുന്നതും അതേ വേഗത്തിൽ വെള്ളം നിറച്ച കുടങ്ങളുമായി തെങ്ങിൻ തടത്തിലേക്കു പായുന്നതും കൈത്തണ്ടകൾ സ്പ്രിംഗ് ആക്ഷനിൽ മുകളിലേയ്ക്കുയർത്തി തെങ്ങിൻതടം നനയ്ക്കുന്നതും കണ്ടുനില്ക്കാൻ രസമാണ്. കുടം ഉയർത്തിപ്പിടിക്കുമ്പോൾ രണ്ടാളുടെയും മസിലുകൾ ഉയർന്നുരുണ്ടു വരും. പുലർച്ചെയോ സന്ധ്യ കഴിഞ്ഞോ ആണ് നന.

പിന്നെയും കുറച്ചു വർഷം കഴിഞ്ഞാണ് നാട്ടിൽ മോട്ടോർ പമ്പെത്തുന്നത്. ആദ്യമായി മോട്ടോർ പമ്പ് നാട്ടിലെത്തിയപ്പോൾ അതും ഞങ്ങൾക്കദ്ഭുതമായി. ഹോസുകൾ കൂട്ടിയിണക്കി രണ്ടറ്റത്തു നിന്നും ഞങ്ങൾ ഫോൺ വിളിച്ചിരുന്നു. ഒരറ്റത്തു നിന്നു പറയുന്നത് മൂന്നാലു പറമ്പുകൾക്കപ്പുറത്തു കിടക്കുന്ന മറ്റേ അറ്റത്തു കേൾക്കാം. അന്നൊന്നും ഞങ്ങൾ സിനിമയിലല്ലാതെ ടെലിഫോൺ കണ്ടിട്ടുപോലുമില്ല. ഒരു സന്ധ്യക്ക് ഞാൻ കുളത്തിന്റെ കരയിൽ ചെന്നപ്പോൾ രണ്ടാളും കുപ്പകൂട്ടി തീയിട്ടിരിക്കുന്നു. അടുത്ത് ഒന്നു രണ്ടു പാത്രങ്ങളിൽ മുളകരച്ചതും ഉപ്പും മറ്റെന്തൊക്കെയോ ഉണ്ട്. തീയിൽ എന്തോ ചുട്ടെടുക്കുന്നു. അരികെ കോപ്പകളിൽ അന്തിക്കള്ള് നിറച്ചുവച്ചിരുന്നു. എന്നെ കണ്ടതും അവരിലൊരാൾ ചോദിച്ചു. “കുളക്കോഴിയെ ചുട്ടതു തിന്നുന്നോ? നല്ല രുചിയാണ്.” അതു കേട്ടതും എനിക്കു കരച്ചിൽ വന്നു. ഞാനോടിപ്പോയി മുതിർന്നവരോടു പറഞ്ഞു. ആരും അതത്ര ഗൗരവമായെടുത്തില്ല. എന്റെ സ്വകാര്യദുഃഖമായി അത് മാറി. പിന്നീട് പൊന്തകളിൽ കുളക്കോഴിയുടെ അനക്കം കേട്ടില്ല. പക്ഷേ, കൊച്ചുകുട്ടിയായ എന്റെ കണ്ണിൽ ദൈവം അവർക്കു ‘കടുത്ത’ ശിക്ഷ കൊടുത്തു. അവരുടെ നന അധികദിവസം നീണ്ടില്ല. രാധപ്പച്ചേട്ടൻ ലൈൻമാനായി (അതോ ഹെൽപ്പറോ) ജോലികിട്ടി എരുമേലിക്കു പോയി. അതോടെ മറ്റേയാളും വരാതായി.

ഇതിനെല്ലാം മൂകസാക്ഷിയായിരുന്നു പാവം സേലം (നീലം) മാവ്. പാവമെങ്കിലും പിശുക്ക് ഇത്തിരി കൂടുതലായിരുന്നു ആ മാവിന്. അമ്മാവന്റെ വിശാലമായ വീട്ടുവളപ്പിൽ പലയിനം മാവുകളുണ്ടായിരുന്നു. കിളിച്ചുണ്ടൻ, മൂവാണ്ടൻ കർപ്പൂരം, കപ്പ, ചക്കരച്ചി, കുണ്ടറ. സേലൻ മാവിലൊഴികെ എല്ലാത്തിലും നിറയെ മാങ്ങ പിടിക്കുമായിരുന്നു. സേലൻ മാത്രം പിശുക്കൻ. ഒരു പൂക്കലിൽ പത്തമ്പത് മാങ്ങ പരമാവധി കിട്ടിയാലായി. അതാവട്ടെ, രുചിയുടെ കാര്യത്തിൽ മാങ്ങകളുടെ രാജാവായിരുന്നു. തൊലി ചെത്തിയെടുത്താൽ 'ജാം' നുണയുന്നതുപോലെ തിന്നാം. നാരുകളില്ല. നാവിൽ വച്ചാൽ രുചി കിനിഞ്ഞിറങ്ങും.

മറ്റു മാങ്ങകൾ (കിളിച്ചുണ്ടനും മൂവാണ്ടനുമെല്ലാം) മൂത്തു കഴിഞ്ഞാൽ പറിച്ച് വൈക്കോലിനു മീതെ നിരത്തി വലിയ കുട്ടകളിൽ വയ്ക്കും. ആർക്കും എപ്പോ വേണമെങ്കിലും എടുത്തു തിന്നാം. എന്നാൽ സേലം മാങ്ങ അങ്ങനെയല്ല. അമ്മായിയുടെ സ്വന്തം കസ്റ്റഡിയിലാണ്. അത് അറയിലാണ് സൂക്ഷിക്കുക. അറയിൽ ഭഗവതി കുടിയിരിപ്പുണ്ടായിരുന്നു. ആർക്കും അറയിൽ കയറാൻ അനുവാദമില്ല. എന്റെ ഓർമ്മയിൽ രണ്ടേ രണ്ടു പേരാണ് അറയിൽ കയറുക. അമ്മായിയും കൊച്ചുമാമനും, രണ്ടാളും കുളിച്ച് ശുദ്ധിയോടെയാണ് അറ തുറന്ന് അകത്തു കയറുക, അറയിൽ എപ്പോഴും ഇരുട്ടായിരുന്നു. കെടാവിളക്കിന്റെ നേർത്ത തിരിവെട്ടമേ അകത്തുണ്ടാവൂ. അറ തുറക്കുന്ന ഘട്ടങ്ങളിൽ ഞാൻ വാതിൽക്കൽ പോയി നിന്നിട്ടുണ്ട്. അകത്തുനിന്ന് ഭഗവതിയുടെ മണം പുറത്തേക്കൊഴുകും. ഭഗവതിക്കും പഴമയുടെ മണമായിരുന്നു. കാറ്റും വെളിച്ചവും കയറാതെ അടച്ചിട്ട മുറിയുടെ ഗന്ധം. അറയുടെ വാതിൽ തുറന്ന് അകത്തു കയറും മുമ്പേ അമ്മായി വാതിലിൽ മുട്ടി 'അമ്മേ, രാജരാജേശ്വരീ, മഹാമായേ' എന്നുറക്കെ വിളിക്കും. എന്നിട്ടേ മെല്ലെ അകത്തു കയറൂ. ഭഗവതിക്ക്, ഞങ്ങളിതാ അകത്തേക്കു വരുന്നു എന്ന് മുന്നറിയിപ്പു കൊടുക്കാനാണത്. അനുവാദമില്ലാതെ ചെന്നാൽ ഭഗവതി അരിശപ്പെട്ടാലോ?

എന്റെ ജീവിതത്തിൽ മൂന്നോ നാലോ സേലം മാങ്ങയേ ഞാൻ തിന്നിട്ടുള്ളൂ. മാങ്ങ പറിച്ചുവച്ചു കഴിഞ്ഞ് പഴുക്കുന്ന മുറയ്ക്ക് വീട്ടിലെ എല്ലാ അംഗങ്ങൾക്കും അമ്മായിയുടെ വകയായി ഓരോ സേലം മാങ്ങയുണ്ട്. അതൊരു പൊതുനീതിയുടെ ഭാഗമായി പാലിച്ചു വന്നിരുന്ന കാര്യമാണ്. അതുകഴിഞ്ഞ് സേലം മാങ്ങ തിന്നണമെങ്കിൽ യോഗം വേണം. അമ്മായിയുടെ പ്രത്യേക പ്രീതി പിടിച്ചു പറ്റുന്നവർക്കേ അതിനു യോഗമുണ്ടാകൂ.

വീട്ടിലെത്തുന്ന വിശിഷ്ടാതിഥികളെ അമ്മായി സൽക്കരിച്ചിരുന്നത് സേലം മാങ്ങ പൂളി വച്ചാണ്. നാട്ടിൽ മറ്റെങ്ങും അത്തരം മാങ്ങ

ഇല്ലാതിരുന്നതിനാൽ സേലം മാങ്ങ പലപ്പോഴും ചർച്ചാ വിഷയമാകാറുണ്ട്. രണ്ടോ മൂന്നോ സേലം മാങ്ങ മറ്റു മാമ്പഴങ്ങളോടൊപ്പം അമ്മായിയുടെ അടുത്ത ബന്ധുക്കളുടെ വീട്ടിലേക്കും പോകും. ശേഷിക്കുന്നത് കൂടുതലും സേവിക്കുന്നത് അമ്മായിയും അമ്മാവനും അമ്മായിയുടെ അരുമയായ ഇളയ മകനുമാണ് (ശിവച്ചേട്ടൻ) അതാവട്ടെ, ആരുടെയും ശല്യമില്ലാത്ത തെക്കേ മുറിയിലിരുന്നായിരുന്നു. തെക്കേ മുറി അമ്മാവന്റെ ഔദ്യോഗിക മുറിയായിരുന്നു. ഹെഡ്മാസ്റ്ററായി റിട്ടയർ ചെയ്തപ്പോൾ അമ്മാവനു കൊടുത്ത മംഗളപത്രം, അണിയിച്ച കസവു മാല, ജീവിതകാലമത്രയും അമ്മാവനു ലഭിച്ച കത്തുകൾ (കത്തുകൾ വളഞ്ഞ കമ്പികളിൽ കോർത്ത് മച്ചിലെ കൊളുത്തിൽ തൂക്കിയിട്ടിരുന്നു) അമ്മാവന്റെ ഔദ്യോഗിക സേവനത്തിനിടെ എടുത്ത സംഘ ചിത്രങ്ങൾ-ഇവയൊക്കെയായിരുന്നു ആ മുറിയെ അലങ്കരിച്ചിരുന്നത്.

ആയിടെയാണ് അമ്മായിക്കു വായുകോപമിളകിയത്. പല വൈദ്യന്മാരെയും കാണിച്ചു. ശമനമില്ല. വലിയ ഉച്ചത്തിൽ നീട്ടി ഏമ്പക്കം വിടും. നാലഞ്ചു വീടുകൾക്കപ്പുറം കേൾക്കാം. വായു ഇളകുമ്പോൾ നെഞ്ചെരിയും. കൈകാൽ സന്ധികൾ വിയർക്കും. വല്ലാത്ത അസ്വസ്ഥതകൾ കാട്ടും. അക്കാലത്ത് ഹൃദയസ്തംഭനം, ഹൃദയാഘാതം-ഇതൊന്നും പറഞ്ഞു കേട്ടിട്ടേയില്ല. അടിവയറിനു മുകളിൽ കഴുത്തിന്റെ താഴെ വരെ അകത്തുണ്ടാകുന്ന കോളിളക്കൾ എല്ലാം വായുകോപമാണ്. വായുവിനെ അടക്കി നിർത്താൻ കസ്തൂരിഗുളിക ഉൾപ്പെടെ ചില ഒറ്റമൂലികളുണ്ട്. അതും അമ്മായിക്ക് ഏശിയില്ല.

ഒടുവിൽ ഒരു മരുന്നു ഫലിച്ചു. അമ്മായിയുടെ കുടുംബവീടിനടുത്തുള്ള ഒരു വിഷഹാരിയുടെ മരുന്ന്. നിത്യകന്യകയാണവർ. കാഴ്ചയിൽ വെളുത്ത് സുന്ദരി. പരമ്പരാഗതമായുള്ള വിഷചികിത്സയ്ക്കു പുറമെ തൊലിക്കുണ്ടാവുന്ന രോഗങ്ങൾക്കും വായുപോലുള്ള മറ്റ് ചില വിഷമതകൾക്കുമെല്ലാം അവർ മരുന്നു തയ്യാറാക്കിയിരുന്നു. അവരുടെ അരിഷ്ടം അമ്മായിക്കു ഫലിച്ചു. വായു കോപിക്കാനൊരുമ്പെടുമ്പോഴേ ഒരൗൺസ് അരിഷ്ടം അകത്തുചെന്നാൽ ഏമ്പക്കത്തിന്റെ തരംഗദൈർഘ്യം കുറയും.

അമ്മായിയുടെ ഇളയമകനാണ് അരിഷ്ടം വാങ്ങിക്കൊണ്ടു വന്നിരുന്നത്. ഒരു ദിവസം കക്ഷി സ്ഥലത്തില്ല. അരിഷ്ടം തീർന്നു. വായു കോപിക്കാനുള്ള പുറപ്പാട് കണ്ടുതുടങ്ങി. ആരെ വിട്ട് അരിഷ്ടം വാങ്ങിപ്പിക്കും? കുറച്ചധികം ദൂരം വയലുകളും പറമ്പുകളും താണ്ടി നടന്നുപോകണം. ആരുമില്ലാതെ വന്നപ്പോൾ ആൺതരിയായ എനിക്കായി നിയോഗം. വഴി പറഞ്ഞുതന്നു. എങ്ങനെയോ ഞാൻ ശരിയായ വഴിയിലൂടെ വിഷഹാരിയുടെ വീട്ടിലെത്തി. അമ്മായിക്ക് അരിഷ്ടം എത്തിച്ചുകൊടുത്തു. അതിനുള്ള പാരിതോഷികമായി

എനിക്കൊരു സേലം മാങ്ങ കിട്ടി. പിന്നീട് അരിഷ്ടം വാങ്ങുന്ന ജോലി എന്റേതായി. അരിഷ്ടം തീരുമ്പോൾ അമ്മായി വിളിക്കും. "മക്കളേ, അമ്മായീടെ അരിഷ്ടം തീർന്നു. മക്കളൊന്ന് ഓടിപ്പോയി വരാമോ?"

അത്രയും സ്നേഹത്തിൽ അമ്മായി ജീവിതത്തിലൊരിക്കലും എന്നെ വിളിച്ചിട്ടില്ല. പറയണ്ട താമസം ഞാൻ റെഡി. കാരണം സേലം മാങ്ങ. അടുത്ത രണ്ടു തവണയും പാരിതോഷികം മുൻകൂറായി. മാമ്പഴക്കാലം കഴിഞ്ഞും എന്റെ ഡ്യൂട്ടി തുടർന്നു. പിന്നീട് പാരിതോഷികമില്ലാതായി. അതെന്റെ ഡ്യൂട്ടിയായി. അരിഷ്ടം തീരാറായാൽ അമ്മായി വിളിച്ചു പറയുകയായി. അരിഷ്ടം വാങ്ങാൻ ദൂരേക്കു പോയതോടെ മറ്റു പല ജോലികളും എനിക്കായി. ഗോതമ്പു പൊടിപ്പിച്ചു കൊണ്ടുവരിക, റേഷൻ കടയിൽ പോയി പഞ്ചസാരയും മണ്ണെണ്ണയും വാങ്ങുക, മൃഗവൈദ്യനെ വിളിക്കാൻ പോകുക-അങ്ങനെ പലതും. ഞാനന്ന് അഞ്ചാം തരത്തിൽ ചേർന്നിട്ടേയുള്ളൂ. പത്തോ പതിനൊന്നോ വയസ്സ്.

കാര്യം കാണാനുള്ള സ്നേഹമാണ് അമ്മായി കാണിക്കുന്നതെന്ന് വൈകാതെ എനിക്കു തോന്നി. ഒരു ദിവസം അമ്മാവനോട്, 'കുത്തരീടെ ചോറ് രണ്ടു നേരോം തിന്നിട്ട് ചെക്കന് കുത്തിക്കൊള്ളുന്നു, അതിന്റെ നേഗളിപ്പാ' എന്ന് എന്നെ കുറ്റം പറയുന്നത് ഞാൻ ഒളിഞ്ഞുനിന്നു കേട്ടു. രണ്ടുദിവസം കഴിഞ്ഞില്ല, അരിഷ്ടം തീർന്നു. "മക്കളേ, അമ്മായിയുടെ അരിഷ്ടം തീർന്നു." അമ്മായി എന്നെ വിളിച്ചു പറഞ്ഞു. "പൊന്നുമക്കളല്ലേ, ഒന്നു വേഗം ഓടിപ്പോയി വാ."

പറയേണ്ട താമസം ഞാൻ പോയി. അന്നേരം എന്റെ മനസ്സു മുഴുവൻ പകയായിരുന്നു. എന്നെക്കുറിച്ച് രണ്ടു ദിവസം മുമ്പല്ലേ മോശമായി പറഞ്ഞത്? കാണിച്ചു കൊടുക്കണം. പല വഴികളും ഞാൻ ആലോചിച്ചു. ഒടുവിൽ വഴി കണ്ടെത്തി. അരിഷ്ടം വാങ്ങി മടങ്ങി വരും വഴി ഒരു കൈത്തോടു മുറിച്ചുകടക്കണം. തോട്ടിൽ നല്ല തെളിനീരൊഴുക്കാണ്. മാനത്തുകണ്ണികൾ എന്നു വിളിക്കുന്ന ചെറു മീനുകൾ പറ്റം പറ്റമായി തോട്ടിലെ ഒഴുക്കിലൂടെ പോകുന്നതു കാണാൻ രസമാണ്. ഞാനതു നോക്കിനില്ക്കാറുണ്ട്.

കൈത്തോടിനരികെയെത്തിയതും എന്റെ മനസ്സിൽ ആശയമുദിച്ചു. കുപ്പിതുറന്ന് അരിഷ്ടം ഒരു കവിൾ ഞാൻ കുടിച്ചു. ഹായ്, എന്താ രുചി? വെറുതെയല്ല, അമ്മായി മുടങ്ങാതെ അരിഷ്ടം കുടിക്കുന്നത്. ഒരു കവിൾ കുടിച്ചപ്പോൾ ഇത്തിരികൂടെ കുടിക്കാൻ കൊതി. അങ്ങനെ കുപ്പിയുടെ കാൽഭാഗം തീർന്നു. എന്നിട്ട് കുപ്പി തുറന്ന് പതുക്കെ ഞാൻ ഒഴുക്കിലേക്കു പിടിച്ചു. കുപ്പി നിറഞ്ഞതും അടച്ച് നന്നായി കുലുക്കി. തോട്ടിലെ വെള്ളവും അരിഷ്ടവും ഇഴുകിച്ചേരും വരെ.

വൈകീട്ട് അരിഷ്ടം കഴിച്ചതും അമ്മായിക്ക് ഓക്കാനം വന്നു. അകത്തേക്കു പോയ അരിഷ്ടമത്രയും പുറത്തേക്ക്, അരിഷ്ടത്തിൽ കുഴഞ്ഞു മുറ്റത്ത് കിടക്കുന്നു, നാലഞ്ചു മാനത്തു കണ്ണികൾ.

അമ്മായിക്കു കാര്യം മനസ്സിലായി. അമ്മായി എന്നെ ശരിക്കൊന്നു നോക്കി. തീ പാറുന്ന നോട്ടം. ഒന്നും പറഞ്ഞില്ല. അമ്മായി വിചാരിച്ചിട്ടുണ്ടാവും അരിഷ്ടത്തിന്റെ രുചിയോർത്ത് ഞാൻ കുടിച്ചതാണെന്ന്. മറ്റുള്ളവരുടെ മുന്നിൽ എന്നെ മോശക്കാരനാക്കണ്ട എന്നു കരുതിയാവും അമ്മായി ഒന്നും പറഞ്ഞില്ല. ശകാരിച്ചില്ല ഒന്നും ചോദിച്ചു പോലുമില്ല. ഏതായാലും അതോടെ എന്റെ അരിഷ്ടം വാങ്ങൽ ഡ്യൂട്ടി നിന്നു.

അമ്മായിയുടെ വായു പിന്നെയും ഇടയ്ക്കിടെ ഇളകിക്കൊണ്ടിരുന്നു. വായു കോപിക്കുന്നതല്ലേ, ഡോക്ടറെ കാണണ്ട കാര്യമില്ലല്ലോ. അരിഷ്ടങ്ങളും ആസവങ്ങളുമായി അമ്മായി വായുവിനെ നേരിട്ടു.

ഏഴെട്ടു വർഷം കഴിഞ്ഞു. ഒരു സന്ധ്യാ വേളയിൽ അമ്മായി സന്ധ്യാനാമം ചൊല്ലിക്കഴിഞ്ഞ് വടക്കേ വരാന്തയിൽ വന്നിരുന്നു. വായു സർവ്വസൈന്യങ്ങളുമായി വന്നു. വായുവിനെ തുരത്താൻ അമ്മായി ഉച്ചത്തിൽ നീട്ടി നീട്ടി ഏമ്പക്കമിട്ടു.

ഒന്നോ രണ്ടോ തവണയല്ല, നിർത്താതെ. കൈകാലുകൾ തളർന്നു. വിയർപ്പിൽ കുളിച്ചു. അമ്മായി വരാന്തയിൽ കൈകാലുകളിട്ടടിച്ചു. അമ്മായി പോയതിനു പിന്നാലെ ആ സേലം മാവും ഉണങ്ങിത്തുടങ്ങി.

ആ മാനത്തുകണ്ണികൾ ഇപ്പോഴും നോവുന്ന കുറ്റബോധമായി എന്റെ മനസ്സിലെ നീരൊഴുക്കിൽ എത്തിനോക്കാറുണ്ട്. ■

ആരോ ഒരാൾ

ഗ്രാമത്തിലെ എന്റെ വീട്ടിലന്ന് മൂന്നാലു പശുക്കളുണ്ടായിരുന്നു. സ്കൂൾ വിട്ടുവന്നാലുടനെ ഞാൻ പാടത്തുപോയി പുല്ലു പറിക്കും. വീടുനോടു ചേർന്നായിരുന്നു ഞങ്ങളുടെ പാടവും. പാടത്തും പറമ്പിലുമെല്ലാം പുല്ലുണ്ട്. എന്നാലും പാടത്തെ പുല്ലാണ് പറിക്കാനെളുപ്പം. പശുക്കൾക്ക് ഇഷ്ടവുമതാണ്. പകൽ മുഴുവൻ വരണ്ട വൈക്കോൽ തിന്നു ബോറടിച്ചു നിൽക്കുന്ന ഞങ്ങളുടെ കറമ്പിയും നന്ദിനിയും മണിക്കുട്ടിയും ഞാൻ സ്കൂൾവിട്ടുവരുന്നതു നോക്കി നിൽക്കും. വീടിനു പിന്നിലെ പടിക്കലൂടെയാണ് ഞാൻ വരിക. മൂന്നുപേരും പടിഞ്ഞാറേ പടിക്കലേക്കു നോക്കി നില്പാണ്. എന്റെ തലവെട്ടം കാണണ്ട താമസം പ്രത്യേകരീതിയിൽ തലയും മുഖവുമടക്കം കുലുക്കി എന്നെ മാടിവിളിക്കും. 'ഒന്നു വേഗം വാ മോനെ, എത്ര നേരായി നിന്നെ നോക്കി നിയ്ക്കുകാ ഞങ്ങള്.'

വള്ളിക്കൊട്ട നിറയെ പുല്ലുമായി വരുമ്പോൾ അവളുമാരുടെ സന്തോഷം ഒന്നു കാണണം. പുല്ലു ചൊരിഞ്ഞിടുമ്പോൾ എന്റെ കയ്യിലും മാറത്തും കഴുത്തിലുമെല്ലാം നനവാർന്ന മോന്ത ഉരുമ്മി ഉമ്മതരും. അതു കഴിഞ്ഞേ പുല്ലു നുണയൂ.

അതുകാരണം അവളുമാർക്ക് പുല്ലുകൊടുത്തു കഴിഞ്ഞാൽ ഞാൻ നേരെ പാടത്തിന്റെ കരയിലെ കുളത്തിലേക്കാണോടുക. കുളത്തിലേക്ക് ചാഞ്ഞ് പടുകിഴവനായൊരു മരോട്ടിയുണ്ടായിരുന്നു. മരോട്ടിയുടെ പൊത്തിൽ പൊന്മയും കുളക്കോഴിയും മരംകൊത്തിയും കൂമനുമൊക്കെ മതസൗഹാർദ്ദത്തോടെ പാർത്തിരുന്നു. മരോട്ടിയുടെ ഇലയും കായും ചുള്ളികളും വീണ് വെള്ളത്തിന് നല്ല തണുപ്പുണ്ടായിരുന്നു. കുളത്തിന്റെ കരയിൽ വെള്ളത്തിലേക്കു വേരുകളോടിച്ച് രാമച്ചവും കയ്യോന്നിയും നറുനീണ്ടിയും വയൽച്ചുള്ളിയുമൊക്കെ ജീവിച്ചുപോന്നു. ശിഖരങ്ങളിൽ അണ്ണാറക്കണ്ണന്മാരും കട്ടെറുമ്പോളം പോന്ന മരോട്ടിക്കുറുക്കന്മാരുമല്ലാതെ വേറെ ജീവജാലങ്ങളെ കണ്ടിട്ടില്ല. മുമ്പൊക്കെ മരപ്പട്ടികളുണ്ടായിരുന്നതായി കേട്ടിട്ടുണ്ട്.

കുളത്തിന് അധികം ആഴമില്ല. പല ഭാഗത്തും നിലയുള്ളതു കൊണ്ട് അക്കരെയിക്കരെ ശങ്ക കൂടാതെ പതയ്ക്കാം. മുങ്ങാം കുഴി യിടാം. ശ്വാസമടക്കി നൂറ്റൊന്നു വരെ മുങ്ങിക്കിടന്ന് എണ്ണാം. പറമ്പിന്റെ നിരപ്പിനൊപ്പമാണ് കുളത്തിന്റെ മട്ടൽ. ഓടിച്ചെന്ന് മട്ടലിടിക്കാതെ വെള്ളത്തിലേക്കൊരൊറ്റച്ചാട്ടമാണു പതിവ്. പതിവുപോലെ ഞാനോടി ച്ചെന്ന് തോർത്തു പറിച്ചെറിഞ്ഞ് ചാടാനാഞ്ഞതും വെള്ളത്തിൽ ഒരനക്കം. ഞാൻ അറച്ചു. സഡൻ ബ്രേക്കിട്ടു നിന്നു. അടുത്ത ക്ഷണം ഒരാളതാ മുങ്ങാം കുഴിയിട്ട് പൊന്തിവരുന്നു.

വെളുത്ത രൂപം.

മുഖത്തെ വെള്ളം വടിച്ചെറിഞ്ഞ് അവൻ എന്നെ നോക്കി ചിരിച്ചു.

“ആരാ?” ഞാൻ അധികാരഗർവ്വോടെ ചോദിച്ചു. എന്റെ വീട്ടു വളപ്പിലെ കുളമല്ലേ?

“കൃഷ്ണൻ” അവൻ പറഞ്ഞു.

‘മനസ്സിലായില്ല’, ഞാൻ നീരസം കാട്ടി

“അപ്പുറത്തെ ചിറ്റമ്മേടെ കൊല്ലത്തെ ആങ്ങളയുടെ മോൻ” അവൻ പരിചയപ്പെടുത്തി.

‘ഞാൻ ആദ്യായിട്ടാ കാണുന്നെ’, ഞാൻ പറഞ്ഞു.

‘ഞാൻ ആദ്യായിട്ടാ ഇന്നാട്ടീ വരുന്നെ’ അവൻ പറഞ്ഞു.

എനിക്കാളെ മനസ്സിലായി.

എന്റെ വകേലൊരു മാമന്റെ മകനാണ് നവാഗതൻ.

ഞങ്ങളുടെ തൊട്ടടുത്ത പറമ്പിലാണ് അവന്റെ അച്ഛന്റെ പെങ്ങളുടെ വീട്. അവർക്കു മക്കളില്ല. എന്റെ അമ്മയുടെ വകേലൊരു അനിയത്തിയായതുകൊണ്ട് അവരെ ഞാനും ചിറ്റമ്മയെന്നാണു വിളിച്ചു ശീലിച്ചത്.

ഒട്ടും മനുഷ്യപ്പറ്റില്ലാത്ത ഒരു സ്ത്രീയായിരുന്നു അവർ. ഒരിക്കൽ മുറ്റത്തെ അശോകചെത്തിയിൽ നിന്ന് ഒരു കുല പൂ പറിച്ച എന്നെയ വർ തിരികെ വിളിച്ചുവരുത്തി പറിച്ച പൂവ് ചെത്തിയുടെ ചോട്ടിൽ വയ്പ്പിച്ചു. തല മൂടെ ചീത്തയും പറഞ്ഞു.

ആങ്ങളമാരോ അടുത്ത ബന്ധുക്കളോ ആരും അവരോടടു ക്കാറില്ല. ആരോടും അവർക്കടുപ്പവുമില്ല.

അതുകൊണ്ടാവാം അവരുടെ ആങ്ങളമാരെയോ മക്കളെയോ ഞാൻ അന്നേവരെ കണ്ടിട്ടില്ല.

“ഏതു ക്ലാസ്സിലാ പഠിക്കുന്നേ?”

കൃഷ്ണൻ എന്നോടു ചോദിച്ചു.

“ഒമ്പതിൽ”. ഞാൻ പറഞ്ഞു. “ഇയാളോ?”

“ഞാനും ഒമ്പതിലാ.” അവൻ ചോദിച്ചു. ‘ഏതു സ്കൂളിലാ?’

ഞാൻ സ്കൂളിന്റെ പേരു പറഞ്ഞു.

“ഞാനും അവിടാ ചേരുന്നെ.” അവൻ പറഞ്ഞു. “ഇനി മൊതല് ഞാൻ ചിറ്റമ്മേടെ കൂടാ താമസിക്കുന്നെ.”

“അതെന്താ?” ഞാൻ ചോദിച്ചു.

അതിനവൻ മറുപടി പറഞ്ഞില്ല.

അവന്റെ മുഖത്തെ പ്രസരിപ്പു മാഞ്ഞു.

“ഞാൻ പോട്ടെ.” അവൻ വേഗം തലതോർത്തി കരയ്ക്കു കയറി.

രാത്രി അമ്മയോട് അയലത്തെ അമ്മായി പറയുന്നതു കേട്ടു. “നിവൃത്തിയില്ലാഞ്ഞിട്ടാ ആ ചെക്കൻ പോന്നെ. ഏഴെട്ടെണ്ണത്തിന്റെ കൂട്ടത്തീന്ന് ഒന്നു പോന്നാൽ അത്രേം കൊറഞ്ഞില്ലേ ആ ഭാസ്ക്കര ച്ചേട്ടന്റെ ഭാരം. എന്നാലും ഈ ശൂർപ്പണഖേടെ കൂടെ എങ്ങനെയാ ആ ചെക്കൻ കഴിയുക?”

എനിക്കത് കേട്ടപ്പോൾ സങ്കടം വന്നു. വീട്ടിൽ നിവൃത്തിയില്ലാ ഞ്ഞിട്ട് അവൻ വീടുവിട്ടു പോന്നതാണ്. ചിറ്റമ്മയുടെ ഭർത്താവ് നല്ല മനുഷ്യനായിരുന്നു. അദ്ദേഹമാണ് അവനെ കൂടെ നിർത്താൻ തീരുമാനിച്ചത്. ചിറ്റമ്മയ്ക്കപ്പോഴും അര മനസ്സായിരുന്നു.

“നമുക്ക് മക്കളില്ലാത്തതല്ലേ.” ചിറ്റപ്പൻ പറഞ്ഞു. “ദൈവമായിട്ട് അവനെ മനസ്സു തോന്നിപ്പിച്ച് ഇങ്ങോട്ടയച്ചതായിരിക്കും.”

കൃഷ്ണന്റെ വരവിൽ ചിറ്റപ്പനാണ് ഏറെ സന്തോഷിച്ചത്. മാതൃ ഭൂമി പത്രത്തിന്റെ ചീഫ് ഏജന്റായിരുന്നു ചിറ്റപ്പൻ. ആയിരത്തോളം പത്രമുണ്ടായിരുന്നു. രണ്ടു പയ്യന്മാരുടെ സഹായത്തോടെയായിരുന്നു പത്രവിതരണം. വേറെ ചെലവൊന്നുമില്ല. വീട്ടിൽ ഒരു തോർത്തേ ഉടുക്കൂ. തുണിവാങ്ങാൻ പോലും ചെലവില്ല. കൈയിൽ ഒരുപാട് പണം. കൃഷ്ണനെ എന്റെ സ്കൂളിൽ ചേർത്തു.

പുതിയ ഉടുപ്പും നിക്കറും തയ്പ്പിച്ചു. ചെരിപ്പു വാങ്ങിക്കൊടുത്തു. കൃഷ്ണൻ ഉഷാറായി.

എന്റെ കൂടെയായി അവൻ സ്കൂളിൽ പോകുന്നതും വരുന്നതും. കാഴ്ചയിൽ സുന്ദരൻ. വെളുത്ത നിറം പിന്നിലേക്കു ചീകിയൊതു ക്കിയ നീളൻ മുടി. മെലിഞ്ഞ ശരീരം. നല്ല ഓമനത്തമുള്ള മുഖം.

ഞങ്ങൾ കൂട്ടായി. ഒരു ദിവസം വൈകീട്ട് അവൻ ഒരു കുട്ടയു മായി വന്നു.

“ഞാനുമുണ്ട് ഇനിമുതൽ പുല്ലു പറിക്കാൻ”

അവന്റെ ചിറ്റമ്മയ്ക്കുമുണ്ട് രണ്ടുമൂന്നു പശുക്കൾ. രാത്രി അടുത്ത വീട്ടിലെ അമ്മായി അമ്മയോടു പറയുന്നതു കേട്ടു.

“ആ ചെക്കനെ ഇന്നു തലമൂടെ ചീത്തവിളിക്കുന്നതു കേട്ടു ആ ശൂർപ്പണഖ. ഏതു നേരവും തിന്നാനെന്നും പറഞ്ഞു വരും. കാൽകാശിന് പണിയെടുക്കുന്നൊണ്ടോ? നീയെന്തു വിചാരിച്ചാ ഇങ്ങോട്ടു കെട്ടിയെടുത്തെ? നിന്റെ അച്ഛൻ സമ്പാദിച്ചുവച്ചിട്ടുണ്ടോ ഇവിടെ? എന്നൊക്കെയായിരുന്നു അവളുടെ ചോദ്യം. ആ ചെറുക്കൻ കുറേ നേരം ഇരുന്നു കരയുന്നതുകണ്ടു. അതു കഴിഞ്ഞാ കുട്ടയു മെടുത്ത് പുല്ലുപറിക്കാൻ പോയേ.”

എനിക്ക് അമ്പരപ്പാണു തോന്നിയത്.

കൃഷ്ണൻ എന്നോടതൊന്നുമല്ലല്ലോ പറഞ്ഞത്? “വെറുതെ ഇരുന്നു ബോറടിക്കണ്ടാന്നു കരുതി ചിറ്റമ്മേടെ കണ്ണു വെട്ടിച്ചു പോന്നതാ. തനിക്കൊരു കൂട്ടാവുകേം ചെയ്യുവല്ലോ.”

ഇതിലേതാണ് സത്യം?

സ്കൂളിലും നാട്ടിലും വളരെ പെട്ടെന്നാണ് കൃഷ്ണൻ ശ്രദ്ധേ യനായത്. നല്ല ഇമ്പമുള്ള സ്വരമായിരുന്നു അവന്റേത്. നന്നായി പാടും.

സ്കൂളിൽ അവനൊരു ഗായകനായി അംഗീകരിക്കപ്പെട്ടു. ഓണ പ്പരീക്ഷ കഴിഞ്ഞ് ഫലമറിഞ്ഞപ്പോൾ പഠിത്തത്തിലും അവൻ മുമ്പ നായി. എല്ലാ വിഷയങ്ങൾക്കും എന്നേക്കാൾ മാർക്ക് അവനായിരുന്നു.

ഒഴിവുസമയങ്ങളിൽ വായനയും പടം വരപ്പും കഥയെഴുത്തുമായി രുന്നു എന്റെ പരിപാടികൾ.

അവൻ അതിലും എന്നെ കടത്തിവെട്ടി.

വായനശാലയിൽ നിന്ന് എന്നേക്കാളേറെ പുസ്തകങ്ങളെടുത്തു വായിച്ചു. പെൻസിൽ സ്കെച്ച് ചെയ്ത് നന്നായി പടം വരച്ചു. (എന്റെ പക്കൽ ജലച്ചായമുണ്ടായിരുന്നു. അവന് പെൻസിൽ മാത്രം. അവൻ എത്ര വരച്ചാലും എന്റെ ജലച്ചായത്തോളമാവില്ലല്ലോ എന്നു ഞാൻ സമാധാനിച്ചു.)

ഒന്നു രണ്ടു കഥകളും അവനെഴുതി.

ഇക്കാര്യങ്ങളിലൊക്കെ കൂട്ടുകാരുടെയും നാട്ടുകാരുടെയും അംഗീ കാരം അതുവരെ എനിക്കായിരുന്നു. എത്ര പെട്ടെന്നാണ് കൃഷ്ണൻ എന്നെ പിന്നിലാക്കിയത്. ഓരോ ദിവസം ചെല്ലുന്തോറും കൃഷ്ണന്റെ അപദാനങ്ങൾ കേട്ടുകേട്ട് ഞാൻ സഹികെട്ടു. ആർക്കും കൃഷ്ണന്റെ കഴിവുകളെക്കുറിച്ചേ പറയാനുള്ളൂ. എല്ലാ കാര്യങ്ങളിലും എന്നെ കവച്ചുവയ്ക്കാനാണ് അവന്റെ ശ്രമമെന്ന് എനിക്കു തോന്നിത്തുടങ്ങി.

ക്രമേണ എന്റെയുള്ളിൽ അവനോട് കടുത്ത അസൂയയും അസഹി ഷ്ണുതയും വളർന്നു.

ആയിടെ നാട്ടിൽ മണ്ഡലക്കാലം തുടങ്ങി. വൃശ്ചികം ഒന്നിനു തുടങ്ങി ധനു പതിനൊന്നുവരെയാണ് മണ്ഡലക്കാലം. കരയോഗ ത്തിന്റെ കീഴിൽ ഒരു ഭജനസംഘമുണ്ടാക്കി ഓരോ ദിവസവും ഓരോ വീടുകളിലായി ഭജന. ഭജനക്കാരും അയൽക്കാരുമായി നൂറോളം പേർക്ക് വീട്ടുകാരുടെ വക അത്താഴമൊരുക്കും. രണ്ടു മണിക്കൂറോളം നീണ്ടുനിൽക്കും ഭജന.

മണ്ഡലക്കാലത്താണ് കൃഷ്ണൻ നാട്ടിലെ സ്റ്റാർ ആയി മാറിയത്. ഭജനസംഘത്തിന്റെ കൺവീനറായിരുന്ന ചിറ്റപ്പനൊപ്പം വൃശ്ചികം ഒന്നിന് കൃഷ്ണനും ഭജനയ്ക്കു പോയി. അവൻ പാടിയ 'കൃഷ്ണാ നീ ബേഗനേ ബാരോ' കേട്ട് നാട്ടിലെ ആസ്ഥാന ഭജനക്കാർ പോലും അന്തംവിട്ടിരുന്നുപോയി. പിറ്റേന്നു മുതൽ ഓരോ വീട്ടുകാരും കൃഷ്ണനെ ചോദിക്കാൻ തുടങ്ങി. കൃഷ്ണൻ പാടാനുണ്ടാവുമോ, എങ്കിൽ മതി ഭജന.

കൃഷ്ണൻ നാട്ടുകാരുടെ കണ്ണിലുണ്ണിയായി. കീർത്തനങ്ങൾ പാടുക മാത്രമല്ല, അസ്സലായി രാമായണവും വായിക്കും. പട്ടാഭിഷേകം നടക്കുന്ന വീടുകളിൽ രാമായണ പാരായണത്തിനും കൃഷ്ണൻ വേണമെന്നായി.

ഞാൻ ഉള്ളാലെ സന്തോഷിച്ചതേയുള്ളൂ. അവൻ നാല്പത്തൊന്നു ദിവസം ഭജന പാടി നടക്കട്ടെ. ക്രിസ്മസ് പരീക്ഷ വരികയല്ലേ. തോറ്റു തുന്നമ്പാടും.

എന്റെ പ്രതീക്ഷ ഫലിച്ചില്ല. അത്തവണയും എന്നേക്കാൾ മുമ്പിൽ അവൻ തന്നെയായിരുന്നു. എന്റെ അമ്മപോലും പറഞ്ഞു തുടങ്ങി "കൃഷ്ണൻ തന്നെ മിടുക്കൻ. അവന്റെ ചന്തി കടിക്കണം നീ." (എന്നുവച്ചാൽ അവന്റെ മുന്നിൽ ഞാനൊന്നുമല്ലെന്ന്)

എന്നെ ഏറ്റവും വിഷമിപ്പിച്ച കാര്യം, ഏതിലും എന്നേക്കാൾ മുമ്പൻ താനാണ് എന്നു വരുത്തിത്തീർക്കാൻ അവൻ ബോധപൂർവം ശ്രമിച്ചിരുന്നു എന്നതായിരുന്നു. അവന് എന്നോടിത്ര വാശി തോന്നാൻ ഞാൻ അവനോടെന്തു ചെയ്തു? അവനേക്കാൾ മിടുക്കനാണെന്ന് ഒരിക്കൽപോലും ഞാൻ ഭാവിച്ചിട്ടില്ല. അവന്റെ അവസ്ഥ കേട്ടതു മുതൽ അവനോടെനിക്കു സഹതാപമായിരുന്നു. എന്നിട്ടും എല്ലാ രംഗ ങ്ങളിലും ഒരു പ്രഖ്യാപിത എതിരാളിയെ കണക്കെ അവൻ എന്നെ യെന്തിനു മലർത്തിയടിച്ചു?

എനിക്കു പരിചയമില്ലാത്ത മേഖലകളിൽ പോലും അവൻ ഇടിച്ചു കയറി ആൾക്കാരുടെ പ്രീതി പിടിച്ചുപറ്റി. ഉദാഹരണത്തിന്, നാട്ടി ലൊരു കല്യാണം നടക്കുന്നുവെന്നിരിക്കട്ടെ, തലേന്നു വൈകീട്ടു

മുതൽ കൃഷ്ണന്റെ സാന്നിധ്യം അവിടെയുണ്ടാവും പന്തലൊരുക്കുന്നതു മുതൽ ദേഹണ്ഡത്തിന് ഒരുക്കുന്നതു വരെ. വളരെ വൈദഗ്ദ്ധ്യത്തോടെയാണവൻ കറിക്കരിയുക. കൃഷ്ണൻ എവിടെയും എല്ലാവരുടെയും ശ്രദ്ധാകേന്ദ്രമായി. ഏതുനേരവും അവന്റെ ചുണ്ടിലൊരു പുഞ്ചിരി കളിയാടിയിരുന്നു. എന്റെ മരമോന്തയിൽ ഇല്ലാതിരുന്നതും അതായിരുന്നു. അതുകൊണ്ടാവാം കൃഷ്ണനെ ആളുകൾ ഒറ്റനോട്ടത്തിലേ ഇഷ്ടപ്പെട്ടിരുന്നു.

ഞങ്ങൾ തമ്മിൽ ക്രമേണ അകന്നു. നേർക്കുനേർ കണ്ടാൽ ഉപചാരത്തിന്റെ പേരിൽ മിണ്ടിയാലായി. അപ്പോൾ പോലും എന്നെ മലർത്തിയടിച്ച ജേതാവിന്റെ ഭാവമായിരുന്നു അവന്റെ കണ്ണുകളിൽ.

സത്യം പറയട്ടെ, എന്റെ ഉള്ളിൽ അവനോടുള്ള ദേഷ്യത്തിന്റെ കനലെരിയുകയായിരുന്നു. ഇവനെതിരെ ഒരവസരം കിട്ടണേ ഈശ്വരാ എന്നു ഞാൻ ഏതു നേരവും പ്രാർത്ഥിച്ചു. അവനെ താഴ്ത്തിക്കെട്ടാൻ കിട്ടുന്ന ഏതവസരവും പാഴാക്കരുതെന്നു ഞാൻ നിശ്ചയിച്ചു. എന്റെ തട്ടകത്തു കടന്നുകയറി എന്നെ ഒന്നുമല്ലാതാക്കിയവനല്ലേ?

ഒമ്പതിലെ വർഷാവസാന പരീക്ഷ കഴിഞ്ഞതോടെ കൃഷ്ണന് ഏതു നേരവും തിരക്കായി. ചിറ്റമ്മയുടെ നിർബന്ധത്തിനു വഴങ്ങി ഒരു ലൈനിലെ പത്രവിതരണം ചിറ്റപ്പൻ കൃഷ്ണനെ ഏല്പിച്ചു. പുലർച്ചെ നാലുമണിക്കെണീറ്റ് ചിറ്റപ്പനോടൊപ്പം സൈക്കിൾ ചിവിട്ടി അവൻ ടൗണിൽ പോകും. പത്രക്കെട്ട് ഏറ്റുവാങ്ങി വീതം വച്ച് അവനുള്ളതുമായി ലൈനിൽ വിതരണത്തിനു പോകും. പതിനൊന്നുമണിയോടെയേ അവൻ വീട്ടിലെത്തൂ. ഉച്ച കഴിഞ്ഞാൽ പാടത്തെ ദേഹണ്ഡങ്ങൾക്കു വെള്ളമൊഴിക്കണം. രണ്ടു മണിക്കൂർ നീളുന്ന അദ്ധ്വാനമാണത്. അതുകഴിഞ്ഞാൽ ചിറ്റമ്മ നിശ്ചയിച്ചുവച്ചിട്ടുള്ള പണികളൊക്കെയും ചെയ്യണം. തൊഴുത്തു വൃത്തിയാക്കണം, പറമ്പിലെ കൃഷികൾക്കു വെള്ളമൊഴിക്കണം. വിറകു കീറണം, റേഷൻ കടയിൽ പോകണം... അങ്ങനെ പോകുന്നു അവന്റെ ഡ്യൂട്ടികൾ.

വീട്ടിൽ മുറ്റമടിക്കാൻ വരുന്ന സ്ത്രീ ഒരു ദിവസം അമ്മയോടു പറയുന്നതു കേട്ടു. "ആ കൊച്ചൻ ഇന്നലെ ആ കാവ്മുറ്റത്തിരുന്ന് വല്യവായിലേ ഏങ്ങലടിച്ചു കരേണ കണ്ടു. അതിനെ വല്ലാണ്ട് നീറ്റിക്കണൊണ്ട് ആ ഭയങ്കരി."

ഒരു ദിവസം അമ്മ പറഞ്ഞു. "കഷ്ടം തന്നെ ആ കൊച്ചന്റെ കാര്യം. കണക്കു പറഞ്ഞാ അവള് തീറ്റികൊടുക്കുന്നേ. ഇക്കണ്ട പണി മുഴുവൻ ചെയ്യിച്ചിട്ട് അര വയറ് നെറയാൻ അതിന് ആഹാരം കൊടുക്കത്തില്ല. ഇന്നാള് കഞ്ഞി കൊടുക്കണത് ഞാൻ കണ്ടതാ. ഒരു കിണ്ണം നെറേ. പക്ഷേ, മുങ്ങിത്തപ്പിയാ നാലഞ്ചു വറ്റ് കിട്ടത്തില്ല. അതു

മുഴുവൻ വെള്ളമായിരുന്നു. അവള് കേക്കാതെ ഞാനവനോടു പറഞ്ഞതാ. വെശക്കുമ്പം ഇങ്ങോട്ടു പോരാൻ. നിന്നെ ഓർത്തിട്ടാണെന്നു തോന്നുന്നു അവൻ വരാത്തെ. അവനറിയാം നിനക്കവനെ മനസ്സു കൊണ്ട് ഇഷ്ടമല്ലെന്ന്."

"അല്ല , അല്ല" ഞാൻ പലവട്ടം പറഞ്ഞു. "എനിക്കവനെ ഇഷ്ടമല്ല."

"നീ ചെന്നു വിളിച്ചാൽ അവൻ വന്നേക്കും." അമ്മ പറഞ്ഞു. 'നീയൊന്നുവിളിക്ക്.' അവന്റെ അവസ്ഥ നീയാലോചിച്ചുനോക്ക്."

അമ്മ വലിയ ധർമ്മിഷ്ഠയാണ്. വീട്ടിലെന്നും ഒരാൾക്കുള്ള ആഹാരം അധികം കരുതാറുണ്ട്. ഞങ്ങൾക്ക് കഷ്ടപ്പാടുണ്ടായിരുന്ന കാലത്തുപോലും. പിറ്റേന്ന് അത് ഊറ്റിയെടുത്ത് അമ്മ തന്നെ കഴിക്കും, ആരും വന്നില്ലെങ്കിൽ.

കൃഷ്ണന്റെ കാര്യത്തിൽ അത്രയ്ക്കു ദാനധർമ്മിഷ്ഠനാവണ്ടെന്നു ഞാൻ കരുതി. അവൻ എന്നെ മലർത്തിയടിച്ചവനാണ്. അടുത്ത ഊഴം എന്റേതാവണം.

അവനെതിരെയുള്ള ഏതവസരവും പാഴാക്കരുത്.

ഒരു ദിവസം ചിറ്റമ്മയുടെ വീട്ടിൽ വലിയ പുകില്. അവരവനെ കവളംമടലെടുത്ത് തലങ്ങും വിലങ്ങും തല്ലുകയാണ്. ആൾക്കാരോടിക്കൂടുന്നു. ഞാനും ഓടിച്ചെന്നു.

മുറ്റത്തെ മണലിൽ കിടന്ന് പട്ടിയെപ്പോലെ അവൻ തല്ലുകൊള്ളുകയാണ്. "എന്നെ തല്ലല്ലേ ചിറ്റമ്മാ, എന്നെ തല്ലല്ലേ ചിറ്റമ്മാ" എന്നലറി വിളിച്ചുകൊണ്ട് ഓരോ അടിയും തടുക്കാൻ ശ്രമിക്കുകയാണവൻ.

ചുറ്റും ഓടിക്കൂടിയവരെ നോക്കി ചിറ്റമ്മ ചീറി. "കള്ളനാണിവൻ. ഞാൻ തൊണ്ടുവിറ്റു വച്ചിരുന്ന പത്തുരൂപാ ഇവൻ കട്ടു. ഇതുപോലെ പലതവണയായി അഞ്ചും പത്തുമായി എന്റെ കാശു കാണാതാവുന്നു. ഇന്നു ഞാൻ കയ്യോടെ പിടിച്ചതുകൊണ്ടറിഞ്ഞു. പാലു കൊടുക്കണ കൈക്കിട്ട് കൊത്തുന്ന പാമ്പാണിവൻ. അടിച്ചു കൊല്ലണം, കഴുവേറിയെ."

ദൂരെ എവിടെയോ നിൽക്കുകയായിരുന്ന ചിറ്റപ്പൻ ബഹളം കേട്ട് ഓടിവന്നു. "അവള് പറേണത് നേരാണോടാ." ചിറ്റപ്പൻ ചോദിച്ചു. "നീ കാശെടുത്തോ? സത്യം പറ. നീ എടുത്തില്ലേൽ ഒറ്റച്ചവിട്ടിന് ഞാൻ ഇവളെക്കൊന്നു ജെയ്‌ലീപ്പോകും."

ചിറ്റപ്പന് അത്രയ്ക്കു വിശ്വാസമായിരുന്നു അവനെ. അവന്റെ മേലാകെ കരിവാളിച്ച് രക്തം പൊടിയുന്നുണ്ടായിരുന്നു. അദ്ദേഹത്തിന്റെ കണ്ണിൽ നിന്ന് കണ്ണുനീരിറ്റി.

"സത്യം പറ, നീയെടുത്തോ?"

ചിറ്റപ്പന്റെ ചോദ്യം പൊന്തിയതും അവന്റെ കരച്ചിൽ നിയന്ത്രണം വിട്ടു. "ഞാനെടുത്തത് നേരാ. എനിക്കു വെശന്നിട്ടാ." അവൻ മാറ ത്തലച്ചു കരഞ്ഞു.

"കള്ളപ്പരിഷേ", ചിറ്റപ്പൻ അവന്റെ നേർക്കു ചാടി വീണു. "അവളു വെച്ചുവെളമ്പി തന്നതു പോരാഞ്ഞിട്ടാണോടാ നീ മോഷ്ടിച്ചു തിന്നേ?"

ചിറ്റപ്പൻ അവന്റെ കരണക്കുറ്റി നോക്കി ആഞ്ഞടിച്ചു.

പിറ്റേന്ന് രാവിലെ മുതൽ കൃഷ്ണനെ കാണാതായി. നാലഞ്ചു ദിവസം കഴിഞ്ഞ് എന്നെ സന്തോഷിപ്പിച്ച വേറൊരു വാർത്തയും പരന്നു. ചിറ്റപ്പൻ പത്രം വിതരണം ചെയ്തിരുന്ന ചില വീടുകളിൽ നിന്നും മാസവരി സംഖ്യയും കൈക്കലാക്കിയിട്ടാണ് അവൻ മുങ്ങി യത്. കൃഷ്ണന് കള്ളക്കൃഷ്ണനെന്നു ഖ്യാതി പരന്നു.

കൃഷ്ണനെക്കുറിച്ച് പിന്നീട് ഒരറിവുമില്ല. സ്കൂൾ തുറന്നു. ഞാൻ പത്തിലായി. അധ്യാപകരും കുട്ടികളും തിരക്കി. കൃഷ്ണനെവിടെ? ഒമ്പതാം ക്ലാസ്സിലെ വർഷാവസാനപ്പരീക്ഷയിൽ ഏറ്റവും മുന്നിലെ ത്തിയവരുടെ കൂട്ടത്തിൽ കൃഷ്ണനുണ്ടായിരുന്നു.

എന്റെ അപക്വമായ മനസ്സിൽ അപ്പോഴും കൃഷ്ണനോട് ലേശവും അലിവു തോന്നിയില്ല. മനസ്സിൽ നിന്ന് വലിയൊരു ഭാരമിറ ങ്ങിയതുപോലെ. കൃഷ്ണനെക്കുറിച്ച് പിന്നീട് യാതൊരറിവുമില്ല.

ഇരുപത്തഞ്ചു വർഷങ്ങൾക്കുശേഷം.

ഞാൻ കൊല്ലം റവന്യൂ ഡിവിഷണൽ ഓഫീസറായിരിക്കെ, ഒരു ദിവസം പ്യൂൺ ഗോവിന്ദപ്പിള്ള വന്നുപറഞ്ഞു.

'സാർ, ഒരാൾ കാണാൻ വന്നിരിക്കുന്നു. കേറ്റി വിടട്ടെ?" 'ആര്? ഞാൻ ചോദിച്ചു.

'ആരോ ഒരാൾ' - ഗോവിന്ദപ്പിള്ള പറഞ്ഞു.

ഞാൻ അനുവദിച്ചതും അയാൾ അകത്തേക്കു വന്നു. എന്നെ കണ്ടതും തൊഴുതു. ഏതോ പരാതിക്കാരനാണെന്നാണു കരുതിയത്. ഞാൻ മുഖമുയർത്തി.

"എന്നെ മനസ്സിലായോ?" അയാൾ ചിരിക്കാൻ ശ്രമിച്ചു.

ഞാൻ ശ്രദ്ധിച്ചു നോക്കി. ശബ്ദം പരിചയമുള്ളതുപോലെ. രൂപം തിരിച്ചറിയുന്നില്ല. ചെത്തിയൊരുക്കാത്ത താടി മീശ. പിന്നിലേക്കു നീളുന്ന കഷണ്ടി. ഒരു എല്ലിൻ കൂട്. അകാല വാർദ്ധക്യം ബാധിച്ച ഒരാൾ. മുഷിഞ്ഞ് തുന്നലുകളുള്ള പഴകിയ ഷർട്ടും മുണ്ടുമാണ് വേഷം.

ഞാൻ പറഞ്ഞു. "മനസ്സിലായില്ല, ആരാണ്?"

"കൃഷ്ണൻ" അയാൾ പറഞ്ഞു. "പണ്ട് ചിറ്റമ്മേടെ-"

“കൃഷ്ണൻ!” ഞാൻ അറിയാതെ എഴുന്നേറ്റു.

എന്റെ കൈ അവന്റെ തോളിന്റെ നേർക്കു നീണ്ടു. അവൻ ഒന്നറച്ച് പിന്നോക്കം മാറിയോ?

“കൃഷ്ണാ, ഇരിക്ക്...” ഞാൻ വല്ലാതായി. “എനിക്കൊട്ടും മനസ്സിലായില്ല നിന്നെ. നീ ഇപ്പോ എന്തു ചെയ്യുന്നു? എത്ര നാളായി കണ്ടിട്ട്?”

ഞാൻ എന്തൊക്കെയോ ചോദിച്ചു.

കൃഷ്ണൻ എന്നെ കണ്ണുനിറയെ നോക്കി നിൽക്കുകയാണ്. അവന്റെ കണ്ണുകളിൽ ഈർപ്പം നിറയുന്നതും അത് കൺതടങ്ങളിൽ തളംകെട്ടുന്നതും ഞാൻ കണ്ടു.

“കൃഷ്ണാ ഇരിക്ക്, കുടിക്കാനെന്താ ചായയോ, കാപ്പിയോ?”

ഞാൻ ചോദിച്ചു.

“വേണ്ട.” കൃഷ്ണൻ സ്വന്തം വേഷത്തിലേക്കു നോക്കി. “ഇരിക്കുന്നില്ല.”

“ചുവന്ന ലൈറ്റിട്ട കാറിൽ പോണതു ഞാൻ നോക്കി നിക്കാറൊണ്ട്. ചില്ലിട്ടിരുന്നതു കൊണ്ട് കാണാമ്പറ്റിയില്ല.”

കൃഷ്ണൻ എന്നെത്തന്നെ നോക്കിനിൽക്കുകയാണ്. അവന്റെ കണ്ണിലെ കണ്ണീർ ഉരുണ്ടു കൂടി.

“ഞാൻ ഒരുപാട് വേദനിപ്പിച്ചിട്ടുണ്ടല്ലേ?” കൃഷ്ണൻ കണ്ണെടുക്കാതെ ചോദിച്ചു. “ഇപ്പോഴും ഉള്ളിലെന്നോട് ദേഷ്യമുണ്ടോ?”

“ഏയ്, എന്തായിത് കൃഷ്ണാ.” ഞാൻ അവന്റെ വിരലിൽ പിടിച്ചു.

“ഞാൻ പോട്ടെ.” അവൻ പിന്തിരിയാൻ ശ്രമിച്ചു. “പുറത്ത് ആരാണ്ടൊക്കെ കാണാൻ നിൽപ്പൊണ്ട്. വെറുതെ കേറീന്നേയൊള്ളു.”

“കൃഷ്ണനിരിക്ക്, ഒന്നും പറഞ്ഞില്ലല്ലോ, എവിടെയാണിപ്പോ?”

ഞാൻ ഒറ്റയടിക്കു ചോദിച്ചു.

“ചെറിയൊരു പണിയൊണ്ട്.” കൃഷ്ണൻ പറഞ്ഞു. “പുനലൂരൊരു തോട്ടത്തിൽ. ഭാര്യക്കും അവിടാ പണി. ഇന്നാള് പുനലൂരൂടെ കാറീ പോയപ്പം ഞാനെന്റെ മക്കളോടു പറഞ്ഞു. അച്ഛന്റെ പഴയ–”

പെട്ടെന്ന് വാതിൽ തുറന്ന് ഒരു വക്കീൽ അനുവാദം കൂടാതെ അകത്തേക്കു പാഞ്ഞുവന്നു.

അയാളെ കണ്ടതും കൃഷ്ണൻ പിൻ വലിഞ്ഞു.

“പോട്ടെ, ഞാൻ പിന്നെ വരാം.”

“വരണം.” ഞാൻ പറഞ്ഞു. ‘ഒരുപാട് സംസാരിക്കാനുണ്ട്.’

കൃഷ്ണൻ പിൻവാങ്ങിയ ശൂന്യതയിലേക്ക് വക്കീൽ ഇടിച്ചുകയറി ഒരു പെറ്റീഷൻ മേശപ്പുറത്തു വച്ചു. പെറ്റീഷന്റെ ചുരുക്കം അയാൾ യാന്ത്രികമായി പറഞ്ഞു.

ഞാനതൊന്നും കേൾക്കുന്നുണ്ടായിരുന്നില്ല.

കൃഷ്ണനെക്കുറിച്ച് എന്തൊക്കെയോ എനിക്കറിയാനുണ്ടായിരുന്നു. അവനെവിടെയായിരുന്നു? എവിടേക്കാണ് ഒളിച്ചോടിയത്?

അവന് പണത്തിന് ബുദ്ധിമുട്ടുണ്ടോ? കഷ്ടം! ഒന്നും ചോദിച്ചില്ലല്ലോ?

അവനെ ഞാൻ സഹായിക്കണ്ടതായിരുന്നില്ലേ? അവന്റെ കുട്ടികൾ?

എന്റെ പോക്കറ്റിൽ കുറച്ചു നൂറിന്റെ നോട്ടുകൾ എന്നെ നോക്കി പുച്ഛിച്ചു ചിരിക്കുന്നു. കൃഷ്ണൻ വീണ്ടും വരുമല്ലോ?

ഞാൻ സമാധാനിച്ചു. വർഷങ്ങൾ പലതു കഴിഞ്ഞു.

കൃഷ്ണൻ പിന്നീടിതേവരെ എന്നെത്തേടി വന്നില്ല...

■

ആ ബദാം മരത്തിന്റെ തണൽ

ജീവിതം നമുക്കായി ചില ആകസ്മികതകൾ കരുതിവച്ചിരിക്കും. അത് എപ്പോഴാണുണ്ടാവുക എന്നു പറയാനാവില്ല. ചിലപ്പോൾ നമ്മെ അമ്പരപ്പിച്ചുകൊണ്ടാവും അത് സംഭവിക്കുക.

എന്റെ കുട്ടിക്കാലത്ത്, ഞങ്ങളുടെ വാടകവീടിന്റെ തെക്കേ മതിലിനോടു ചേർന്ന് ഒരു തല്ലിമരമുണ്ടായിരുന്നു. അടുത്ത പുരയിടത്തിലായിരുന്നു മരം. അതിൽ നിന്ന് തല്ലിത്തേങ്ങകൾ പൊഴിഞ്ഞു വീഴും. കല്ലിൽ വച്ച് പൊട്ടിച്ചെടുത്താൽ അകത്ത് ബദാം പോലുള്ള പരിപ്പുണ്ടാവും. നല്ല രസമാണ് തിന്നാൻ.

എനിക്കന്ന് ആറേഴുവയസ്സുണ്ടാവും. സ്കൂൾപൂട്ടിയ വേനലവധി. ഉച്ച മയങ്ങിയാൽ ഞാൻ തെക്കേ മുറ്റത്തേക്കോടും. വാവലുകൾ തല്ലിത്തേങ്ങയുടെ ദശ തിന്ന് കട്ടിയുള്ള തോട് ചപ്പിയിടും.

രണ്ടു കരിങ്കൽ കഷണവുമായി ഞാൻ കാത്തിരിക്കും. ഓരോന്നു വീഴുമ്പോഴും ഓടിച്ചെന്നെടുത്ത് പൊട്ടിച്ചകത്താക്കും.

അങ്ങനെ ഒരു ദിവസം തല്ലിമരത്തണലിൽ ഇരിക്കുമ്പോഴതാ മതിലിനപ്പുറത്ത് വളകിലുക്കം. ഞാൻ ചെവിയോർത്തു. ദാ, പിന്നെയും. എനിക്ക് ആകാംക്ഷയായി. ആരാണാ വളകിലുക്കക്കാരി? മതിലിനു നല്ല പൊക്കമുണ്ട്. എനിക്കാണെങ്കിൽ കഷ്ടിച്ച് 'അരച്ചാൺ' പൊക്കവും. മതിലിൽ പിടിച്ചുകയറാൻ ഞാനൊരു ശ്രമം നടത്തി. ഫലിച്ചില്ല. ഉരുണ്ടുവീണതു മിച്ചം. വളകിലുക്കം കുറച്ചു നേരം നിന്നു. പിറ്റേന്ന് ഞാൻ ഇത്തിരി നേരത്തേ വന്ന് കാത്തിരിപ്പായി. തല്ലിത്തേങ്ങ പൊഴിഞ്ഞു വീഴുന്നുണ്ട്. എനിക്കതൊന്നും വേണ്ട. വളകിലുക്കം കേൾക്കാൻ കാത്തിരിക്കുകയാണ് ഞാൻ. നിരാശനാകേണ്ടി വന്നില്ല.

കുറച്ചു കഴിഞ്ഞതും മതിലിനപ്പുറത്ത് വളകിലുക്കം കേട്ടു. എന്നെപ്പോലെ ഒരു കൊച്ചുകുട്ടിയായിരിക്കുമോ അത്? അതോ ഇത്തിരി മുതിർന്ന ചേച്ചിമാരോ? ഏയ്, ചേച്ചിമാര് തല്ലിത്തേങ്ങ

പൊട്ടിച്ചുതിന്നത്തില്ലല്ലോ. കൊച്ചു കുട്ടികളല്ലേ കുപ്പിവളകളിടുക? ഒരു കൊച്ചു സുന്ദരിയായിരിക്കും അവൾ. ഞാൻ ഊഹിച്ചു. അവളെ ഒന്നു കാണാനെന്താ വഴി? ഒന്നു മിണ്ടിയാലോ? "ആരാ?" എന്നു ചോദിച്ചാൽ അവൾ പേടിച്ചോടിപ്പോയാലോ? കൂടെ ആരേലും ഉണ്ടായാലോ? തല്ലിത്തേങ്ങകൾ ഒരുപാട് താഴെ വീണു കിടക്കുകയാണ്. ഒന്നു പോലും ഞാൻ പൊട്ടിച്ചില്ല. ആ കൊച്ചിനോട് ഒന്നു മിണ്ടണമെന്നു തോന്നി. തല്ലിത്തേങ്ങവേണോന്നു ചോദിച്ചാലോ? എത്രവന്നാലും അവളൊരു സുന്ദരിക്കുട്ടി ആയിരിക്കില്ലേ? വേണംന്നു പറഞ്ഞാലോ? മതിലിനു മീതേ എറിഞ്ഞു കൊടുക്കാം. അവൾ ഒന്നും മിണ്ടീല്ലേലോ? ഞാനൊന്നു മടിച്ചുനിന്നു. എന്നിട്ട് രണ്ടും കല്പിച്ച് അപ്പുറത്തേക്കെന്നവണ്ണം ചോദിച്ചു: "തല്ലിത്തേങ്ങ വേണോ?"

മറുപടിക്കായി കാത്തുനിന്നു. അപ്പുറത്ത് അനക്കമില്ല. അവൾ വിരണ്ടു കാണും. ഞാൻ മതിലിനപ്പുറത്തേക്ക് ഒന്നുകൂടി ഒച്ച നീട്ടിപ്പറഞ്ഞു:

"തല്ലിത്തേങ്ങ വേണേൽ തരാം. ഇവിടെ ഒത്തിരിയൊണ്ട്."

അതിനും മറുപടിയില്ല. അവൾ ശ്രദ്ധയോടെ നിൽക്കുകയാണെന്ന് എനിക്കു തോന്നി. പെട്ടെന്നു വളയനങ്ങി. അവൾ ഒറ്റയോട്ടം. വളകിലുക്കം അകന്നുപോകുന്നത് എനിക്കു കേൾക്കാം. ഞാനെന്തോ കുരുത്തക്കേടു കാണിച്ച മട്ടിലാണ് വീട്ടിൽ ചെന്നത്. ഒരു പരുങ്ങൽ.

"നിനക്കെന്താ പറ്റീത്?" അമ്മ ചോദിച്ചു. അവളുടെ വീട്ടുകാർ വഴക്കിനു വരുമോ എന്നായിരുന്നു എന്റെ ഉള്ളിലെ പേടി. ആ പെൺകുട്ടിയോടു സംസാരിക്കാൻ ഞാൻ മുതിർന്നില്ലേ?

ഒന്നുമുണ്ടായില്ല. എനിക്കല്പം ധൈര്യമായി. പിറ്റേന്ന് ഉച്ചതിരിഞ്ഞതും ഞാൻ മതിലിനരികിലേക്കോടി. വളകിലുക്കം നേരത്തേ എത്തിയിരുന്നു. ഓ, ഞാൻ ചോദിച്ചത് അവൾക്കിഷ്ടമായി. ഇനിയെന്താ ചോദിക്കുക? വീണ്ടും തല്ലിത്തേങ്ങ വേണോന്ന് ചോദിക്കുന്നതെങ്ങനെ? അതു വേണ്ട.

താഴെക്കിടന്ന തല്ലിത്തേങ്ങയെല്ലാം ഞാൻ ഒരു കടലാസിൽ പെറുക്കിവച്ചു. അതു പൊതിഞ്ഞെടുത്ത്, മതിലിൽ എത്തിവലിഞ്ഞ് അപ്പുറത്തേക്കിട്ടു കൊടുത്തു.

അപ്പുറത്തു വീണെന്നുറപ്പായതും ചോദിച്ചു.

"കിട്ടിയോ?"

"ങും" അവൾ മൂളിയെന്നു തോന്നുന്നു.

ഒപ്പം വളകിലുക്കവും.

"ഇനീം വേണോ?" എനിക്ക് ഉത്സാഹമായി.

"ങുഹും."

ഭാഗ്യം. ഇനീം വേണമെന്നെങ്ങാനും അവൾ പറഞ്ഞിരുന്നേൽ ഞാനെവിടെന്നു കൊടുത്തേനേ? വെറുതെ ഗമയ്ക്കു ചോദിച്ചതാണ്.

എന്നാലും അവൾ മിണ്ടീലോ?

എനിക്ക് അളവറ്റ സന്തോഷമായി. അന്നുമുതൽ തല്ലിത്തേങ്ങ തിന്നുന്നത് ഞാൻ നിർത്തി. പകരം, വീഴുന്നതെല്ലാം പെറുക്കി മതിലിനപ്പുറത്തേക്ക് എറിഞ്ഞുകൊടുക്കും. അവളത് കല്ലിൽ വെച്ചു പൊട്ടിക്കുന്ന ഒച്ച എനിക്കു കേൾക്കാം. അന്നേരം അവളുടെ കുപ്പിവളകൾ 'ചിലോ ചിലോ'ന്നു കിലുങ്ങും. അതുമതി എനിക്ക്.

എന്നും ഞാനവൾക്ക് തല്ലിത്തേങ്ങ എറിഞ്ഞു കൊടുക്കും. മതിയോന്നു ചോദിക്കും. അവൾ മൂളും. ഒരു ദിവസം ഞാനവളോടു പേരു ചോദിച്ചു. അവൾ ഒന്നും മിണ്ടിയില്ല. ഞാൻ പിന്നെയും ചോദിച്ചു: "ന്താ പേര്?"

അവൾക്കു നാണം വന്നു കാണും. അവൾ ഒരോട്ടം. അകന്നു പോകുന്ന കുപ്പിവളക്കിലുക്കത്തിലൂടെ അവളുടെ ഓട്ടം എനിക്കു മനസ്സിൽ കാണാം. പിറ്റേന്ന് ഞാനൊരു 'ഓഫർ' വച്ചു.

"പേരു പറഞ്ഞാൽ ഞാൻ തല്ലിത്തേങ്ങ പൊട്ടിച്ചു തരാം."

അവൾ അതിലും വീണില്ല.

അവൾ പേരു പറഞ്ഞില്ലെങ്കിലും ഞാൻ തല്ലിത്തേങ്ങ എറിഞ്ഞു കൊടുത്തുകൊണ്ടേയിരുന്നു.

അങ്ങനെയിരിക്കെ, ഒരു ദിവസം വളകിലുക്കം കേൾക്കാതായി. ആ ദിവസങ്ങൾ എനിക്കാകെ ശൂന്യത തോന്നി. എങ്കിലും ഇപ്പുറത്തു വീണ തല്ലിത്തേങ്ങകളൊക്കെയും ഞാൻ അവൾക്ക് എറിഞ്ഞു കൊടുത്തു കൊണ്ടേയിരുന്നു. നാലഞ്ചു ദിവസങ്ങൾ പോയി. വളകിലുക്കം കേൾക്കാനേയില്ല. എന്റെ കുഞ്ഞുമനസ്സിൽ ആധിയായി. അവൾക്കെന്തു പറ്റിയോ ആവോ.

അതോ, എന്നെ പറ്റിക്കാൻ അവൾ ഒച്ചവയ്ക്കാതെ വന്ന് തല്ലിത്തേങ്ങകൾ പെറുക്കിക്കൊണ്ടു പോകുന്നുണ്ടാവുമോ? എങ്കിലതൊന്നു കണ്ടുപിടിക്കണമല്ലോ. അതിനെന്താണൊരു വഴി? ഞാൻ വഴി കണ്ടുപിടിച്ചു. രണ്ടു കവളൻമടൽ. അടുത്തടുത്തായി രണ്ടു കവളൻമടൽ മതിലിൽ ചാരിവച്ച് ഞാൻ ഏന്തിവലിഞ്ഞു കയറി. മേലേക്ക് ഒന്നാഞ്ഞതും മതിലിനപ്പുറം എനിക്കു കാണാനായി. വലിയൊരു പുരയിടം. അകലെ മാറി അവളുടെ വീട്. ഒന്നുകൂടി ഏന്തിവലിഞ്ഞപ്പോൾ കണ്ട കാഴ്ച എന്നെ നിരാശനാക്കി. ഞാനെറിഞ്ഞിട്ട തല്ലിത്തേങ്ങകൾ മതിലിനപ്പുറത്ത് ചിതറിക്കിടക്കുകയാണ്. അതിനിടയിലായി അവൾ തല്ലിത്തേങ്ങ പൊട്ടിക്കുന്ന കല്ല്. അരികെ കുറെ കുപ്പിവളപ്പൊട്ടുകൾ. എന്റെ പിടിവിട്ടു. ഞാൻ താഴേക്കൂർന്നുപോയി.

നെഞ്ച് മതിലിൽ ഉരഞ്ഞതിനേക്കാൾ വേദന അകത്തായിരുന്നു. ഞാൻ എറിഞ്ഞുകൊടുത്ത തല്ലിത്തേങ്ങകൾ ചിതറിക്കിടക്കുന്ന കാഴ്ച. അവളെവിടെപ്പോയി? ആരോടാ ചോദിക്കുക?

അമ്മയോടായാലോ?

അമ്മയോട് സൂത്രത്തിൽ ചോദിച്ചു:

"ആരാമ്മേ, മതിലിനപ്പുറത്തെ വീട്ടിൽ താമസിക്കുന്നെ?" അമ്മ എന്നെ ഒന്നു നോക്കി.

"ങും. എന്താപ്പോ?" എന്നിട്ട് അമ്മ പറഞ്ഞു. "ആൾതാമസ മില്ലാത്ത പൊരേടത്തിലേക്കൊന്നും എത്തിനോക്കണ്ടാട്ടോ."

ഞാൻ ഇളിഭ്യനായി. മതിലിൽ വലിഞ്ഞുകയറുന്നത് അമ്മ കണ്ടിരിക്കുന്നോ?

"അവരൊക്കെ മാറിപ്പോയി. ആ വീട് അടച്ചിട്ടിരിക്കുകാ." അമ്മ പറഞ്ഞു.

ഞാനാകെ തകർന്നുപോയി.

അവരൊക്കെ മാറിപ്പോയെന്നോ? അവളിനി മതിലിനരികെ വരി ല്ലെന്നോ? വളകിലുക്കം കേൾക്കില്ലെന്നോ? എന്റെ ഉത്സാഹമെല്ലാം ചോർന്നുപോയി.

നാലഞ്ചു ദിവസം കഴിഞ്ഞ്, അച്ഛനൊരു ഫ്രെയിം ചെയ്ത ഫോട്ടോയുമായി വന്നു. വന്നപാടേ ഫോട്ടോ ചുമരിൽ തൂക്കി. രണ്ടു വരിയിലായി കുറേപ്പേർ. അച്ഛനുൾപ്പെടെ ചിലർ മുൻനിരയിൽ ഇരി ക്കുന്നു. ശേഷിച്ചവർ പിന്നിൽ നിൽക്കുന്നു. ഇരിക്കുന്നവരുടെ നടു വിലായി പൂച്ചെണ്ടു കയ്യിലേന്തി ഒരു സ്ത്രീ. അവരുടെ മടിയിൽ കുപ്പി വളകളണിഞ്ഞ കൊച്ചു സുന്ദരി. ഇരുനിറക്കാരി. മുട്ടൊപ്പമുള്ള ഫ്രോക്കിട്ട്.

അമ്മ അതിലേ വന്നു.

"നീയന്നു ചോദിച്ചില്ലേ", അമ്മ പറഞ്ഞു. "ദാ ഇവരായിരുന്നു അപ്പുറത്തെ വീട്ടില്- സീമന്തിനി."

അമ്മ അകത്തേക്കു പോയി.

എനിക്കാ പേരിഷ്ടമായി. സീമന്തിനി. ഇവളായിരുന്നോ എന്റെ കൊച്ചുവളകിലുക്കക്കാരി. (സത്യത്തിൽ അവളുടെ അമ്മയായിരുന്നു സീമന്തിനി.

- സബ്രജിസ്ട്രാർ.

ആലപ്പുഴ തത്തംപള്ളി സ്കൂളിലെ അധ്യാപകജോലി ഉപേ ക്ഷിച്ച്, അഗസ്റ്റിൻ ജോസഫിന്റേയും കുഞ്ഞുകുഞ്ഞു ഭാഗവതരു ടേയുമൊപ്പം കുറേക്കാലം നാടകം അഭിനയിച്ചു നടന്ന് ഒടുവിൽ

അച്ഛൻ ആധാരമെഴുത്തിലേക്കു തിരിഞ്ഞിരുന്നു അക്കാലത്ത്. സബ്രജിസ്ട്രാറുടെ യാത്രയയപ്പു ചടങ്ങിന്റേതായിരുന്നു അച്ഛൻ കൊണ്ടുവന്ന ചിത്രം. അവരുടെ ഇളയമകളായിരുന്നു എന്റെ വള കിലുക്കക്കാരി കഥാനായിക).

ദിവസങ്ങളോളം എന്റെ മനസ്സിൽ മതിലിനപ്പുറത്തെ വള കിലുക്കം മായാതെ കിടന്നു. രണ്ടു വർഷത്തിനകം അച്ഛന്റെ മരണത്തെത്തുടർന്ന് ഞങ്ങൾ അമ്മയുടെ നാട്ടിലേക്കു താമസം മാറി.

ബാല്യത്തിലെന്നോ കേട്ട ആ വളകിലുക്കം ക്രമേണ അകന്ന കന്നുപോയി. ആ വളകിലുക്കക്കാരിയെ ഞാൻ തീർത്തും മറന്നി ല്ലെങ്കിലും ഇനിയൊരിക്കലും കണ്ടുമുട്ടാനിടയില്ലാത്ത, അഥവാ കണ്ടു മുട്ടിയാലും തിരിച്ചറിയാനാവാത്ത ഒരുവളായി എന്റെ ഓർമ്മയുടെ പിന്നാമ്പുറങ്ങളിലേക്ക് അവൾ പിൻവലിഞ്ഞു.

വളകിലുക്കക്കാരിയെ നമുക്ക് തൽക്കാലം മറക്കാം. വർഷങ്ങ ളെത്രയോ കടന്നുപോയിരിക്കുന്നു.

കുറച്ചുവർഷങ്ങൾക്കു മുമ്പ്... ഉച്ചതിരിഞ്ഞ് എനിക്കൊരു ഫോൺ വന്നു. ഞാൻ ഓഫീസിലായിരുന്നു. ഓപ്പറേറ്റർ പറഞ്ഞു: ഒരു യുവതി യാണ്. പേരു പറഞ്ഞില്ല. പഴയൊരു സുഹൃത്താണെന്നു പറഞ്ഞു. ഞാൻ ഹലോ പറഞ്ഞു. മറുവശത്തുനിന്നും ഒരു നീളൻ ഹലോ. ഒപ്പം ഒരു ചോദ്യവും.

“ഇതാരെന്നു മനസ്സിലായോ?”

ആ സ്വരം ഞാൻ പെട്ടെന്നു തിരിച്ചറിഞ്ഞു.

“അനീഷ?”

“ഓ, ഇറ്റ്സ് എ സർപ്രൈസ്.” മറുവശത്തു നിന്ന് മൊഴി. “എന്നെ മറന്നില്ല അല്ലേ?” “അനീഷ എവിടന്നാണ്?” ഞാൻ അതിശയിച്ചു.

“അനന്തപുരിയിൽ നിന്നുതന്നെ.” അവൾ പറഞ്ഞു. “ഇവിടെയു ണ്ടെന്നറിഞ്ഞതു മുതൽ ഞാൻ അന്വേഷിക്കുകയാണ്. ഇന്നാണ് നമ്പർ കിട്ടിയത്.”

“നന്നായി.” ഞാൻ പറഞ്ഞു. “എവിടെയാണെന്നു പറയൂ. ഞാൻ വരാം.”

“ഇങ്ങോട്ടു വരികയോ? ഏയ് അതുവേണ്ട.” അവൾ പറഞ്ഞു. “അസൗകര്യമൊന്നുമില്ലെങ്കിൽ ഈയുള്ളവൾ അങ്ങോട്ടുവരാം.”

“അസൗകര്യമോ, എനിക്കോ? വർഷങ്ങൾ കുറച്ചായില്ലേ കണ്ടിട്ട്.”

“കുറച്ചല്ല, കുറേ.” അവൾ തിരുത്തി. “കൃത്യമായി പറഞ്ഞാൽ പതിനഞ്ച്.”

“ഇത്ര കൃത്യമായി ഓർത്തിരിക്കുന്നോ?”

ഞാൻ അതിശയിച്ചു.

"ഓർക്കാതെങ്ങനെ? എന്റെ ഉണ്ണി പിറന്നേപ്പിന്നെയാ ഒടുവിൽ കണ്ടത്. അവനിപ്പോ പതിനഞ്ചു കഴിഞ്ഞു."

"ഓ, ഉണ്ണി എവിടെ? എന്തെടുക്കുന്നു?

"ഉണ്ണി-", അവൾ ഒരു നിമിഷം മൗനം പൂണ്ടു. "നാലുമണിയോടെ ഞാൻ വരാം. നേരിൽ പറയാമല്ലോ."

അനീഷ ഫോൺ വച്ചു.

നാലുമണിയോടെ അനീഷ വന്നു. അവളിലുണ്ടായ മാറ്റങ്ങൾ ഞാൻ ശ്രദ്ധിച്ചു. മുടിയിഴകളിൽ അങ്ങിങ്ങായി അകാല നര വീണിരിക്കുന്നു. പുതിയതായി ഒരു കണ്ണാടിയും. പഴയ പ്രസരിപ്പും ചുറുചുറുപ്പും പിൻവാങ്ങിയേടത്ത് ഇരുത്തം വന്ന വീട്ടമ്മയുടെ മുഖം. വർഷങ്ങൾക്കുശേഷം കണ്ടുമുട്ടുന്ന സുഹൃത്തുക്കളുടെ ആകാംക്ഷയോടെ ഞങ്ങൾ വിശേഷങ്ങൾ കൈമാറി. കുറച്ചുകഴിഞ്ഞ് അവൾ പറഞ്ഞു: "ബുദ്ധിമുട്ടില്ലെങ്കിൽ കുറച്ചുനേരം ഒരുമിച്ചു നടക്കാം."

അനീഷ എണീറ്റു.

"ആ വഴി എനിക്ക് എന്റെ താമസസ്ഥലത്തേക്കും പോകാം."

ഓഫീസ് സമയം കഴിയാറായിരുന്നു. ഞാനും ഒപ്പം നടന്നു.

"ഞാൻ പലപ്പോഴും ഓർക്കാറുണ്ട്." അനീഷ പറഞ്ഞു: "എന്തോ ഒരു നിമിത്തം നമ്മളെ ബന്ധിപ്പിക്കാറുണ്ട്."

"അനീഷ പറഞ്ഞു വരുന്നത്?"

ഞാനവളെ നോക്കി.

"ഒരു മുൻപരിചയവുമില്ലാതിരുന്നിട്ടും ജീവിതത്തിന്റെ പല നിർണ്ണായക ഘട്ടങ്ങളിലും നമ്മൾ കണ്ടുമുട്ടുന്നു. അഥവാ താങ്കളുടെ സാന്നിദ്ധ്യം ഒപ്പമുണ്ടാവുന്നു"

"എന്താണിങ്ങനെയൊക്കെ പറയാൻ?" ഞാൻ ചോദിച്ചു. "എന്താ ഇപ്പോൾ വിശേഷിച്ചൊരു നിർണ്ണായകം?"

"ഏയ്, ഒന്നുമില്ല," അനീഷ ചിരിക്കാൻ ശ്രമിച്ചു. "എന്റെ പഴയ ജോലി, വിവാഹം എല്ലാം ഓർത്തുപോയി."

ഞാനും ഓർക്കുകയായിരുന്നു. കൊച്ചിയിൽ ഞാൻ പത്രപ്രവർത്തകനായിരുന്ന കാലം. ജോലി ചെയ്തിരുന്ന സ്ഥാപനം സ്ത്രീകൾക്കു വേണ്ടി ഒരു മാസിക തുടങ്ങുന്നു. അതിലേക്ക് ഒരു വനിതാ സഹപത്രാധിപയെ കണ്ടെത്താനുള്ള നിയോഗവുമായി എന്നെയും മറ്റൊരു സഹപ്രവർത്തകനെയും ബോസ് കോട്ടയത്തേക്കു പറഞ്ഞയക്കുന്നു. ഞങ്ങൾക്കു തന്ന നിർദ്ദേശമിതായിരുന്നു. "രാവിലെ തന്നെ വൈ. ഡബ്ല്യു.സി.എയിൽ എത്തുക. '-' വാരികയിൽ സബ് എഡിറ്ററായ

അനീഷയെ കണ്ടു കാര്യങ്ങൾ സംസാരിക്കുക. ടേംസ് ആന്റ് കണ്ടീഷൻസ് പറഞ്ഞുറപ്പിക്കുക. എല്ലാം രഹസ്യമായിരിക്കണം."

അന്നാണ് ഞാൻ ആദ്യമായി അനീഷയെ കാണുന്നത്. ഞങ്ങൾ അനീഷയെ കണ്ടു കരാറുറപ്പിച്ചു. അനീഷ ഞങ്ങളുടെ സ്ഥാപനത്തിൽ സഹപത്രാധിപരായി ചേർന്നു. വൈകാതെ എനിക്കു തൃശൂരിലേക്കു മാറ്റമായി. എങ്കിലും ഞങ്ങളുടെ സൗഹൃദം വളർന്നു. അനീഷ നല്ലൊരു സുഹൃത്തായിരുന്നു. കൂടിക്കാഴ്ച വളരെ അപൂർവ്വമായിരുന്നുവെങ്കിലും പത്രം ഓഫീസിലെ ഫോൺ സഹായമായി. ഞങ്ങൾ യുവപത്രാധിപ സുഹൃത്തുക്കൾ ഇടയ്ക്ക് കൊച്ചിയിൽ ഒത്തു ചേരും. അനീഷയുടെ പ്രസരിപ്പും ചുറുചുറുക്കും അത്തരം ഒത്തുചേരലുകളെ സജീവമാക്കിയിരുന്നു.

"ഞാൻ ഓർക്കാറുണ്ട്." ഞാൻ പറഞ്ഞു. "കൊച്ചിയിലെ നമ്മുടെ ഒത്തുചേരലുകൾ. ഒടുവിൽ ഗാന്ധിനഗറിലെ വീട്ടിൽ നമ്മളെല്ലാവരും ഒന്നിച്ച്"

"ഉണ്ണി പിറന്ന ശേഷമായിരുന്നു അത്."

അനീഷ ഓർത്തു

"പിന്നീട് നമ്മൾ പലവഴിക്കായി." ഞാൻ പറഞ്ഞു. "സ്ഥാപനങ്ങൾ മാറി. ഇടങ്ങൾ മാറി. ജീവിതം ഏതെല്ലാം വഴികളിലൂടെയാണ് പോകുന്നത്!"

അനീഷ ഒന്നും ഉരിയാടിയില്ല.

"ഓർക്കുന്നോ? ഞാൻ ഓർമ്മിപ്പിച്ചു. "അനീഷയുടെ വിവാഹത്തിന്റെ മുഖ്യ സാക്ഷികളിലൊരാളായിരുന്നു ഞാൻ."

"അതേ" അനീഷ തലകുനിച്ചു. "അതാണ് ഞാൻ മുന്നേ പറഞ്ഞത്. നിങ്ങൾ എന്റെ ജീവിതത്തിലെ പല ഘട്ടങ്ങളിലും-"

കൊച്ചിയിലെത്തി മാസങ്ങൾക്കുള്ളിലായിരുന്നു അനീഷയുടെ പ്രണയ വിവാഹം. ഒരു കോളേജ് അധ്യാപകനുമായി. അനീഷ എന്നെ ഫോണിൽ വിളിച്ചു.

"വരണം. വെറുമൊരു സുഹൃത്തായല്ല."

അനീഷയുടെ പ്രണയത്തെക്കുറിച്ചു പോലും ഞാനറിയുന്നത് അന്നേരമാണ്. അവൾ തമാശ പറയുകയായിരിക്കുമെന്നാണ് ഞാനാദ്യം ധരിച്ചത്. ഒടുവിലവൾ ക്ഷണിച്ചു: "വരിക മാത്രമല്ല, വിവാഹം നടത്തിത്തരികയും വേണം."

കാലത്തിന്റെ മതിൽക്കെട്ടിനപ്പുറത്തുമിപ്പുറത്തുമായി ഞങ്ങൾ നിന്നു.

"ഉണ്ണി എന്തു പറയുന്നു?" ഞാൻ ചോദിച്ചു.

"അവൻ ബോർഡിംഗിലാണ്." അനീഷ പറഞ്ഞു. "ഞങ്ങൾ തമ്മിൽ അപൂർവ്വമായേ കാണാറുള്ളൂ."

"ബോർഡിംഗിലാവാൻ?" ഞാൻ ചോദിച്ചു.

"ഏയ്, വിശേഷിച്ചൊന്നുമില്ല." അനീഷ വിഷയം മാറ്റാൻ ശ്രമിക്കുന്നതുപോലെ.

ഞങ്ങൾ കുറേ ദൂരം പിന്നിട്ടിരുന്നു.

"നമുക്കൊരു ചായ കഴിച്ചാലോ?" അനീഷ ചോദിച്ചു. അടുത്തൊരു കഫറ്റേരിയ കണ്ടു. ഞങ്ങൾ ചായക്കപ്പുകൾക്കിരുപുറവുമായി ഇരുന്നു.

"എന്താണെന്നറിയില്ല." അനീഷ പറഞ്ഞു. "പഴയ സുഹൃത്തുക്കളെ കാണാനും പഴയ മേച്ചിൽപുറങ്ങളിലൂടെ കറങ്ങിനടക്കാനും മോഹം, ഈയിടെയായി." 'പഴയ മേച്ചിൽ പുറങ്ങൾ?' ഞാൻ മുഖമുയർത്തി.

'ങും' അവൾ മൂളി.' എന്റെ കുട്ടിക്കാലം പിന്നിട്ടയിടങ്ങളിൽ ആലപ്പുഴ പട്ടണത്തിൽ പണ്ടു ഞങ്ങൾ താമസിച്ചിരുന്ന വാടകവീടും പരിസരവും കാണാൻ ഞാൻ പോയിരുന്നു.

അതുകേട്ടതും ഞാൻ കൗതുകത്തോടെ ചോദിച്ചു: "ആലപ്പുഴയിൽ എവിടെ? ആലപ്പുഴ പട്ടണത്തിലായിരുന്നു. പഴയ കൊട്ടാരം ആശുപത്രി കഴിഞ്ഞ്, മാനായുടെ ചാരായ ഷാപ്പിന്റെ വഴിയിലൂടെ നേരേ പോവുമ്പോൾ–"

അനീഷ എന്റെ മുഖത്തേക്കു നോക്കി.

"അതേ, നേരേ പോവുമ്പോൾ വലത്തോട്ടൊരു ഇടവഴിയില്ലേ, അവിടെയായിരുന്നു എന്റെ വീട്."

"മതിലിനരികെ തല്ലിമരമുള്ള വീട്?" എനിക്ക് ആകാംക്ഷയായി.

അനീഷ അല്പനേരം ആലോചിച്ചിരുന്നു. "ങാ, ഓർക്കുന്നു, ഒരു ബദാം മരം."

ഞാൻ പെട്ടെന്നു മന്ത്രിച്ചു: "സീമന്തിനി?"

"എന്റെ അമ്മ. മരിച്ചുപോയി. ആലപ്പുഴയിൽ സബ് രജിസട്രാർ ആയിരുന്നു"

പെട്ടെന്നവൾ അതിശയപ്പെട്ടു ചോദിച്ചു:

"അമ്മയുടെ പേരെങ്ങനെ ഇയാൾക്കറിയാം?"

'പറയാം. തത്ക്കാലം ഒരു സസ്പെൻസ്–'

ഞാൻ അനീഷയുടെ കണ്ണുകളിലേക്കുറ്റു നോക്കി. അവളുടെ കൈകളിൽ കരിവളകൾ കിലുങ്ങുന്നുണ്ടോ? ഇല്ല. അവളുടെ ഓർമ്മകളിൽ ആ കൊച്ചു കൂട്ടുകാരനുണ്ടാവില്ല.

ആ അമ്പരപ്പിന്റെ വേപഥുവുമായി അനീഷ മടങ്ങി. അവൾ പോയി ഒന്നു രണ്ടു ദിവസം കഴിഞ്ഞാണ് ഞാനറിഞ്ഞത്. കുറച്ചു കാലമായി അനീഷ തനിച്ചാണ്. അവളുടെ ഭർത്താവ് കൂടെയില്ല. നഗരത്തിൽ പേയിംഗ് ഗസ്റ്റായി താമസിക്കുന്നു. ഒരേയൊരു മകനുള്ളത് അകലെ ബോർഡിംഗിൽ. ഡിവോഴ്സിന്റെ വക്കിലാണവൾ.

പതിനഞ്ചു വർഷത്തെ ദാമ്പത്യത്തിനൊടുവിൽ അവൾ തനിച്ചാവുന്നു. ഒരു ബദാം മരത്തിന്റെ തണൽ പോലുമില്ലാതെ-

■

പെയ്തുതീർന്ന പ്രണയമഴ

തൂണുകളുടെ മറവിലെ ഇരുളിലേക്കു നോക്കി എന്റെ മനസ്സ് വിളിച്ചു: 'തെരേസ....' കാറ്റിൽ തെരേസയുടെ പതിഞ്ഞ സ്വരം...

കന്യാമറിയത്തിന്റെ നൈർമല്യമായിരുന്നു തെരേസയ്ക്ക്. എന്നെ ആകർഷിച്ചതും അതായിരുന്നു. അവളുടെ പളുങ്കു കണ്ണുകളിൽ ഒരു അരിപ്രാവ് സദാ ചിറകടിച്ചിരുന്നു. മെലിഞ്ഞ്, ഉയരത്തിൽ ചന്ദനനിറമുള്ള പെൺകുട്ടി.

കൈവെള്ളയിൽ എപ്പോഴുമുണ്ടാവും അലുക്കുകൾ തുന്നിച്ചേർത്ത വെളുത്ത തൂവാല. തേച്ചുടയാത്ത യൂണിഫോം. തെരേസ എപ്പോഴും 'ഫ്രെഷ്' ആയിരുന്നു. രാവിലെ സ്കൂളിലെത്തുമ്പോഴുള്ള അതേ പ്രസരിപ്പോടെയാണ് വൈകീട്ട് മടങ്ങുന്നതും.

കടലിനു സമീപമായിരുന്നു ഞങ്ങളുടെ വിദ്യാലയം. എട്ടാം തരത്തിലാണ് ഞാനവിടെ ചേർന്നത്. ലത്തീൻ കത്തോലിക്കാ സഭയുടെ സ്കൂൾ. വീട്ടിൽ നിന്ന് നാലഞ്ചുകിലോമീറ്റർ നടന്നുവേണം സ്കൂളിലെത്താൻ. വിയർത്തു കുളിച്ചിരിക്കും, ക്ലാസിലെത്തുമ്പോൾ. രണ്ടു ജോടി വേഷമേ എനിക്കുള്ളൂ. രണ്ടു ട്രൗസറും രണ്ടു ഷർട്ടും. എട്ടിലും ഒൻപതിലും ആൺകുട്ടികൾ മാത്രമായിരുന്നു ക്ലാസ്സിൽ. പത്തിലെത്തിയപ്പോൾ കഥ മാറി.

ക്ലാസ് തുടങ്ങിയ ദിവസം - ഒരു പെൺപട ഞങ്ങളുടെ ക്ലാസിനു നേർക്ക് മാർച്ച് ചെയ്തുവരുന്നു. റോഡിനപ്പുറത്തെ പെൺവിഭാഗത്തിൽ നിന്ന്. റോഡിനിരുപുറവുമായിരുന്നു ആൺ, പെൺ വിഭാഗങ്ങൾ. പെൺകുട്ടികൾക്കും ഞങ്ങൾക്കുമിടയിൽ റോഡ് മാത്രമല്ല. മതിലുമുണ്ട്. മതിൽ കടന്നാൽ ചെന്നുകേറുന്നത് പ്രധാന അദ്ധ്യാപകൻ ജോൺസാറിന്റെ ഓഫീസ് മുറിയിലേക്കാണ്. കൈയിൽ നീളൻ ചൂരലുമായി, പൗരുഷത്തിന്റെ പ്രതീകമെന്നോണം, നെഞ്ചുവിരിച്ച്, ജൂബയുടെ നേർമ്മയിലൂടെ മിന്നുന്ന സ്വർണത്തിളക്കവുമായി നടന്നുവരുന്ന ജോൺസാർ ഞങ്ങൾക്ക് പേടിസ്വപ്നമായിരുന്നു. അതുകൊണ്ട്, തലതെറിപ്പൻ സീനിയർ പയ്യന്മാർ പോലും പെൺവിഭാഗത്തിലേക്ക് എത്തിനോക്കാൻ ധൈര്യപ്പെടാറില്ല.

പെൺകുട്ടികൾ വരിവരിയായി വരുന്നതു നോക്കി ഞങ്ങൾ അമ്പരപ്പോടെ നില്ക്കുന്ന കാഴ്ച കണ്ടാണ് ഹിന്ദി പഠിപ്പിക്കുന്ന റോസമ്മ ടീച്ചർ ക്ലാസിലേക്കു വന്നത്.

"എന്നതാ എല്ലാരും പന്തംകണ്ട പെരുച്ചാഴിയെപ്പോലെ നിക്കണെ? അന്ധാളിക്കുകൊന്നും വേണ്ട. അവറ്റ ഇങ്ങോട്ടു തന്നാ വരുന്നെ." റോസമ്മ ടീച്ചർ പ്രഖ്യാപിച്ചു: "ഇനി മൊതല് ആണും പെണ്ണും ഒരുമിച്ചാ. എന്നുവച്ച് വേണ്ടാതീനമൊന്നും പൊന്നുമക്കള് പൊറത്തെടുക്കണ്ട, കേട്ടാ."

രാഷ്ട്രഭാഷ പോലെ കടുകട്ടിയായിരുന്നു റോസമ്മ ടീച്ചറും. വെട്ടൊന്ന് മുറി രണ്ട്. സത്യത്തിൽ ഞങ്ങൾ ആൺകുട്ടികൾക്ക് കോരിത്തരിപ്പുണ്ടായ ദിവസമായിരുന്നു അത്. ജീവിതത്തിന് പുതിയ അർഥമുണ്ടായതു പോലെ. അതുവരെ അലമ്പടിച്ചു നടന്നിരുന്നവർ പോലും കൃത്യമായി ക്ലാസിൽ കയറാൻ തുടങ്ങി. എല്ലാവരും മര്യാദരാമന്മാർ.

"ഇക്കണക്കിന് നിന്നെയൊക്കെ നേരത്തും കാലത്തും പെണ്ണുകെട്ടിച്ചിരുന്നേൽ നീയൊക്കെ എമ്പണ്ടേ നന്നായേനെ" റോസമ്മ ടീച്ചറുടെ കമന്റ്.

മുൻ ബെഞ്ചിൽ മൂന്നാമതായിരുന്നു തെരേസ. പിന്നിൽ നാലഞ്ചു ബെഞ്ചുകളിലായി പെൺപട. ആൺനിരയിൽ രണ്ടാമത്തെ ബഞ്ചിൽ രണ്ടാമനായിരുന്നു ഞാൻ. തെരേസയെ ഞാൻ പ്രത്യേകം ശ്രദ്ധിക്കാൻ കാരണമുണ്ട്. ഒന്നാമത് കന്യാമറിയത്തിന്റെ മുഖം. പേടമാനിന്റെ കണ്ണുകൾ. ഒരിക്കലും ചുളിവുവീഴാത്ത വേഷം.

തെരേസ ബഞ്ചിൽ ഇരിക്കുന്നതുപോലും അതീവ ശ്രദ്ധയോടെയാണ്. മുട്ടൊപ്പമിറങ്ങിക്കിടക്കുന്ന പാവാടയുടെ പിന്നിലെ മടക്കുകൾ. നേരെയാണോയെന്ന് ഇരിക്കും മുമ്പേ ഇരുകൈകൊണ്ടും പരിശോധിച്ച് ഉറപ്പുവരുത്തും. തെരേസ അറിയാതെ ചെയ്തുപോന്നൊരു ശീലമായിരുന്നു അത്. ആരോടും ഏറെ സംസാരമില്ല. സംസാരിച്ചാൽ ഒരു പുഞ്ചിരി ഫ്രീ. ധ്യാനനിരതയായൊരു പെൺകുട്ടിയുടെ വിശുദ്ധിയായിരുന്നു അവൾക്ക്. ക്രമേണ ഞാൻ ശ്രദ്ധിക്കുന്നത് തെരേസ അറിയാൻ തുടങ്ങി. ഞാനാവട്ടെ, ആരുമറിയാതെ അതീവജാഗ്രതയോടെയാണ് തെരേസയെ നോക്കിയിരുന്നത്. ഞാൻ ശ്രദ്ധിക്കുന്നുവെന്ന് അറിഞ്ഞതുമുതൽ തെരേസ ഇടയ്ക്കിടെ എന്നെ ഓട്ടക്കണ്ണിട്ടു നോക്കും. അന്നേരം മുഖംവെട്ടിച്ച് 'ഞാനൊന്നുമറിഞ്ഞില്ലേ' എന്ന മട്ടിൽ ചമ്മലോടെ ഞാൻ മുന്നോട്ടു നോക്കിയിരിക്കും. ഇതു പതിവുകാഴ്ചയായതോടെ, എന്നെ ഓട്ടക്കണ്ണിട്ടു നോക്കുന്ന അതേ നിമിഷം തെരേസയുടെ ചുണ്ടുകളിൽ ഒരു നേർത്ത ചിരി തെളിയുന്നത് പതിവായി.

സ്കൂളിൽ ശ്രദ്ധിക്കപ്പെടാത്തൊരു പയ്യനായിരുന്നു ഞാൻ. കാഴ്ചയിൽ ഒരു ഗെറ്റപ്പുമില്ല. സാമ്പത്തികമായി പിന്നോക്കം. നല്ല വേഷം പോലുമില്ല. വിശേഷിച്ച് എടുത്തുപറയാവുന്നതായി എനിക്കൊന്നുമില്ല.

തികച്ചും 'ലോ പ്രൊഫൈലി'ലായിരുന്നു എന്റെ സ്കൂൾ ജീവിതം. ഈ അവസ്ഥയിൽ തെരേസയെപ്പോലെ സുന്ദരിയായൊരു പെൺകുട്ടി എന്നെ ശ്രദ്ധിക്കുന്നുവെന്നു കണ്ടാൽ?

ക്ലാസിലേക്കു കടന്നുവരുമ്പോഴും പുറത്തേക്കു പോകുമ്പോഴും തെരേസയുടെ കണ്ണുകൾ കറങ്ങിത്തിരിഞ്ഞ് എന്റെ മേൽ വന്ന് പതിഞ്ഞിരിക്കും. തെരേസ ശ്രദ്ധിക്കാൻ തുടങ്ങിയതോടെ എനിക്കും ചില മാറ്റങ്ങൾവന്നു. തീപ്പെട്ടിക്കമ്പുരച്ച് ചുണ്ടിനു മുകളിൽ കറുപ്പിച്ചു. നിക്കർ മാറ്റി മുണ്ടുടുത്തു. തത്കാലം ഒരു മുണ്ടേയുള്ളൂ. വൈകീട്ട് വീട്ടിലെത്തിയാലുടൻ അത് കഴുകിയിടും. പിറ്റേന്ന് തേച്ചുടുക്കും.

(ഗ്രാമത്തിലെ എന്റെ വീടിന്റെ അയലത്തുപോലും അന്നൊന്നും വൈദ്യുതിയില്ല. ചിരട്ട കത്തിച്ച ഇസ്തിരിപ്പെട്ടി കൊണ്ടാണ് തേപ്പ്. പഠിത്തം മേശവിളക്കിന്റെ വെളിച്ചത്തിലും)

പതുക്കെപ്പതുക്കെ തെരേസ എന്റെ കൗമാരസ്വപ്നങ്ങളിലേക്ക് കടന്നുവരാൻ തുടങ്ങി. ഞാൻ സ്കൂളിൽ പോകുന്നതുപോലും തെരേസയെ കാണാൻ വേണ്ടിയായിരുന്നു. തെരേസയുടെ ഓട്ടക്കണ്ണിട്ടുള്ള ഒരു നോട്ടത്തിനു വേണ്ടി. പക്ഷേ, ഒരിക്കൽ പോലും തെരേസ ഒന്നു മിണ്ടിയിട്ടില്ല. മുഖത്തോടു മുഖം കണ്ടാൽ പോലും മിണ്ടാൻ നാണം.

സ്കൂളിനടുത്ത് പ്രശസ്തമായൊരു പള്ളിയുണ്ട്. സെബസ്ത്യാനോസ് പുണ്യാളന്റെ പള്ളി. പുണ്യാളച്ചനെ എനിക്കിഷ്ടമായിരുന്നു. വീട്ടിലെ ഒരംഗത്തെപ്പോലെയായിരുന്നു പുണ്യാളച്ചൻ. ഞങ്ങൾക്ക് എന്തു വിഷമമുണ്ടായാലും അമ്മ ആദ്യം വിളിക്കുന്നത് പുണ്യാളച്ചനെയാണ്. (ഞങ്ങളുടേത് തികച്ചും യാഥാസ്ഥിതിക ഹിന്ദു കുടുംബമായിരുന്നിട്ടും) പടിഞ്ഞാറേയ്ക്കു നോക്കി "എന്റെ പുണ്യാളച്ചാ" എന്നു വിളിച്ച് അമ്മ ഓരോ സങ്കടം പറയുന്നത് കേൾക്കാം. അനവധി ഹിന്ദു ദൈവങ്ങൾ ചേർത്തല പട്ടണത്തിലും പരിസരങ്ങളിലുമായി ഞങ്ങളുടെ സങ്കടം കേൾക്കാൻ ഉണ്ടായിരുന്നിട്ടും അമ്മ അന്യമതസ്ഥനായ പുണ്യാളനെ വിളിക്കുന്നതെന്താണെന്ന് ഞാൻ ആലോചിച്ചിരുന്നു. ഞാനതിനൊരു ഉത്തരവും കണ്ടെത്തിയിരുന്നു. വീട്ടിൽനിന്നുള്ള ദൂരം കണക്കാക്കിയാൽ പുണ്യാളച്ചനാണ് കൂടുതൽ അടുത്തത്. അടുത്തുള്ള ദൈവത്തിനായിരിക്കുമല്ലോ വേഗത്തിൽ വിളി കേൾക്കാനും സഹായത്തിനെത്താനുമാവുക?

പള്ളിയിൽ പെരുന്നാളു വന്നാൽ അമ്മ എന്നെക്കൊണ്ട് ഊരു തെണ്ടിക്കും. ഇരുപത്തൊന്നു വീടെങ്കിലും കയറിയിറങ്ങണം. വീടുകളിൽ നിന്നു കിട്ടുന്ന നെല്ല്, പണം, കുരുമുളക്, ഉപ്പ് എന്നിവ ഞങ്ങളുടെ വിഹിതവും ചേർത്ത് പുണ്യാളച്ചന് കൊണ്ടുപോയി കൊടുക്കും. (നാട്ടിലെ മിക്ക ഹിന്ദുക്കളും അന്നൊക്കെ പെരുന്നാൾ കാലത്ത് ഊരു തെണ്ടിയിരുന്നു)

പല ദിവസങ്ങളിലും സ്കൂളിൽ ഉച്ചയൂണു കഴിഞ്ഞാൽ ഞാൻ നേരെ പള്ളിയിലേക്കാണോടുക. പുണ്യാളച്ചന്റെ രൂപക്കൂടിനു മുന്നിൽ മുട്ടുകുത്തിയിരിക്കും. എനിക്കു പുണ്യാളച്ചനോടു ഒന്നും ചോദിക്കാനുണ്ടായിരുന്നില്ല. വെറുതെ ആ മുഖത്തേക്കു നോക്കിയിരിക്കും. അമ്പുകളേറ്റ് രക്തം വാർന്നൊഴുകുന്ന ശരീരവുമായി രൂപക്കൂടിനുള്ളിൽ കഴിയുന്ന പുണ്യാളച്ചനെ ഓരോന്നു പറഞ്ഞ് ബുദ്ധിമുട്ടിക്കുന്നതെന്തിനെന്നു ഞാനോർക്കും. അത്ര ദയനീയമായിരുന്നു ആ കാഴ്ച.

എന്നിട്ടും ഒരു ദിവസം ഞാനൊരു കാര്യം പറഞ്ഞു. "പുണ്യാളച്ചാ തെരേസേ എനിക്ക് ഒത്തിരി ഇഷ്ടമാണ്. ഞങ്ങളെ ഒന്നിച്ചു ചേർക്കണേ."

പുണ്യാളച്ചന്റെ ചുണ്ടുകളിൽ വേദനിക്കുന്ന ഒരു പുഞ്ചിരി തെളിഞ്ഞു. ആ മെഴുകു ശരീരം ഉഷ്ണത്താൽ വിയർക്കുന്നതുപോലെ തോന്നി. പിറ്റേന്ന് ഉച്ചയ്ക്ക് ഞാൻ അൾത്താരയ്ക്കു മുന്നിലെത്തിയപ്പോഴതാ. തെരേസ രൂപക്കൂടിനു മുന്നിൽ മുട്ടുകുത്തി നില്ക്കുന്നു. കൂടെ വേറെ രണ്ടു കുട്ടികളുമുണ്ട്.

പ്രാർത്ഥന കഴിഞ്ഞ് തെരേസ തിരിഞ്ഞുനോക്കുന്നത് എന്റെ മുഖത്തേക്കാണ്. എന്തിനെന്നറിയില്ല. അവളുടെ മിഴികൾ നനവാർന്നിരുന്നു. പ്രാർഥനയിൽ നിന്നുളവായ ആർദ്രത അവളുടെ മുഖത്തു കാണാമായിരുന്നു.

അവിചാരിതമായി എന്നെ കണ്ടതും തെരേസയ്ക്ക് അമ്പരപ്പും പരിഭ്രമവും.

തെരേസ എന്തു ചെയ്യണമെന്നറിയാതെ ആദ്യമൊന്ന് പരുങ്ങിയെന്നു തോന്നുന്നു. പിന്നീട് എണീറ്റ് മുന്നിലേക്കു നീങ്ങി, മെഴുകുതിരികൾ കത്തിനിന്നിരുന്ന സ്റ്റാൻഡിൽ അണഞ്ഞുപോയ തിരികൾ ഓരോന്നായി കത്തിച്ചുവച്ചു.

മെഴുകുതിരി വെളിച്ചത്തിൽ അവൾ ഒരു മാലാഖയെപ്പോലെ ചിറകുവിരുത്തി നിന്നു. ഓരോ മെഴുകുതിരി കത്തിക്കുമ്പോഴും അവളുടെ മുഖം കൂടുതൽ ദീപ്തമാകുന്നത് ഞാൻ കണ്ടു.

എന്റെ കണ്ണുകൾ അറിയാതെ നനവാർന്നു. ഞാൻ പുണ്യാളച്ചനെ നോക്കി. ആ മുഖത്ത് അപ്പോഴും ദൈന്യമായിരുന്നു. തെരേസ പെട്ടെന്ന് ഒതുക്കത്തോടെ വലതുവശത്തെ ഇറ്റാലിയൻ ചില്ലുപതിച്ച വാതിലിലൂടെ പുറത്തേക്കിറങ്ങി.

പുറത്ത് ഊരിയിട്ടിരുന്ന ചെരിപ്പിടുന്നതിനിടയിൽ അവൾ മുടിതോളിലൂടെ മുന്നിലേക്കിട്ട് എന്റെ നേർക്ക് പുഞ്ചിരിച്ചു.

എത്രയോ ജന്മങ്ങളായി തിരിച്ചറിയുന്ന ഭാവമായിരുന്നു ആ പുഞ്ചിരിയിൽ.

ഞാൻ പുണ്യാളച്ചനോട് ഒരുപാട് സ്തുതി പറഞ്ഞു. പ്രാർത്ഥിച്ച് പിറ്റേന്നു തന്നെ തെരേസയെ എന്റെ മുന്നിലെത്തിച്ച പുണ്യാളച്ചൻ എന്റെ ജീവിതത്തിലേക്കും അവളെ സമ്മാനിക്കുമെന്ന ഒരാത്മവിശ്വാസം അപ്പോഴെനിക്കുണ്ടായി.

കുട്ടികളുടെ പ്രസിദ്ധീകരണങ്ങളായ ബാലയുഗത്തിലും തളിരിലും ആയിടെ എന്റെ കൊച്ചു കൊച്ചു കഥകൾ വന്നിരുന്നു. ക്ലാസിലെ ഒരു മുതിർന്ന പെൺകുട്ടി എന്റെ കഥകൾ വായിക്കാനായി വാങ്ങി. മാസികകൾ തിരിച്ചേല്പിക്കുമ്പോൾ അവൾ എന്നോടു സ്വകാര്യമായി പറഞ്ഞു.

"കഥകൾ തെരേസയ്ക്ക് ഒരുപാടിഷ്ടായീന്ന് പ്രത്യേകം പറയാൻ പറഞ്ഞു."

"തെരേസ വായിച്ചോ?" ഞാൻ കോരിത്തരിച്ചു.

"തെരേസ മാത്രമല്ല, വേറെയും ആൾക്കാര് വായിച്ചു." അവൾ പറഞ്ഞു.

"പക്ഷേ, തെരേസ മാത്രേ ഇഷ്ടമായീന്ന് പറയാൻ പറഞ്ഞൊള്ളൂ."

ഞാൻ എന്നെത്തന്നെ മറന്നു. ലോകം പിടിച്ചടക്കിയ ഒരു ത്രിൽ. ഒരു ദിവസം തെരേസ തനിച്ച് വരാന്തയിലൂടെ വരുന്നു. എതിരെ ഞാനും.

എന്നെ കണ്ടതും തെരേസയുടെ മുഖം കുനിഞ്ഞു. അരികെയെത്തിയതും ഞാൻ ധൈര്യം സംഭരിച്ചു പറഞ്ഞു. "ഉച്ചയ്ക്ക് പള്ളീൽ വരോ?

"ശ്ശോ" എന്നൊരു ശബ്ദം പുറപ്പെടുവിച്ച് തെരേസ പരിഭ്രാന്തിയോടെ ചുറ്റും നോക്കി, അതിശീഘ്രം നടന്നു.

ഞാനെന്തൊരു സാഹസമാണ് കാണിച്ചത്? എനിക്കെങ്ങനെ ധൈര്യം വന്നു? തെരേസ എന്തു വിചാരിച്ചു കാണും. എനിക്കു വെപ്രാളമായി.

ഉച്ചയ്ക്ക് ഊണുകഴിക്കാൻ നില്ക്കാതെ ഞാൻ നേരെ പള്ളിയിലേക്കാണോടിയത്. പുണ്യാളച്ചനെ വണങ്ങിയിട്ട് നേരെ ചുറ്റുകോണി കയറി മുകളിലേക്കു പോയി. അവിടെനിന്നു പുറത്തേക്കു നോക്കിയാൽ സ്കൂൾ കാണാം. ഞാൻ നോക്കിനിന്നു.

തെരേസയെ കാണാനില്ല. കുറേനേരം നോക്കി നിന്ന് നിരാശനായി ഞാൻ താഴേയ്ക്കിറങ്ങി. ചുറ്റുകോണി പകുതിയെത്തിയില്ല. ഞാൻ അതിശയിച്ചുപോയി. തെരേസ താഴെ, ഒറ്റയ്ക്ക്.

ഏതു വഴി വന്നെന്നറിയില്ല. എനിക്ക് എന്തു പറയണമെന്നറിയില്ല.

"ഊണുകഴിച്ചില്ലേ?" എനിക്കതാണ് ചോദിക്കാൻ തോന്നിയത്.

തെരേസ ചുണ്ടുകൊണ്ട് പരിഭ്രാന്തിയോടെ "ഇല്ല" എന്ന് മറുപടി പറഞ്ഞു.

"എനിക്കൊരു കാര്യം പറയാനുണ്ട്."

ഞാൻ വല്ലാത്ത പരിഭ്രാന്തിയിൽ പറഞ്ഞു. "ശ്ലോ പോണം." തെരേസ ചുറ്റും നോക്കി. തെരേസയുടെ സ്വരം ഞാൻ ആദ്യമായി കേൾക്കുകയാണ്.

"തെരേസാ" ഞാൻ ഒറ്റശ്വാസത്തിൽ വിളിച്ചു.

''ശ്ലോ" തെരേസ വലതുവശത്തെ വാതിൽക്കലൂടെ ഓടിമറഞ്ഞു. ഞാൻ ചുറ്റു കോണിയിലേക്കോടിക്കയറി. തെരേസ തണലിലൂടെ അതിശീഘ്രം നടന്നു മറയുന്നതുനോക്കി നിന്നു.

എനിക്കും തെരേസയ്ക്കും അപ്പുക്കുട്ടൻ സാറിന്റെ ട്യൂട്ടോറിയൽസിൽ കണക്കിനും ഇംഗ്ലീഷിനും ട്യൂഷനുണ്ടായിരുന്നു. ക്ലാസിലായിരുന്നില്ല എന്റെ ശ്രദ്ധ. അപ്പുക്കുട്ടൻസാർ ഒരിക്കൽ എന്നെ പിടികൂടി, ഉപദേശിച്ചു.

"ആദ്യം പഠിച്ച് നല്ല മാർക്ക് വാങ്ങാൻ നോക്ക്. അതുകഴിഞ്ഞാവാം കലാപരിപാടികൾ."

പത്താംക്ലാസിലെ അവധിക്കാലം ഞാൻ എങ്ങനെ കഴിച്ചുകൂട്ടിയെന്നറിയില്ല. പ്രീഡിഗ്രിക്ക് കോളേജിൽ ചേർന്ന ഞാൻ തെരേസയെ തിരഞ്ഞു നടന്നു. കടപ്പുറത്തെവിടെയോ ആണ് തെരേസയുടെ വീട്. എവിടെയെന്ന് എനിക്കറിയില്ല. തെരേസയെക്കുറിച്ച് അറിയാവുന്ന പലരോടും ചോദിച്ചു. ആർക്കുമറിയില്ല. അക്കാലത്ത് ഫോണുകൾ ആഢംബര വസ്തുവായിരുന്നു, ഞങ്ങളുടെ നാട്ടിൽ. അപൂർവ്വം ചില സമ്പന്നരുടെ വീടുകളിലേ ഫോണുള്ളൂ. തെരേസയെക്കുറിച്ചറിയാൻ ഞാൻ മുട്ടിയ മാർഗ്ഗങ്ങളെല്ലാമടഞ്ഞു.

പെരുന്നാൾ വന്നു. തെരേസയെ കാണാനുള്ള ആവേശത്തിൽ ഞാൻ പള്ളിയിൽ പോയി. വില്ലും കഴന്നുമെടുത്തു. പള്ളിമുറ്റത്തു നിന്ന് കൊട്ടും വാദ്യവുമായാണ് വില്ലും കഴന്നും എഴുന്നള്ളിക്കുന്നത്.

നേർച്ചക്കാരനായ എന്റെ കൈയിലാണ് വില്ലും കഴന്നും. എന്റെ കണ്ണുകൾ അപ്പോഴും ആൾത്തിരക്കിനിടയിൽ തെരേസയെ തിരയുകയാണ്. പെട്ടെന്ന് ഒരു മിന്നായം.

നിറപ്പകിട്ടാർന്ന വേഷത്തിൽ, പള്ളിയിലെ, എഴുന്നള്ളിച്ചുവച്ച രൂപക്കൂടിനു സമീപം തെരേസ, മാലാഖയെപ്പോലെ വെളുത്ത്, അലുക്കുകളോടെ. സുതാര്യമായൊരു ശീല മുടിക്കുമീതെ തോളിലേക്ക് ഊർന്നുകിടന്നിരുന്നു. തെരേസ എന്നെ കണ്ടുവെന്നുറപ്പായി. ഒപ്പം ആരൊക്കെയോ ഉണ്ട്. ഞാൻ ചുറ്റും നോക്കി. തെരേസയെ കാണാനില്ല. തെരേസ അതിനകം എവിടെയോ മറഞ്ഞു.

തെരേസയെ തിരഞ്ഞ് ഞാൻ പള്ളിക്കു ചുറ്റും നടന്നു. ഒടുവിൽ പഴയ പള്ളിയുടെ മുന്നിലെത്തിയപ്പോൾ 'ശ്' എന്നൊരു ശബ്ദം. ഞാൻ തിരിഞ്ഞുനോക്കിയതും തൂണിനു മറവിൽ തെരേസ.

"തെരേസാ" ഞാൻ അറിയാതെ ഉരുവിട്ടു.

"ശ്ശോ" തെരേസ വല്ലാതെ പരിഭ്രമിച്ചു ചുറ്റും നോക്കി.

"തെരേസ പഠിക്കുന്നില്ലേ?"

ഞാൻ ചോദിച്ചു.

തെരേസ "ഇല്ലെ"ന്ന് ചൂണ്ടനക്കി.

"എന്തേ?" അതിനു മറുപടി പറയാതെ തെരേസ ഒച്ചതാഴ്ത്തി അനുവാദം ചോദിച്ചു: "പോട്ടെ...?"

അതുപറഞ്ഞ് തെരേസ പഴയ പള്ളിയുടെ അകത്തെ തിരക്കിലേക്ക് മറഞ്ഞു. പെരുന്നാൾ തീരും വരെ ഞാൻ ഓരോ ദിവസവും തെരേസയെ തിരഞ്ഞു പിന്നെയും പോയി. തെരേസയെ കണ്ടില്ല. ഓരോ പെരുന്നാളിനും ഞാൻ തെരേസയെ തേടിച്ചെന്നു. കണ്ടില്ല.

പുണ്യാളച്ചനു വില്ലും കഴന്നും നേർന്നു. എന്നിട്ടും തെരേസയെ കാണിച്ചുതന്നില്ല.

ഞാൻ ബിരുദവിദ്യാർഥിയായി. അകലെയുള്ള മറ്റൊരു കോളേജിൽ ചേർന്നു.

തെരേസ അപ്പോഴും എന്റെ മനസ്സിലുണ്ട്. വിശുദ്ധ കന്യാമറിയത്തിന്റെ നൈർമല്യത്തോടെ.

എങ്കിലുമവൾ കുറേശ്ശെ മാഞ്ഞുതുടങ്ങിയിരുന്നു, നാലുവർഷത്തിലേറെയായി ഞങ്ങൾ കാണാതായിട്ട്. പ്രണയാതുരമായ എന്റെ കൗമാരമനസ്സിലേക്ക് തെരേസയുടെ അഭാവത്തിൽ ഒന്നുരണ്ടു ചെറുപ്രണയങ്ങൾ എത്തിനോക്കിയിരുന്നു. ബിരുദത്തിന്റെ മൂന്നാം വർഷം.

അവിചാരിതമായി ഒരുദിവസം–

കോളേജിലെ 'നല്ല നടൻ' ആയിരുന്ന ഞാനും സുഹൃത്തുക്കളും ചേർന്ന് സി.എൻ.ശ്രീകണ്ഠൻനായരുടെ 'സാകേതം' അവതരിപ്പിക്കാനുള്ള പുറപ്പാടിലാണ്. കോട്ടയം തിരുനക്കര മൈതാനമാണ് വേദി. കേരള സർവ്വകലാശാലാ നാടകോത്സവം. സാകേതത്തിലെ ദശരഥന്റെ വേഷമാണെനിക്ക്. തവണക്കടവിൽ നിന്ന് ബോട്ടിൽ വൈക്കത്തേയ്ക്ക് ഞങ്ങളുടെ നാടകസംഘം യാത്രയാവുന്നു.

ബോട്ടിൽ തൊട്ടുമുന്നിൽ അപ്പുക്കുട്ടൻ സാർ. പത്താംക്ലാസിൽ എന്റെ മൗനപ്രണയം കണ്ടുപിടിച്ച അതേ അപ്പുക്കുട്ടൻ സാർ... അപ്പുക്കുട്ടൻ സാറുമായി ഓരോരോ വിശേഷങ്ങൾ കൈമാറി.

ഒടുവിൽ ബോട്ടിറങ്ങാറായപ്പോൾ അപ്പുക്കുട്ടൻസാറ് ചോദിച്ചു.

"തെരേസയെ പിന്നീടെങ്ങാനും കണ്ടിരുന്നോ?"

എനിക്ക് ആവേശമായി.

"എവിടെയാണ് സാർ തെരേസ? എന്തു ചെയ്യുന്നു?"

അപ്പുക്കുട്ടൻ സാർ എന്നെ വല്ലാതെ നോക്കി.

"എന്തുപറ്റി സാർ?" ഞാൻ ചോദിച്ചു.

"ഒന്നും അറിഞ്ഞില്ലേ താൻ?"

"എന്ത്?" ഞാൻ അറിയാതെ എണീറ്റു.

"ആ കുട്ടി മരിച്ചിട്ടെത്ര നാളായെടോ. കിഡ്നി തകരാറായിരുന്നു." അപ്പുക്കുട്ടൻ സാർ പറഞ്ഞു.

"പകരം ഒരു കിഡ്നി വച്ചു പിടിപ്പിച്ചിരുന്നേൽ രക്ഷപ്പെട്ടേനെ."

"സാർ, സത്യം ഞാനറിഞ്ഞില്ല."

ഞാൻ വല്ലാത്ത അവസ്ഥയിലായിരുന്നു. "ഒന്നു പോടോ" അപ്പുക്കുട്ടൻ സാർ പുച്ഛത്തോടെ എന്നെ നോക്കി.

തെരേസയുടെ രോഗത്തെക്കുറിച്ച് അറിഞ്ഞിരുന്നുവെങ്കിൽ തന്നെ ഞാൻ എന്തു ചെയ്യുമായിരുന്നു? തെരേസയുടെ ജീവൻ രക്ഷിക്കാനായി എന്റെയൊരു കിഡ്നി ദാനം ചെയ്യുമായിരുന്നോ?

ബോട്ടിറങ്ങി... എന്നെ കാത്തുനില്ക്കാതെ അപ്പുക്കുട്ടൻ സാർ തിടുക്കത്തിൽ നടന്നുപോയി.

രാത്രി തിരുനക്കര മൈതാനിയിൽ 'സാകേതം' അരങ്ങിലെത്തുമ്പോൾ ദശരഥന്റെയുള്ളിൽ പുത്രദുഃഖമായിരുന്നില്ല, എന്നെന്നേയ്ക്കുമായി വിട്ടുപോയ തെരേസയായിരുന്നു.

വർഷങ്ങൾക്കു ശേഷം എന്റെ വിവാഹം കഴിഞ്ഞ്, നാലാം നാൾ. ഞാൻ സാവിത്രിയെയും കൂട്ടി പുണ്യാളച്ചന്റെ പള്ളിയിൽ പോയി. രൂപക്കൂടിനു മുന്നിൽ കണ്ണുകളടച്ചു നിന്നു. ആകാശത്തേക്കു നോട്ടമുറപ്പിച്ച് പുണ്യാളച്ചൻ എന്തൊക്കെയോ അയവിറക്കുന്നതു പോലെ -

ഭാര്യയെ രൂപക്കൂടിനു മുന്നിൽ തനിച്ചാക്കി ഞാൻ പറഞ്ഞു:

"ഒരു നിമിഷം ഞാനിതാ വരുന്നു..."

നൂറ്റാണ്ടുകൾ പഴക്കമുള്ള പഴയ പള്ളിയുടെ ഉമ്മറത്തേക്കാണ് ഞാൻ പോയത്. അവിടം വിജനം. പള്ളിത്തൂണുകളുടെ നിഴലുകൾ ഉച്ചമയക്കത്തിലാണ്. ഞാനവിടെ അല്പനേരം നിന്നു. തൂണുകളുടെ മറവിലെ ഇരുളിലേക്കു നോക്കി എന്റെ മനസ്സ് വിളിച്ചു. "തെരേസാ."

തൊട്ടുപിന്നിലെ സെമിത്തേരിയിൽ നിന്നൊരു ഇളംകാറ്റ് തൂണുകൾക്കിടയിലൂടെ ഒഴുകിവന്നു. കാറ്റിൽ തേരേസയുടെ പതിഞ്ഞ സ്വരം: 'ശ്ലോ'. ■

ദൈവത്തിന്റെ കടംവീട്ടൽ

മലയാളം ക്ലാസ്സ് കഴിഞ്ഞ് ജോർജ്ജ് തോമസ് സാർ അടുത്തുവന്ന് പറഞ്ഞു. "ഇയാള് ഉച്ചയ്ക്കു സ്റ്റാഫ്റൂമിലേക്കു വരണം"

ഞാനന്ന് പ്രീഡിഗ്രി ഒന്നാം വർഷ വിദ്യാർത്ഥി.

ജോർജ്ജ് തോമസ് സാർ അറിയപ്പെടുന്ന കവിയാണ്. 'അലിയുന്ന തുരുത്തിൽ' എന്ന സാറിന്റെ കവിതാസമാഹാരം ബി.എ. മലയാളം ക്ലാസിൽ പാഠപുസ്തകമായിരുന്നു. (പിന്നീട് അമർഷഗാഥ, ലാവയും തീയും എന്നീ കവിതാസമാഹാരങ്ങൾ പുറത്തിറങ്ങി. റിട്ടയർ ചെയ്ത ശേഷം കോട്ടയത്തെ കടുത്തുരുത്തിയിൽ താമസിക്കുകയാണ് ജോർജ്ജ് തോമസ് സാർ)

ഉച്ചയൂണു കഴിഞ്ഞ് ഞാൻ സ്റ്റാഫ് റൂമിൽ ചെന്നു. വേറെയും നാലഞ്ച് അദ്ധ്യാപകരുണ്ട്. എന്നെ കണ്ടതും ജോർജ്ജ് തോമസ് സാർ ബാഗ് തുറന്ന് ഒരു കവറെടുത്തുതന്നു. ഒപ്പം ഒരു ചെറിയ മാസി കയും.

"എന്താ ഇടപാട്?"

അടുത്തിരുന്ന മലയാളത്തിലെ ജോൺ സാർ കൗതുകത്തോടെ ചോദിച്ചു. (ജോൺ സാർ പിന്നീട് ആത്മഹത്യ ചെയ്തു.)

"മോഹൻകുമാറിന്റെ ഒരു കഥ 'ഓശാന' മാസികയിൽ വന്നു." ജോർജ്ജ് തോമസ് സാർ പറഞ്ഞു. "അതിനുള്ള ചെറിയൊരു പ്രതി ഫലവും കത്തുമാണ് കവറിൽ."

"ങാഹാ. കൊള്ളമല്ലോ." സുവോളജിയിലെ ചെറുപ്പക്കാരനായ ജോസ് സാർ ഓശാന മാസിക വാങ്ങി മറിച്ചുനോക്കി.

പ്രതിഫലം എന്നു കേട്ടതും ഞാൻ അകമേ തുള്ളിച്ചാടി. എനിക്ക് കഥയെഴുത്തിന് ആദ്യമായി കിട്ടുന്ന പ്രതിഫലമാണ്. ലോകത്തെ മുഴു വനും വിളിച്ചറിയിക്കണമെന്നു തോന്നി. ഞാനൊരു എഴുത്തുകാര നായിരിക്കുന്നു. കഥയെഴുത്തിന് എനിക്കും പ്രതിഫലം കിട്ടി, നാലാൾ അറിയണ്ടേ? ഞാൻ കവർ തുറന്നു നോക്കി.

പത്രാധിപർ ജോസഫ് പുലിക്കുന്നേലിന്റെ കയ്യൊപ്പോടെ കത്തും പത്തുരൂപയുടെ നോട്ടും.

(പത്തുരൂപ അന്നു തീരെ നിസ്സാരമല്ല. അന്നു തേങ്ങയ്ക്ക് നാല്പതോ നാല്പത്തഞ്ചോ പൈസ. അമ്പതുപൈസ കൊടുത്താൽ കുശാലായി ഊണു കഴിക്കാം)

"കഥ നന്നായിട്ടുണ്ട്." ജോർജ്ജ് തോമസ് സാർ പറഞ്ഞു. "ധാരാളം വായിക്കണം."

ജോർജ്ജ് തോമസ് സാർ മുഖേനയാണ് ഓശാനയിൽ എന്റെ കഥ യെത്തിയത്. സാറിന്റെ സുഹൃത്തായിരുന്നു പുലിക്കുന്നേൽ സാറിനു നന്ദി പറഞ്ഞ് ഞാൻ പുറത്തിറങ്ങിയതും എതിരെ വരുന്നു, ജോണി ക്കുട്ടി. (യഥാർത്ഥ പേരല്ല). ഒഴപ്പനെങ്കിലും വളരെ സഹൃദയനും സ്നേഹമയനുമായിരുന്നു എന്റെ നോട്ടത്തിൽ ജോണിക്കുട്ടി.

എന്നെ കണ്ടതും ജോണിക്കുട്ടി വിളിച്ചു ചോദിച്ചു.

"എന്താടേയ്, ഒരു കോളൊത്ത മട്ടുണ്ടല്ലോ?"

എന്റെ 'അപൂർവ്വ നേട്ടം' കൈമാറാൻ ഒരാളെ കിട്ടിയിരിക്കുക യാണ്. ഞാനുണ്ടോ വിടുന്നു?

"ജോണിക്കുട്ടീ, എന്റെ കഥ ദാ ഓശാനയിൽ."

ഞാൻ 'ഓശാന' തുറന്നു കാണിച്ചു. "പത്തു രൂപയും കിട്ടി."

"ങാഹാ, കോളടിച്ചല്ലോ, എവിടെ?"

ജോണിക്കുട്ടി ആവേശം പൂണ്ടു.

ഞാൻ കവർ തുറന്ന് രൂപയെടുത്തുയർത്തി.

"അടിച്ചല്ലോ കോള്, ഞാൻ ദാ, വരുന്നു. നമുക്കത് പൊട്ടിക്കണം" എന്നു പറഞ്ഞ് അവൻ ഓഫീസ് മുറിയിലേക്കു പോയി.

"പൊട്ടിക്കണം" എന്നു കേട്ടതും എന്റെ ഉള്ളിൽ എവിടെയോ ഒരാന്തൽ.

എനിക്ക് ആദ്യമായി കിട്ടിയ പ്രതിഫലം പൊട്ടിക്കാനോ? എങ്ങ നെയത് ഫലപ്രദമായി ഉപയോഗിക്കാം എന്നാലോചിക്കുകയായിരുന്നു ഞാൻ. ആ മാസത്തെ ഫീസ് കൊടുത്താലോ? വീട്ടുചെലവിനായി വൈകീട്ട് അമ്മയെ ഏല്പിച്ചാലോ?

സ്വിസ് ബാങ്കിൽ നിക്ഷേപിക്കുന്നതൊഴികെ എല്ലാ ഫലപ്രദമായ മാർഗ്ഗങ്ങളും ഞാൻ ആലോചിച്ചു കാണണം.

എന്റെ കഥയ്ക്കു പ്രതിഫലം കിട്ടിയ കാര്യം ക്ലാസിലെ പെൺകു ട്ടികൾ ഉൾപ്പെടെ എല്ലാവരുമറിഞ്ഞു.

ആദ്യമായി കിട്ടിയ പ്രതിഫലം അമ്മയെ ഏല്പിക്കാമെന്നു തന്നെ ഞാൻ തീരുമാനിച്ചു. കോളേജ് വിട്ട് അഞ്ചു കിലോമീറ്റർ നടന്നുവേണം വീട്ടിലെത്താൻ. എത്രയും വേഗം വീട്ടിലെത്തണം. പണം അമ്മയെ ഏല്പിക്കണം. എട്ടാമത്തെ വയസ്സിൽ അച്ഛൻ മരിച്ചശേഷം...

വൈകീട്ട് ക്ലാസ്സിൽ നിന്നു ഞാൻ പുറത്തിറങ്ങിയതും സണ്ണിക്കുട്ടി പുറത്തു കാത്തുനിൽക്കുന്നു. എന്നെ കണ്ടതും ജോണിക്കുട്ടി ചിരിച്ചു കൊണ്ട് അടുത്തേക്കു വന്നു.

"തന്റെ കാശ് പൊട്ടിക്കണമെന്നു ഞാൻ പറഞ്ഞതു കേട്ട് താൻ പേടിച്ചുപോയോ?"

ജോണിക്കുട്ടി അരികിലെത്തി എന്റെ തോളിൽ കൈവച്ചു. "തനിക്ക് ആദ്യമായി കിട്ടിയ കാശല്ലേ, അത് വെറുതെ ചെലവാക്കി ക്കളയല്ല്."

അവൻ ഉപദേശിച്ചു.

എനിക്ക് അവനോട് എന്തെന്നില്ലാത്ത അടുപ്പം തോന്നി. ഒരു യഥാർത്ഥ സുഹൃത്ത് നല്ല ഉപദേശങ്ങൾ തരുന്നവനാണ്. ജോണിക്കു ട്ടിയിൽ യഥാർത്ഥ സുഹൃത്തിനെ എത്ര പെട്ടെന്നാണ് ഞാൻ തിരിച്ച റിഞ്ഞത്.

ജോണിക്കുട്ടി എന്റെ ഒപ്പം വരാന്തയിലൂടെ നടന്നു.

"തനിക്ക് ദൈവത്തെ വിശ്വാസമുണ്ടോ?" ജോണിക്കുട്ടി എന്നോടു ചോദിച്ചു.

"എന്തു ചോദ്യമാടോ?" ഞാൻ ചോദിച്ചു.

"എനിക്കത് ബോധ്യമായതുകൊണ്ടാ ചോദിച്ചത്" ജോണിക്കുട്ടി പറഞ്ഞു.

"അതിനിപ്പോ എന്താണ്ടായേ?" ഞാൻ ചോദിച്ചു.

"പത്തു രൂപയ്ക്ക് എന്തു വിലയെന്ന് നമ്മളോർക്കും." ജോണിക്കുട്ടി പറഞ്ഞു. "പക്ഷേ അതില്ലാതെ വരുമ്പഴാ ശരിക്കും നമ്മളതിന്റെ വിലയറിയുന്നെ, അല്ലേ?"

ജോണിക്കുട്ടി എന്നെ നോക്കി.

"തനിക്കെന്താ പറ്റീത്?" ഞാൻ അതിശയിച്ചു.

ജോണിക്കുട്ടി വളരെ സമ്പന്നമായ കുടുംബത്തിലെ അംഗമാണ്. അവന്റെ മൂത്ത സഹോദരി ഞങ്ങളുടെ കോളേജിലെ അധ്യാപിക യും.

"ഞാൻ സിസ്റ്ററെ കാണാൻ സ്റ്റാഫ് റൂമിൽ വന്നതാണ്." സണ്ണി ക്കുട്ടി പറഞ്ഞു. "ചേച്ചി നേരത്തെ പോയി. ഞാനാകെ വിഷമിച്ചു. അപ്പോഴാ തന്റെ കാര്യം ഓർത്തെ."

"എന്താ പ്രശ്നം?" ഞാൻ അവനെ നോക്കി, ജോണിക്കുട്ടിയുടെ മുഖം മ്ലാനമായി., "വീട്ടീന്ന് കോളേജിലേക്കു വരുന്ന വഴീൽ ഒരു പാവപ്പെട്ട വീടൊണ്ടെടോ. അവിടത്തെ കൊച്ച് സുഖമില്ലാണ്ട് കിട ക്കുന്നു. മരുന്നു വാങ്ങാൻ കാശില്ല. വൈകീട്ട് എങ്ങനേം കുറച്ചു പൈസ കൊണ്ടക്കൊടുക്കാമെന്ന് ഞാൻ പറഞ്ഞും പോയി."

"എന്നിട്ട്?"

"ചേച്ചിയോട് പറഞ്ഞപ്പം ക്ലാസ് കഴിഞ്ഞു വരാൻ പറഞ്ഞു. ഞാൻ വന്നപ്പഴേക്കും ചേച്ചി പോയി. ആ കൊച്ചിനാണേൽ അല്പം കൂടുതലാ.

"ടീച്ചറുടെ വീട്ടിൽ പോയി ചോദിച്ചു നോക്കിക്കൂടേ?"

"ചേച്ചി ദൂരയല്ലേ താമസം," ജോണിക്കുട്ടി വിഷമിച്ചു.

"തന്റെ കയ്യിലുള്ള പൈസ ഒരു ദിവസത്തേക്കൊന്നു മറിക്കാവോ? നാളെ രാവിലെ ചേച്ചി വന്നാലുടനെ മേടിച്ചു തന്നേക്കാം."

അവൻ എന്റെ മുഖത്തേക്കു നോക്കി. "ബുദ്ധിമുട്ടാണേൽ വേണ്ട. ആ കൊച്ചിന്റെ കാര്യമോർത്താ."

ഞാൻ ആലോചിച്ചുനിന്നു.

മരുന്നു കിട്ടാതെ ആ കുട്ടി മരിച്ചുപോയാലോ. പിന്നീടെനിക്ക് വിഷമമാകും.

നല്ല കാര്യത്തിനല്ലേ ജോണിക്കുട്ടി ചോദിക്കുന്നത്.

എന്റെ കഥയ്ക്കു കിട്ടിയ ആദ്യ പ്രതിഫലം ഒരു ജീവൻ രക്ഷിക്കാൻ ഉതകിയാലോ?

"സത്യത്തിൽ കർത്താവാണ് തന്നെ എന്റെ മുമ്പിലെത്തിച്ചത്. ഇല്ലായിരുന്നേൽ ഞാനെന്തു ചെയ്തേനേ."

പണം കിട്ടുമെന്ന് ഉറപ്പായ മട്ടിൽ ജോണി പറഞ്ഞു.

"നാളെ രാവിലെ തന്നെ തിരിച്ചു തരണ്ട. സാവകാശം വൈകീട്ട് പോവും മുമ്പ് തന്നാ മതി" ഞാൻ പറഞ്ഞു.

ഞാൻ പത്തു രൂപ ജോണിക്കുട്ടിക്കു കൈമാറി.

ഒരു ദിവസത്തേക്കല്ലേ?

ഞാൻ സമാധാനിച്ചു.

കഥയ്ക്കു പ്രതിഫലം കിട്ടിയ കാര്യം ആദ്യം അമ്മയോടു പറഞ്ഞില്ല. പണം എവിടെയെന്നു ചോദിച്ചാലോ. അമ്മയോടു പറയാഞ്ഞിട്ട് വല്ലാത്തൊരു വീർപ്പുമുട്ടലും.

രാത്രി അത്താഴം കഴിക്കാനിരുന്നപ്പോൾ അമ്മ പറഞ്ഞു.

"ഇത്തവണ ഇത്തിരി ബുദ്ധിമുട്ടാകും പൈസയ്ക്ക്, തേങ്ങയ്ക്ക് തീരെ വിലയില്ല. തേങ്ങക്കാരൻ തിരിഞ്ഞു നോക്കുന്നില്ല." ഞങ്ങൾക്ക് ആകെക്കൂടെ അഞ്ഞൂറോ അറുന്നൂറോ തേങ്ങയാണുള്ളത്. അതു വിറ്റുവേണം വീട്ടുകാര്യങ്ങൾ നടത്താൻ. അമ്മ വിഷമിക്കുകയാണ്.

അതുതന്നെ അവസരമെന്നു ഞാൻ കരുതി.

"എന്റെ ഫീസിനുള്ള പതിനാറുരൂപേൽ പത്തുരൂപ ഞാനുണ്ടാക്കിക്കോളാം."

"എങ്ങനെ?" അമ്മ അതിശയിച്ചു.

"എന്റെ ഒരു കഥയ്ക്ക് പത്തുരൂപ കിട്ടും. അവരറിയിച്ചിട്ടൊണ്ട്." അമ്മയുടെ മുമ്പിൽ ഞാനല്പം നിവർന്നിരുന്നു.

"ഇനി ഇടയ്ക്കിടയ്ക്ക് എനിക്കു കഥയെഴുതി പൈസ കിട്ടും."

"നേരാണോ നീയീ പറേന്നേ?"

അമ്മ ചെറുതായൊന്നു സന്തോഷിച്ചു.

"നാളെ കൊണ്ടുവന്നു തരുമ്പോ വിശ്വാസിച്ചാ മതി."

ഞാൻ അത്താഴം കഴിച്ച് എണീറ്റു.

"പത്തു രൂപയെങ്കി പത്തുരൂപ അത്രേം ആയല്ലോ. ഞാൻ വിഷമിച്ചിരിക്കുകയായിരുന്നു എന്തു ചെയ്യുമെന്നോർത്ത്."

പിറ്റേന്ന് ഉച്ചയ്ക്ക് ജോണിക്കുട്ടിയെ തേടി ഞാൻ അവന്റെ ക്ലാസിലേക്കു ചെന്നു. എന്നെ കണ്ടതും അവൻ മറുഭാഗത്തെ വാതിലിലൂടെ പുറത്തേക്കു വന്നു.

"വൈകീട്ട് മതീല്ലോ. ഞാൻ അതിലെ വരാം."

"ആ കുട്ടിക്കെങ്ങനെയുണ്ട്?"

"ഓ, മരുന്നു മേടിച്ചു കൊടുത്തു." അവൻ പറഞ്ഞു. 'കൊറവൊണ്ടാവും.'

വൈകീട്ട് ഞാൻ നോക്കിയിരുന്നു. ജോണിക്കുട്ടി വന്നില്ല. കോളേജ് പരിസരത്തും ബസ്റ്റോപ്പിലുമെല്ലാം ഞാൻ തിരിഞ്ഞു. ജോണിക്കുട്ടിയെ കണ്ടില്ല. വൈകീട്ട് വീട്ടിലെത്തിയതും അമ്മ ചോദിച്ചു.

"നിന്റെ കഥേടെ പൈസ കിട്ടിയോ?"

"ഇല്ല. പോസ്റ്റുമാൻ വന്നപ്പം ഞാൻ ക്ലാസ്സിലില്ലായിരുന്നു."

"നിനക്ക് ഇവിടത്തെ വിലാസം കൊടുക്കാരുന്നില്ലേ? ഞാനൊപ്പിട്ടു വാങ്ങിയേനേല്ലോ?"

"ഓ" ഞാൻ അലസമായി മൂളി.

പിറ്റേന്നും ഞാൻ ജോണിക്കുട്ടിയെ അന്വേഷിച്ചു ചെന്നു. കണ്ടില്ല.

ക്ലാസ് വിട്ടതും കോണിയിറങ്ങി വരാന്തയിലൂടെ അവൻ വരുന്ന വഴിയിലൂടെ നടന്നു.

കുറച്ചു ദൂരെ ജോണിക്കുട്ടി. അവൻ എന്നെ കണ്ടിട്ടാവണം അദ്ധ്യാപകരുടെ വണ്ടികൾ പാർക്കു ചെയ്തിരുന്നയിടത്തേക്കു വേഗം നടന്നു.

ഓ, അവൻ ടീച്ചറോട് പണം വാങ്ങാൻ പോകുകയാണ്. ഞാനോർത്തു.

ജോണിക്കുട്ടി, ടീച്ചറുടെ ഫിയറ്റു കാറിനുനേർക്കു ചെന്നു. എന്തോ പറഞ്ഞു. ടീച്ചർ തലകൊണ്ട് ആംഗ്യം കാട്ടി. ജോണിക്കുട്ടി എന്നെ

ഗൗനിക്കാതെ കാറിനകത്തു കയറി ചില്ല് പൊക്കിവച്ചു. ടീച്ചർ കാറോടിച്ചുപോയി.

പിന്നീടുള്ള ദിവസങ്ങളിൽ ജോണിക്കുട്ടി വളരെ തന്ത്രപൂർവം ഒഴിഞ്ഞുമാറി.

അമ്മയോടു ഞാനൊരു നുണ പറഞ്ഞു.

രണ്ടു ദിവസം പോസ്റ്റുമാൻ വന്നപ്പോഴും ഞാൻ സ്റ്റാഫ്റൂമിൽ പോയിരുന്നു. എന്നെ കാണാതെ വന്നപ്പോൾ പോസ്റ്റുമാൻ രൂപ ഓഫീസിൽ കൊടുത്തു. അവരത് ഫീസിനത്തിൽ വരവുവച്ചു.

"ഓ, അത്രയും ആശ്വാസം." അമ്മ നെടുവീർപ്പിട്ടു. ഇനി ബാക്കി കൊടുത്താൽ മതീല്ലോ. അമ്മ ആറു രൂപ തന്നു.

ഇനി ഫീസടക്കാനുള്ള ചുമതല എനിക്കാണ്. എവിടന്നാണ് ഫീസിനുള്ള പണമൊപ്പിക്കുക?

ജോണിക്കുട്ടി ഓരോരോ സൂത്രങ്ങൾ പറഞ്ഞ് ഒഴിഞ്ഞുമാറുകയാണ്.

ഒടുവിൽ ഞാനൊരു തീരുമാനമെടുത്തു. വിഷയം ടീച്ചറുടെ മുന്നിൽ അവതരിപ്പിക്കുക. പല തവണ ഞാൻ സ്റ്റാഫ് റൂമിന്റെ മുന്നിൽ ചെന്നു. ടീച്ചർ ഒറ്റയ്ക്കായിരുന്നില്ല. മറ്റ് അദ്ധ്യാപകർ കേൾക്കെ ഈ വിഷയം പറഞ്ഞാൽ ടീച്ചർക്കു മോശമായാലോ? ഞാൻ പിന്മാറി.

ഒടുവിൽ ടീച്ചർ തനിച്ചിരിക്കുന്ന സമയത്തു ഞാൻ ചെന്നു.

"എന്താടോ?" ടീച്ചർ പരുഷമായി ചോദിച്ചു.

ഞാൻ കാര്യം പറഞ്ഞു.

"ഏതു കുട്ടി? എന്തു ചികിത്സ? പണം കടം കൊടുക്കാൻ താനാര്? ടാറ്റയോ ബിർളയോ?"

ടീച്ചർ പൊട്ടിത്തെറിച്ചു.

എന്റെ കണ്ണു നിറഞ്ഞു.

"എനിക്കു ഫീസടയ്ക്കാനുള്ള രൂപയാണ് ടീച്ചർ. ജോണിക്കുട്ടി എന്നെ പറ്റിക്കുകയായിരുന്നുവെന്ന് ഞാനറിഞ്ഞില്ല."

"താൻ അവനു പൈസ കൊടുത്തേൽ അവനോടു ചോദിച്ചോണം." ടീച്ചർ കയർത്തു.

"ടീച്ചറൊന്നു വിളിച്ചു ചോദിച്ചുനോക്ക്, സത്യമറിയാം." ഞാൻ പറഞ്ഞു. അതു കേട്ടതും ടീച്ചർ ചാടിയെണീറ്റു.

"താൻ മര്യാദയ്ക്കു പോ, ഇവിടന്ന്."

വൈകീട്ട് ഞാൻ ജോണിക്കുട്ടിയെ കണ്ടു. എന്നെ കണ്ടതും അവൻ അതിശീഘ്രം നടന്നു. ഞാൻ പിന്നാലെ ചെന്നു. ടീച്ചർ കാർ

സ്റ്റാർട്ടുചെയ്യുകയാണ്. ജോണിക്കുട്ടി കാറിനു നേർക്കോടിച്ചെന്നു. ടീച്ച റോടെന്തോ പറഞ്ഞു.

ടീച്ചർ എന്നെ കണ്ടതും സൈഡ് ഡോർ തുറന്ന്, ജോണിക്കു ട്ടിയെ അകത്തേക്കു കയറ്റി. എന്നിട്ട്, തല പുറത്തേക്കിട്ട് ഭീഷണിസ്വ രത്തിൽ എന്നോട്, "തന്നോട് മര്യാദയ്ക്ക് ഞാൻ പറഞ്ഞതാണ്."

ഞാൻ സ്തംഭിച്ചുപോയി

ടീച്ചർ രോഷത്തോടെ എന്നെ നോക്കി, അതിവേഗം കാർ ഓടിച്ചു പോയി.

എന്റെ കണ്ണുകൾ നിറഞ്ഞുതൂവി. എനിക്ക് ആദ്യമായി കിട്ടിയ പ്രതിഫലം തട്ടിയെടുത്തതും പോരാഞ്ഞ്, അവഹേളനവും. എങ്ങനെ ഫീസടയ്ക്കും?

എനിക്ക് ദൈവത്തോടു പോലും അന്നേരം അമർഷമാണ് തോന്നിയത്. വല്ലാത്തൊരു അവസ്ഥയിലായിരുന്നു ഞാൻ.

വീട്ടിലേക്കു നടന്നു.

നടവഴികളും വയൽ വരമ്പുകളും നിരത്തുകളും പുരയിടങ്ങളും കയറിയിറങ്ങി ഒരു മണിക്കൂറോളം നടന്നാണ് ഞാൻ വീട്ടിലെത്തിയിരുന്നത്. വിജനമായൊരു വഴിയിലൂടെ ഞാൻ നടക്കു കയാണ്.

മണൽ പാത. പഞ്ചാരമണൽ.

ഓരോ ചുവടും മണ്ണിലേക്കു പൂണ്ടുപോകും. വെളിമ്പ്രദേശമാണ്. പെട്ടെന്നാണ് എന്റെ മുന്നിൽ നാലായി മടക്കി പഴകിയ പത്തു രൂപാ നോട്ട്. എന്റെ മുന്നിൽ, മണ്ണിൽ പൂണ്ടു കിടക്കുകയാണ്. ഞാനത് അതിവേഗം കുനിഞ്ഞെടുത്തു. നിവർന്നു നോക്കുമ്പോൾ, പടിഞ്ഞാറേ ചരിവിൽ സൂര്യൻ എന്നെ നോക്കി ചിരി തൂവുന്നു.

ജോണിക്കുട്ടിയുടെ കടം ദൈവം വീട്ടിയതോ?

അതോ, എന്റെ കഥയ്ക്ക് ദൈവം തന്ന പ്രതിഫലമോ?

■

മാഗി എന്നാണ് മനസ്സു തുറക്കുക?

നാലഞ്ചുവർഷം മുമ്പാണ്. അവിചാരിതമായി ഒരു ഫോൺമൊഴി എന്നെ തേടിവന്നു.

"മോഹൻ, ഇതാരാണെന്നു മനസ്സിലായോ?"

കേട്ട മാത്രയിൽ ഞാനാ സ്വരം തിരിച്ചറിഞ്ഞു.

"മാഗി"

അങ്ങേത്തലയിൽ അതിശയം ഉറവ പൊട്ടി.

"എത്ര പെട്ടെന്ന് നീയെന്നെ തിരിച്ചറിഞ്ഞു. റിയലീ എ സർപ്രൈസ്."

"സർപ്രൈസ് എനിക്കാണ്. മാഗി എവിടെ നിന്നാണ്?"

എന്റെ ആകാംക്ഷ ഇരട്ടിച്ചു.

"ഞാൻ നാട്ടിൽ ലാൻഡ് ചെയ്തെടാ."

"എവിടായിരുന്നു ഇത്രയും കാലം?" ഞാൻ ഒറ്റ ശ്വാസത്തിൽ ചോദിച്ചു. "വർഷങ്ങളെത്രയായീന്നോ? എന്റെ ഫോൺ നമ്പർ എവിടെ നിന്നു കിട്ടി?"

"അതൊക്കെ സസ്പെൻസ്. നേരിൽ കാണുമ്പോ പറയാം. ഈ ഫ്രൈഡേ ഉച്ചയ്ക്ക് നീ ഫ്രീയാവണം. ലഞ്ച് നമ്മൾ ഒരുമിച്ച്. നല്ലൊരു വെജിറ്റേറിയൻ ലഞ്ച്. ഇലയിട്ടു വെളമ്പണ ഏതേലും നല്ല ഒരു ഹോട്ടലിൽ."

"പിന്നെന്താ?"

"ഓകെ. അപ്പോ ഫ്രൈഡേ നമ്മൾ കാണുന്നു. ലഞ്ച് കഴിയുന്നതും ഈയുള്ളോൾ സ്ഥലം വിടുന്നു."

"എങ്കിൽ ഹോട്ടലിലെന്തിന്? വീട്ടിലാകാം."

ഞാൻ പറഞ്ഞു.

"വേണ്ടെടാ. നാത്തൂന് ബുദ്ധിമുട്ടാവും. കക്ഷിയെ എനിക്കൊന്ന് കാണണംന്ന്ണ്ട്. എന്നാലും ഇത്തവണ വേണ്ട. നിന്നോട് ഫ്രീയായി കുറേ കാര്യങ്ങൾ സംസാരിക്കാനുണ്ട്."

ഓകെ, വീ വിൽ മീറ്റ്, ബൈ...

ഫോൺ കട്ട് ചെയ്തു. ഞാനേതോ മതിഭ്രമത്തിലകപ്പെട്ടതുപോലെയായി. മാഗിയോട് എന്തൊക്കെയോ ചോദിക്കണമെന്നുണ്ടായിരുന്നു. അവിചാരിതമായ അവളുടെ വിളിയിൽ എല്ലാം ഞാൻ മറന്നു.

വൈകീട്ട് വീട്ടിലെത്തിയതും ഞാൻ പറഞ്ഞു.

"ഇന്നൊരു അദ്ഭുതമുണ്ടായി."

ഭാര്യ കഥയറിയാതെ മിഴിച്ചു നിന്നു.

"എന്റെ പഴയൊരു സുഹൃത്ത് വിളിച്ചു. അവൾ വെള്ളിയാഴ്ച വരുന്നു. ലഞ്ച് ഞങ്ങളൊരുമിച്ച്."

"ആര്?"

അവൾ ഊഹിച്ചു. "ഓ....യോ?"

എന്റെ കടിഞ്ഞൂൽ പ്രണയകഥയിലെ പക്ഷിയുടെ പേരാണ് അവൾ ഊഹിച്ചത്.

"അല്ല. വേറൊരാൾ. ഒരിക്കൽ ഞാൻ നിന്നോടു പറഞ്ഞിട്ടുണ്ട്."

"ഓ," അവൾ ഓർക്കാൻ ശ്രമിച്ചു. "ജീവിച്ചിരിപ്പുണ്ടോ എന്നു തന്നെ അറിയില്ല എന്നൊരിക്കൽ പറഞ്ഞ-"

"അതെ, അവൾ ജീവിച്ചിരിപ്പുണ്ട്. ഒന്നും സംസാരിക്കാൻ കഴിഞ്ഞില്ല. ഇനി വെള്ളിയാഴ്ച വരെ കാത്തിരിക്കണം."

"ഹോ, എന്തൊരാകാംക്ഷ," അവൾ തമാശ പറഞ്ഞു. "പഴയ വല്ല ലൈനുമായിരുന്നോ ദൈവമേ?"

"മാഗിയെ നിനക്കറിയില്ല," ഞാൻ വായനമുറിയിലേക്കു നടന്നു. വായിക്കാനെടുത്തതൊന്നും മനസ്സിലേക്ക് ചേക്കേറിയില്ല. മാഗിയാണ് മനസ്സാകെ. ടെലിഫോൺ ഇൻഡക്സ് തപ്പിയെടുത്ത് ഞാൻ പഴയൊരു സഹപാഠിയെ വിളിച്ചു.

"ജോസഫ് ഇന്നൊരു സംഭവമുണ്ടായി. നമ്മുടെ മാഗി എന്നെ വിളിച്ചു."

ജോസഫിന് അതിശയമില്ല. മാഗി അവനെയും വിളിച്ചിരിക്കുന്നു.

"അവളിപ്പോൾ കാനഡയിലാണ്." ജോസഫ് പറഞ്ഞു.

"കാനഡയിലെവിടെ?"

"ടൊറന്റോയിൽ"

"മാരീഡ്?"

"ആയിരിക്കാം"

"നീ ചോദിച്ചില്ലേ?"

"എന്തിനു ചോദിക്കണം?"

"അതെന്തേ?"

"അവളെക്കുറിച്ചു കേട്ട കഥകളൊക്കെ നീ മറന്നോ?"

ജോസഫ് എന്നോട് തിരിച്ചുചോദിച്ചു. കൂടുതൽ സംസാരിക്കേണ്ടെന്നു കരുതി ഞാൻ ഫോൺ വെച്ചു.

വായനമുറിയിൽ, ഓർമ്മകളിൽ നിന്ന്, മാഗി വർണച്ചിറകുകൾ വിടർത്തി, പൂമ്പാറ്റയായി പാറി വന്നു.

ക്ലാസ്സിൽ സജീവ സാന്നിദ്ധ്യമായിരുന്നു മാഗി. സദാ ചിരിയും കളി തമാശയും. മുത്തു പൊഴിയുന്നതുപോലെയായിരുന്നു മാഗിയുടെ ചിരി. ജെൻഡർ ഭേദമില്ലാതെ സൗഹൃദം. ആണും പെണ്ണും മാഗിക്ക് ഒരു പോലെ. തോളിൽ കയ്യിടും, തലയിൽ കിഴുക്കും, താടിക്കു ഞൊട്ടും, 'എടാ പോടാ' വിളിക്കും. ഏതു കൊമ്പനേയും മാഗി വരുതിയിലാക്കും. സഹപാഠികളുടെ മേൽ എത്ര പെട്ടെന്നാണ് മാഗി സ്വാതന്ത്ര്യം പ്രഖ്യാപിച്ചത്. മാഗിക്കു ചുറ്റും എപ്പോഴും ഒരു സംഘമുണ്ടാകും. ഇടവേളകളിൽ അവളോടു സല്ലപിക്കാൻ, തമാശ പൊട്ടിക്കാൻ, ബസ്സ് സ്റ്റോപ്പ് വരെ അവൾക്ക് അകമ്പടിയാകാൻ - എത്ര തമാശ പറഞ്ഞാലും, തരികിട കാട്ടിയാലും വഴി തെറ്റിയ ഒരു വാക്കോ, നോട്ടമോ മാഗിയുടെ ഭാഗത്തു നിന്നുമുണ്ടാവില്ല. അതാണ് മാഗി.

കാഴ്ചയിൽ കണിക്കൊന്ന പൂവിട്ടപോലെ. മാഗിയെക്കുറിച്ച് ഏറെയൊന്നും ഞങ്ങൾക്കറിയില്ലായിരുന്നു. അറിയാൻ ശ്രമിച്ചവർക്ക് പിടി കൊടുക്കാതെ, അതി വിദഗ്ദ്ധമായി അവൾ വഴുതിമാറും.

അതേ സമയം, ഞങ്ങളറിയാൻ, ബോധപൂർവം ചിലതൊക്കെ സംഭാഷണത്തിനിടയിൽ അവൾ ഇട്ടുതരും.

"ഓ, ഇന്ന് കാർന്നോര് പിണങ്ങി. ഒറ്റ നിർബന്ധം. ഒരാഴ്ച ക്ലാസ്സിൽ പോവണ്ട, ബാഗ്ലൂർക്ക് ബിസിനസ്സ് ടൂറിന് കൂടെച്ചെല്ലണമെന്ന്. ഈ ബിസിനസ്സ് ടൂർ എന്തു ബോറാണെന്നോ? കാർന്നോര്ടെ ചില 'യംഗ്ടർക്ക്' പാർട്ണേഴ്സുണ്ട്. അവമ്മാരുടെ നോട്ടം കാണണം. വയസ്സായിട്ടും അവന്മാര്ടെ വിചാരം യുവതുർക്കികളാണെന്നാ. അയാം റിയലീ ഫെഡപ്...."

"പാർട്ടികള്, കോക്ക്ടെയ്ൽ ഡിന്നറുകൾ... ബിസിനസ്സ് ഡിസ്കഷൻസ്... ഹാവൂ ഒരു വിധം രക്ഷപ്പെട്ടു, ഇത്തവണ."

ഒരിക്കൽ മാഗി കുറേ ചോക്ക്ളേറ്റ് കാൻഡിയുമായി വന്നു. "എന്റെ നാൻസിമോൾക്ക് മെഡിസിന് അഡ്മിഷൻ കിട്ടി." മാഗിയുടെ കണ്ണുകൾ അതു പറയുമ്പോൾ നനവാർന്നിരുന്നു. "ഓ, പറഞ്ഞില്ലല്ലോ. നാൻസിമോൾ എന്റെ ഒരേയൊരു ഉടപ്പിറന്നോൾ. തീർന്നില്ല, രണ്ടു മുരട്ടുകാളകൾ താഴെയുണ്ട്. അവന്മാർ മഹാ ഒഴപ്പന്മാർ. കാർന്നോര് അടുപ്പിക്കില്ല, ഒന്നിനേം. ങാ അതൊന്നും ഞാൻ പറഞ്ഞിട്ടില്ലല്ലോ. അതൊരു ഇന്റർനാഷണൽ കോൾഡ് വാറിന്റെ കഥയാ. മൂന്നാളും

നാട്ടിൽ അമ്മ വീട്ടിലാ താമസം. കാർന്നോർക്ക് ഒരേ വാശി. ഞാനെത്ര പാടു പെട്ടെന്നോ? ഒടുവിൽ കനിഞ്ഞു. കാശ് എത്ര എറിഞ്ഞെന്നോ, നാൻസിമോൾക്ക് മൈസൂറിൽ അഡ്മിഷൻ ശരിയാക്കാൻ."

"എന്റെയൊരു മോഹാരുന്നു, മെഡിസിന് പോണംന്ന്. നടന്നില്ല. അവൾക്കേലും അതിനു ഭാഗ്യോണ്ടായല്ലോ." മാഗിയുടെ കണ്ണ് നിറഞ്ഞു.

കാൻഡി ഞങ്ങളെ ഏല്പിച്ച് അവൾ എവിടെക്കോ ഓടിപ്പോയി. മാഗി മടങ്ങി വന്നതു കരഞ്ഞുതുടുത്ത മുഖവുമായി. "മാഗീ, എന്തായിത്?" ഞങ്ങൾ ഓരോരുത്തരായി ചുറ്റും കൂടി, "ഏയ്, ഒന്നുമില്ല." മാഗി ചിരിക്കാൻ ശ്രമിച്ചു. "ഒത്തിരി സന്തോഷം തോന്നുമ്പോ എനിക്കങ്ങനാ..."

പലപ്പോഴായി മാഗിയുടെ വാക്കുകളിൽ നിന്നു വീണു കിട്ടിയ വിശേഷങ്ങളിൽ നിന്ന് ഞങ്ങൾ ചില അനുമാനങ്ങളിലെത്തിയിരുന്നു.

1. മാഗിയുടെ അച്ഛൻ തിരക്കേറിയ ബിസിനസ്സുകാരനാണ്.

2. അച്ഛനും അമ്മയും തമ്മിൽ ശീതസമരം മൂലം അകന്നു കഴിയുന്നു.

3. മാഗി അച്ഛനു പ്രിയപ്പെട്ടവൾ. അച്ഛനുമൊത്ത് വൻനഗരത്തിൽ സുഖസമൃദ്ധമായി കഴിയുന്നു.

4. മാഗിയുടെ സഹോദരങ്ങൾ അമ്മയുമൊത്ത് നാട്ടിൻ പുറത്തെ തറവാട്ടിലും. അതുകൊണ്ടു തന്നെ അച്ഛന് അവരോടത്ര താത്പര്യവുമില്ല.

5. ബിരുദത്തിനുശേഷം രണ്ടു വർഷം ബാംഗ്ലൂരിലായിരുന്നു മാഗി. ആ സമയത്ത് അച്ഛന്റെ സ്ഥാപനങ്ങളൊന്നിൽ ബിസിനസ്സ് എക്സിക്യൂട്ടീവ് ആയി അവൾ പരിശീലനം നേടി. (ആധുനിക മാനേജ്മെന്റ് ശൈലിയുടെ ഭാഗമായ ഉപചാരങ്ങളും വശ്യമായ ഇംഗ്ലീഷ് വാമൊഴിയും മാഗി സമ്പാദിച്ചതങ്ങനെയാവണം.)

ഞങ്ങളുടെ സഹപാഠികളിലൊരാൾ, ആയിടെ അവിചാരിതമായി വൻ നഗരത്തിലെ മാഗിയുടെ വീട് സന്ദർശിക്കുന്നു. മടങ്ങിവന്ന സുഹൃത്ത് പറഞ്ഞറിഞ്ഞ വിശേഷങ്ങൾ കൂടിയായപ്പോൾ ഞങ്ങളുടെ ധാരണകൾ ഉറച്ചു. വീടെന്നു പറഞ്ഞുകൂടാ, ഒരു കൊട്ടാരം. മുൻ കവാടത്തിൽ കാവൽക്കാരൻ. അനുവാദമില്ലാതെ അകത്തേക്കു പ്രവേശനമില്ല. വിശാലമായ പൂന്തോട്ടം, പരിചാരകസംഘം, സുഹൃത്ത് ചെല്ലുമ്പോൾ മാഗിയുടെ ഡാഡിയുണ്ടായിരുന്നു. എഴുപതോടടുത്ത് പ്രായം. "ഡാഡ്" എന്നു വിളിച്ച് കൊഞ്ചലോടെ മാഗി പിന്നിലൂടെ വൃദ്ധന്റെ തോളിൽ കൈചുറ്റി നിൽക്കുന്നു. വൃദ്ധൻ അവളുടെ കൈത്തണ്ടയിൽ ചുംബിക്കുന്നു. അടുത്തിരുന്നു സംസാരിക്കുന്നതിനിടെ മകൾ അച്ഛന്റെ നരച്ച മുടിയിഴകൾക്കിടയിലൂടെ വിരലോടിക്കും.

വൃദ്ധൻ അവളുടെ വിരലുകൾ കൈക്കുള്ളിലാക്കി ചേർത്തിരുത്തും. അച്ഛനും മകളുമായുള്ള ഉദാത്ത സ്നേഹം കണ്ട് സുഹൃത്തിന്റെ കണ്ണുനിറഞ്ഞു പോലും. എത്ര ഉദാത്തം. ഞങ്ങളും അതിശയിച്ചു.

രണ്ടു വർഷം കഴിഞ്ഞു. ഞാനന്ന് ഒരു പ്രമുഖ പത്രത്തിന്റെ ജില്ലാ ലേഖകൻ. ഒരു ദിവസം മാഗിയുടെ ഫോൺ വരുന്നു.

“മോഹൻ, നാളെ ഉച്ചയ്ക്ക് ഞാനെത്തുന്നു. നല്ലൊരു വെജിറ്റേറിയൻ ലഞ്ച് വാങ്ങിത്തരണം. മനസ്സു തുറന്ന് കുറേ കാര്യങ്ങൾ പറയാനുണ്ട്.”

“എന്താ മനസ്സ് തുറക്കാൻ മാത്രം?”

ഞാൻ ചോദിച്ചു.

“അതൊക്കെ വന്നിട്ട്.”

മാഗി ഫോൺ വച്ചു. പിറ്റേന്ന് അവളൊരു ബെൻസ് കാറിൽ വന്നിറങ്ങി. കാർ വിട്ടുപോയി. ചോദിക്കും മുമ്പേ മാഗി പറഞ്ഞു. “കാർന്നോർടെ ബിസിനസ് പാർട്ണറാണ്.”

ഏറെ നേരം ഞങ്ങൾ എന്റെ ഓഫീസ് കം റസിഡൻസിലെ മുറിയിൽ സംസാരിച്ചിരുന്നു. മാഗി ഏതു നേരവും മനസ്സു തുറക്കുമെന്നു പ്രതീക്ഷിച്ച് ഞാനിരുന്നു. ഓഫീസ് അന്തരീക്ഷം പോലും ഓർക്കാതെ മാഗി ബിസിനസ്സിലെ തമാശകളും വീട്ടു വിശേഷങ്ങളും അണ മുറിയാതെ പറഞ്ഞുകൊണ്ടിരുന്നു.

“അല്ലാ, എനിക്കോഫർ ചെയ്ത ലഞ്ച്?”

മാഗി ഇടയ്ക്ക് ഓർമ്മിപ്പിച്ചു.

“ഞാൻ എപ്പോഴെ റെഡി.” ഞാൻ പറഞ്ഞു. റസ്റ്റോറന്റിലെ ടേബിളിനു മുന്നിലും മാഗിയുടെ നാവിനു വിശ്രമമില്ല. ഞങ്ങൾ ഊണുകഴിച്ചിറങ്ങി. “എനിക്കൊന്ന് ഫോൺ ചെയ്യണം” മാഗി പുറത്തിറങ്ങി എവിടെയ്ക്കോ ഫോൺ ചെയ്തു. “വണ്ടി ഇവിടേക്കു വരാൻ പറഞ്ഞു. നിന്നെ ഓഫീസിൽ ഡ്രോപ്പ് ചെയ്യാം.” മാഗി പറഞ്ഞു.

“അല്ലാ, മാഗി മനസ്സു തുറന്നില്ല. ഇതേ വരെ.” ഞാൻ ഓർമ്മിപ്പിച്ചു.

“തുറന്നില്ലേ?” മാഗി കുസൃതിയോടെ എന്നെ നോക്കി ചിരിച്ചു.

മാഗിയുടെ നനവു പടർന്ന പുഞ്ചിരിയിലേക്ക് ഒരു ബെൻസ് കാർ വന്നു നിന്നു. മാഗി കയറി. ഇനിയൊരിക്കൽ വരാമെന്നു പറഞ്ഞ് മാഗി പോയി.

ഏതാനും മാസങ്ങൾ കഴിഞ്ഞ് വീണ്ടും മാഗിയുടെ ഫോൺ. “മോഹൻ, ഞാനൊരു സ്ഥാപനത്തിൽ ജോലിക്കു ചേർന്നു.”

“മാഗിക്കെന്തിനു ജോലി.”

“വെറുതെ ടൈം പാസിന്. ചുമ്മാതിരുന്ന് ബോറടിക്കുന്നെഡാ.

ഇവിടെ ഇൻഫർമേഷൻ ഓഫീസർ. അയാം റിയലീ എൻജോയിംഗ് ദിസ് ജോബ്."

"ഫോൺ നമ്പർ?"

"വേണ്ട ഞാൻ വല്ലപ്പോഴും നിന്നെ വിളിച്ചോളാം."

ഇടയ്ക്കിടെ മാഗിയുടെ ഫോൺ വരും. കൊച്ചുകൊച്ചു തമാശകൾ. ഓഫീസ് വിശേഷങ്ങൾ. ഒരിടവേളയ്ക്കുശേഷം അതും നിലച്ചു.

എനിക്ക് ആകാംക്ഷയായി. മാഗിക്കെന്തു സംഭവിച്ചു. മാഗി മനസ്സു തുറക്കാനുണ്ടെന്നു പറഞ്ഞതെന്തിനാവണം? ഞങ്ങളുടെ സഹപാഠികളിൽ ഒരാളുടെ സുഹൃത്തും മാഗി ജോലി ചെയ്തിരുന്ന അതേ സ്ഥാപനത്തിൽ ജോലി ചെയ്തിരുന്നു. സുഹൃത്തു പറഞ്ഞ് സഹപാഠി അറിഞ്ഞ വിവരം ഇതായിരുന്നു. മാഗി പുറത്തെവിടെയോ പോയിരുന്ന സമയം. മാഗിയെ അന്വേഷിച്ച് ഒരാളെത്തുന്നു. മുഷിഞ്ഞ വേഷം. ചീകിയൊതുക്കാത്ത മുടി. മധ്യവയസ്കൻ.

"മാഗി ഇമ്മാനുവൽ ഇവിടില്ലേ?"

"നിങ്ങളാരാ? എന്താ കാര്യം?" ഓഫീസിലുള്ളവർ ചോദിച്ചു.

"അതു ചോദിക്കാൻ താനാരാ?"വന്നയാൾ തട്ടിക്കയറി. മദ്യപിച്ചിട്ടുണ്ട്.

"നിങ്ങൾ കാര്യം പറയൂ." ഓഫീസിലുള്ളവർ തണുത്തു.

"ഞാൻ അവടെ അപ്പനാ. മാസം മൂന്നായി പണമയച്ചിട്ട്. തള്ളേം മൂന്നെള്ളേത്തുങ്ങളും ഒള്ള കാര്യം മറക്കണ്ടാന്ന് പറഞ്ഞേര്. എന്റെ കാര്യം ഞാൻ നോയ്ക്കോളാം." അയാൾ ക്ഷുഭിതനായി പോയി. ഉച്ച തിരിഞ്ഞ് മാഗിയെത്തി. "അപ്പൻ" അന്വേഷിച്ചു വന്ന കാര്യം ഓഫീസിലുള്ളവർ പറഞ്ഞു. മാഗി തലക്കു കൈ കൊടുത്തിരുന്നു.

"ഓ അയാൾ ഇവിടേം വന്നോ, നാണം കെടുത്താൻ."

പിറ്റേന്ന് മാഗി ഓഫീസിൽ വന്നിട്ടില്ല. പിന്നീടൊരിക്കലും.

മാഗിക്കെന്താണു സംഭവിച്ചത്? ഞങ്ങൾ പഴയ സഹപാഠികളിൽ ചിലർ അന്വേഷണം ആരംഭിച്ചു.

മാഗിയുടെ നഗരത്തിലെ വീട്ടിൽ ഒരിക്കൽ പോയ സുഹൃത്ത് വീണ്ടും നിജസ്ഥിതി അറിയാൻ നിയോഗിക്കപ്പെട്ടു.

അയാൾ മാഗിയുടെ നഗരത്തിലെ വീട്ടിലെത്തുന്നു.

പരിചാരകന്മാരിലൊരാൾ വാതിൽ തുറന്നു. മാഗി...?

"അവർ ഇവിടെനിന്നു പോയല്ലോ?"

'എവിടേക്ക്?'

"അതറിയത്തില്ല. അയാൾ പറഞ്ഞു പകരം പുതിയ ആളേം വച്ചു."

ഉദ്യാനത്തിൽ, പുതിയൊരു ശലഭത്തിനു നേർക്ക് അയാളുടെ കണ്ണ് പാഞ്ഞു. അല്പം കൂടി ചെറുപ്പം ചെന്ന സുന്ദരി.

പിന്നീട് പ്രകാശ് പറഞ്ഞാണറിഞ്ഞത് – മാഗി, പാവപ്പെട്ട സിറിയൻ ക്രിസ്റ്റ്യൻ കുടുംബത്തിലെ മൂത്ത കുട്ടി. പഠിത്തത്തിലും നൃത്തത്തിലും കലകളിലും ഒരു പോലെ മികവുറ്റവൾ. മൂന്നു സഹോദരങ്ങൾ. മദ്യപനായ അച്ഛൻ. തകർന്ന കുടുംബം. മാഗിയെ അവളുടെ അച്ഛനാണ് ബിസിനസ്സ് പ്രമുഖന്റെ മുന്നിലെത്തിച്ചത്. എഴുപതോടടുത്ത വൃദ്ധൻ. വിഭാര്യൻ. അയാളുടെ വ്യക്തിപരമായ കാര്യങ്ങളിൽ ശ്രദ്ധിക്കാനും ബിസിനസ്സ് പങ്കാളികളുമായി ലെയ്സ് ചെയ്യാനും എല്ലാറ്റിനുമുപരി ഒരു തുണയായും. പകരം കുടുംബത്തിന്റെ ചെലവുകൾ, സഹോദരങ്ങളുടെ പഠിത്തം, എല്ലാം അയാൾ വഹിക്കും. മാഗിയെ ഉടലോടെ ദത്തെടുക്കുകയായിരുന്നു അയാൾ. ബിസിനസ്സ് പാർട്ണറുമായുള്ള 'ലെയ്സൺ' വിപുലമായതോടെ മാഗി എതിർപ്പു പ്രകടിപ്പിച്ചുതുടങ്ങി. അങ്ങനെ ബിസിനസ്സ് പ്രമുഖന്റെ സാമ്രാജ്യത്തിൽ നിന്ന് മാഗി പുറത്താവുന്നു. നഗരത്തിലെ സ്ഥാപനത്തിൽ 'ടൈംപാസി'നായി ജോലിക്കെത്തിയതങ്ങനെയാവണം.

പിന്നീട് നീണ്ടൊരു ഇടവേള. മാഗിയെക്കുറിച്ചാർക്കും അറിയില്ല. ഒടുവിലതാ, മാഗി ഭൂമിയിലെ തന്റെ സാന്നിദ്ധ്യം ഉറപ്പാക്കിയിരിക്കുന്നു, ഒരു ഫോൺ വിളിയിലൂടെ.

വെള്ളിയാഴ്ച നഗരത്തിലെ ഒരു പ്രമുഖ ഹോട്ടലിൽ ഞാൻ ഒരു ടേബിൾ റിസർവ്വ് ചെയ്തു. സ്റ്റീൽ പാത്രത്തിൽ വാഴയില വട്ടത്തിൽ വെട്ടിയിട്ട് ഊണു വിളമ്പാമെന്നവർ പറഞ്ഞു. (മാഗിക്ക് 'ഇലയിൽ വെളമ്പണ' ഊണു വേണമല്ലോ.) മാഗിയുടെ തുറക്കാത്ത മനസ്സ് ഇന്നു തുറപ്പിക്കണം. ഞാൻ നിശ്ചയിച്ചു. മാഗിയുടെ വരവിനായി ഞാൻ കാത്തിരുന്നു.

ഒരു മണിയോടെ മാഗിയുടെ ഫോൺ വന്നു. "മോഹൻ, അയാം റിയലീ സോറീ ഡാ. ഞാൻ എയർപോർട്ടിൽ നിന്നാണ്. ഡൽഹിക്കു പോവുന്നു. അവിടന്ന് കാനഡയ്ക്കു പോവും. ഇനിയൊരിക്കലാവാം നമ്മുടെ ലഞ്ച്."

"ഞാൻ ഉടനെ എയർപോർട്ടിലെത്താം" ഞാൻ പറഞ്ഞു.

"വേണ്ട, ഞാൻ ചെക്കിൻ ചെയ്തുകഴിഞ്ഞു. ബുദ്ധിമുട്ടാവും. അയാം സോറീ ഡാ സീയൂ..."

മാഗി ഇനി എന്നാവും മനസ്സ് തുറക്കാനെത്തുക? ■

രാധ, രാധ മാത്രം

ഒരു ഉച്ചയൂണു നേരത്താണ് ഞാൻ രാധയെ കണ്ടത്. തനിച്ചായിരുന്നില്ല. നാല്പതോളം വഴി തെറ്റിയ പെണ്ണുങ്ങൾക്കിടയിൽ വാടിത്തുടങ്ങിയ പനീർ ചെമ്പകം. കറുത്ത വരയൻ മുണ്ടും ജംബറുമായിരുന്നു വേഷം. മാറു മറയ്ക്കാൻ ഒരു തോർത്ത് ജംബറിൽ ഉടക്കിയിട്ടിരുന്നു. കുളിപ്പിന്നലിൽ ഒരു തുളസിക്കതിര് കൊരുത്തിട്ടിരുന്നെങ്കിൽ! (എങ്കിലേ രാധയ്ക്ക് പൂർണതയാവൂ).

രാധ ആരേയും ശ്രദ്ധിച്ചിരുന്നില്ല. അവളുടെ ഒപ്പമുണ്ടായിരുന്നവരിൽ പലരും അങ്ങനെയായിരുന്നില്ല. ഗോപ്യമായൊരു പരിഹാസം, വശ്യമായൊരു ചിരി, ആരോടെന്നില്ലാത്ത പുച്ഛം - അങ്ങനെ എന്തൊക്കെയോ അവരുടെ ചുണ്ടുകളിൽ നിഴലിച്ചിരുന്നു. രാധ മാത്രം ഒന്നിലും ശ്രദ്ധയില്ലാതെ.

വലിയൊരു ഹാളിൽ മൂന്നു വശത്തായി വരിവരിയായി ഇരിക്കുകയാണ് പെണ്ണുങ്ങൾ. പല പ്രായക്കാർ. കൗമാരപ്രായക്കാർ മുതൽ മധ്യവയസ്കർവരെ. ഏറെയും യുവതികൾ.

മുന്നിൽ ഓരോ പിഞ്ഞാണങ്ങൾ. ഓരോന്നിലായി ചോറും കറികളും എത്തുന്നു. ആരും കഴിച്ചു തുടങ്ങിയിരുന്നില്ല. വിളമ്പു കഴിയാൻ കാത്തിരിക്കുകയാണ്. പെട്ടെന്ന് ഏതോ ഒരു കോണിൽ പ്രാർത്ഥനയുയർന്നു.

“അന്നവസ്ത്രാദി മുട്ടാതെ
തന്നു രക്ഷിച്ചു ഞങ്ങളെ
ധന്യരാക്കുന്ന നീയൊന്നു-
തന്നെ ഞങ്ങൾക്കു തമ്പുരാൻ....”

“ഇനിയവർ ഊണു കഴിക്കട്ടെ”, എന്റെ ഒപ്പമുണ്ടായിരുന്ന സൂപ്രണ്ട് പറഞ്ഞു. “നമുക്ക് ഓഫീസ് മുറിയിലേക്കു പോകാം.”

ഞാൻ അവരുടെയൊപ്പം നടന്നു.

“കുടിക്കാനെന്തെങ്കിലും”? അവർ എന്നോടു ചോദിച്ചു.

“വേണ്ട,” ഞാൻ പറഞ്ഞു.

സത്യത്തിൽ എനിക്കു നല്ല ദാഹമുണ്ടായിരുന്നു. എങ്കിലും ആ അന്തരീക്ഷത്തെക്കുറിച്ചോർത്തപ്പോൾ–

"ദാഹമുണ്ടായാലും നിങ്ങളൊക്കെ ഇല്ലെന്നേ പറയൂ."

എന്റെ കാപട്യം അറിഞ്ഞെന്നോണം അവർ പറഞ്ഞു. "വഴി പിഴച്ച പെണ്ണുങ്ങൾ പാർക്കുന്ന ഇടമല്ലേയിത്"? അവർ എന്നെ നോക്കി ചിരിച്ചു. "ഇവരെയൊക്കെ ഈ നിലയിലെത്തിക്കുന്നത് നിങ്ങളുടെ വർഗ്ഗക്കാരാണെങ്കിലും."

"ഏയ്, അതുകൊണ്ടല്ല", ഞാൻ ജാള്യം മറയ്ക്കാനായി പറഞ്ഞു. "തല്ക്കാലം വേണ്ടെന്നേയുള്ളൂ."

അകത്ത് ഹാളിൽ പ്രാർത്ഥന തുടരുകയാണ്.

"ആഴമേറും നിൻ മഹസ്സാ–
മാഴിയിൽ ഞങ്ങളാകവേ
ആഴണം വാഴണം നിത്യം
വാഴണം വാഴണം സുഖം..."

ദൈവത്തോടാണ്. നിയമത്തിന്റെ തീനാളത്തിൽ വന്നു വീണ നിശാശലഭങ്ങളുടെ പ്രാർത്ഥന.

എനിക്കു മാത്രമല്ല, ദൈവത്തിനും തോന്നുന്നുണ്ടാവണം ജാള്യം. ഞാനോർത്തു. അന്നവസ്ത്രാദിമുട്ടാതെ തന്നു രക്ഷിക്കുന്ന ദൈവത്തോട് നന്ദി പറയുകയാണവർ. ഏതു വിധേനയാണ് അവർക്ക് അന്നവസ്ത്രാദികൾ നല്കിയതെന്നോർത്തതും ദൈവത്തിന്റെ മുഖം മഞ്ഞളിക്കുന്നതു ഞാൻ മനസ്സിൽ കണ്ടു.

ഞങ്ങൾ മുറിയിലെത്തി. സ്ത്രീ എന്റെ മുന്നിലെ കസേരയിലിരുന്ന് മേശപ്പുറത്തെ മണിയമർത്തി. ഞാൻ അവരുടെ മുന്നിലെ കസേരയിലിരുന്നു.

മുറിയിലെത്തിയ ജീവനക്കാരിയോട് അവർ പറഞ്ഞു:

"ഒരു ചായയിടു."

പെട്ടെന്ന് എന്നെ നോക്കി അവർ ചോദിച്ചു. "അതോ കാപ്പിയോ?"

"വേണ്ട," ഞാൻ പറഞ്ഞു.

"നിർബന്ധമെങ്കിൽ ജീരകവെള്ളം മതി."

"ദാഹമുണ്ട്, എനിക്കറിയാം." അവർ എന്നെ നോക്കി അർത്ഥം വച്ചു ചിരിച്ചു. 'പ്രായമതല്ലേ?'

അകത്തെ ഹാളിൽ പ്രാർത്ഥന നിലച്ചിരുന്നു.

"ഇവിടെ ഇതാണു പതിവ്. മൂന്നു നേരവും ആഹാരത്തിനു മുമ്പ് പ്രാർത്ഥനയുണ്ട്." അവർ പറഞ്ഞു. "പ്രത്യേകിച്ച് ഞാനിവിടെ സൂപ്രണ്ടായി വന്നശേഷം."

"പക്ഷേ, ആ പ്രാർത്ഥന ദൈവം കേൾക്കാതിരുന്നാൽ നന്ന്."

ഞാൻ എടുത്തടിച്ചതു പോലെ പറഞ്ഞു.

"ങും?" അവർ ആശ്ചര്യത്തോടെ മുഖമുയർത്തി.

"ദൈവത്തിനു ലജ്ജ തോന്നുന്നില്ലേ? ഏതു വിധേനയാണ് ദൈവം അവരെ കാത്തുരക്ഷിച്ചിരുന്നതെന്നോർക്കുമ്പോൾ-ഇതോ ദൈവ നീതി?"

അതുകേട്ട് അവർ ചിരിക്കുമെന്നാണ് ഞാൻ കരുതിയത്. പക്ഷേ അവർ തല കുനിക്കുകയാണുണ്ടായത്. അല്പനേരം. പിന്നെ നെറ്റിയിലും മാറിനു കുറുകെയും കുരിശു വരച്ചു.

"ദൈവഹിതം എന്നു പറഞ്ഞ് നിങ്ങൾക്കൊക്കെ കയ്യൊഴിയാം. പക്ഷേ, ഇതൊന്നും ദൈവം വരുത്തിവയ്ക്കുന്നതല്ല. മനുഷ്യർ ഒരുക്കുന്ന ചതിക്കുഴികളിൽ വീണവരാണ് ഇവിടെയെത്തുന്നവരിൽ അധികവും. ഊണു കഴിയട്ടെ. ഒന്നു രണ്ടുപേരെ വിളിക്കാം. അവരുടെ കഥ കേൾക്കുമ്പോൾ മനസ്സിലാവും."

എന്നെ മുറിയിലിരുത്തി അവർ ഹാളിലേക്കു പോയി. ജേർണലിസ പഠനം കഴിഞ്ഞ് കേരളകൗമുദിയുടെ എറണാകുളം ബ്യൂറോയിൽ ട്രെയിനിയാണ് ഞാൻ. ഇന്ത്യൻ എക്സ്പ്രസ് ലേഖകൻ അശ്വിനി സരിൻ, കമലയെ കണ്ടെത്തിയ കഥ സമീപകാലത്ത് മാദ്ധ്യമ ശ്രദ്ധ പിടിച്ചുപറ്റിയിരുന്നു. അതുപോലൊരു കണ്ടെത്തലിന് എനിക്കും കഴിഞ്ഞാലോ? മറ്റൊരു കമല? അങ്ങനെയാണ് ഞാൻ കൊച്ചിയിലെ സൗത്ത് ഓവർ ബ്രിഡ്ജിനടുത്തുള്ള റെസ്ക്യു ഹോമിലെത്തിയത്. കൊച്ചി മഹാനഗരത്തിലെ ഹോട്ടൽ മുറികളും തെരുവുകളും സജീവമായിരുന്നതിനാൽ റെസ്ക്യൂ ഹോമിൽ അന്തേവാസികളുടെ എണ്ണം ഒരിക്കലും കുറഞ്ഞിരുന്നില്ല. വഴിപാടു പോലെ ഇടയ്ക്കിടെ പോലീസ് റെയ്ഡ് നടത്തും. കുറേപ്പേരെ റെസ്ക്യൂ ഹോമിലെത്തിക്കും. കുറച്ചു നാളത്തെ വിശ്രമം കഴിഞ്ഞ് വീണ്ടുമവർ തെരുവിലെത്തും. ഒരു തുടർക്കഥപോലെ.

ഊണു കഴിഞ്ഞ് സൂപ്രണ്ട് മുറിയിലേക്കു വന്നു. പിന്നാലെ അവൾ. വാടിയ പനീർ ചെമ്പകം.

സൂപ്രണ്ട് എനിക്കവളെ പരിചയപ്പെടുത്തി. ഊരും പേരും പറഞ്ഞു. ഞാനവളെ രാധയെന്നു വിളിക്കട്ടെ.

രാധ എനിക്കെതിരെ ചുമരിൽ ചാരി നിന്നു അവൾ വിവശയായിരുന്നു. വളരെ കുറച്ചേ അവൾ സംസാരിച്ചിരുന്നുള്ളൂ. ഒന്നും ഓർക്കാനിഷ്ടമില്ലാത്തതു പോലെ.

"റെസ്ക്യൂ ഹോമിൽ എത്തേണ്ടവളല്ലിവൾ" സൂപ്രണ്ട് പറഞ്ഞു. വിധി! അല്ലാതെന്താ?

'എത്രനാളായി ഇവിടെ എത്തിയിട്ട്?' ഞാൻ ചോദിച്ചു.

അതിനു മറുപടി പറഞ്ഞത് സൂപ്രണ്ടാണ്. "മാസങ്ങൾ പലതായി. ഇവിടെയുള്ളവരിൽ ഏറ്റവും പഴക്കം ഇവൾക്കാണ്."

"കൂട്ടിക്കൊണ്ടുപോകാനാരും?"

എന്റെ ചോദ്യത്തിന് മറുപടിയായി അവളുടെ തേങ്ങലുയർന്നു. അവൾ മുഖം പൊത്തി തേങ്ങുകയാണ്.

"ആരു കൂട്ടിക്കൊണ്ടുപോകാൻ? സൂപ്രണ്ട് സഹതാപത്തോടെ അവളെ നോക്കി. "റെസ്ക്യു ഹോമിലെത്തുന്നവരെ രക്ഷിക്കാൻ സാധാരണ ഭർത്താക്കന്മാരാണെത്തുക. വിവാഹസർട്ടിഫിക്കറ്റുമായി. അല്ലെങ്കിൽ ബന്ധുക്കൾ. നേരെ തെരുവിലേക്കാണ് വീണ്ടും കൊണ്ടു പോവുക. രാധ അത്തരക്കാരിയല്ലാത്തതുകൊണ്ടാവാം, ആരും വരാനില്ലാത്തത്"

"രാധയ്ക്ക് ആരുമില്ലേ?" ഞാൻ ചോദിച്ചു.

"ഉണ്ട്", അതു പറഞ്ഞതും അവൾ വീണ്ടും തേങ്ങി "ദൈവം."

"എന്താണുണ്ടായത്?" ഞാൻ സൗമ്യമായി ചോദിച്ചു.

"ഒരുപക്ഷേ, രാധയെ രക്ഷിക്കാൻ എനിക്കു കഴിഞ്ഞാലോ?"

അവൾ മുഖം മറച്ച കൈ നീക്കി എന്റെ നേർക്ക് അവിശ്വസനീയതയോടെ നോക്കി. മുന്നിലെ ബ്ലാക്ക് ആന്റ് വൈറ്റ് ചിത്രത്തിൽ കണ്ണീരൊഴുക്കുന്നത് ശാരദയോ ജലജയോ?

കണ്ടു പരിചയമുള്ള മുഖം. പക്ഷേ, രാധയ്ക്കു ചന്ദനനിറമുള്ള ശാലീനതയായിരുന്നു.

അവൾ എന്നോടു ചോദിക്കുന്നതുപോലെ തോന്നി. "എങ്ങനെ? എങ്ങനെ എന്നെ രക്ഷിക്കാൻ?"

രാധയുടെ പ്രത്യാശ നിറഞ്ഞ നോട്ടം എന്റെ മനസ്സിലെ ജേർണലിസ്റ്റ് അറിഞ്ഞു. അയാൾ ഉണർന്നു. എന്നെ തള്ളിമാറ്റി അയാൾ മുന്നോട്ടു വന്നു.

"രാധയുടെ കഥ എനിക്കറിയണം.നടന്നതെന്താണെന്നു പറയൂ. രാധയെ എനിക്ക് രക്ഷിക്കാൻ കഴിഞ്ഞേക്കും."

അവൾ വിശ്വാസത്തോടെ എന്റെ കണ്ണുകളിലേക്കു നോക്കി.

എന്നേക്കാൾ ഒന്നോ രണ്ടോ വയസ്സിന് ഇളപ്പമേ അവൾക്കുള്ളൂ. അവളുടെ കണ്ണുകളിലെ നിഷ്കളങ്കതയിൽ നനവു പടർന്നു. രാധ ചുമരിലേക്കമർന്ന് മച്ചിന്റെ വിതാനത്തിനു നേർക്ക് മുഖമുയർത്തി നിന്നു. കണ്ണുകളിൽ പിന്നെയും ഉറവ പൊട്ടി.

"എനിക്കൊന്നുമറിയില്ല. എന്നെ ചതിച്ചതാണ്. എന്നോടിനിയൊന്നും ചോദിക്കരുത്." പെട്ടെന്നവൾ മുഖം പൊത്തിക്കരഞ്ഞു തുടങ്ങി.

"ആര്?" എന്ന ചോദ്യത്തിന് മുന്നിൽ അവൾ നിഷേധത്തോടെ ചുമരിലേക്കു തല ചലിപ്പിച്ച് വാവിട്ടു കരഞ്ഞു.

കുറച്ചു നേരത്തേക്ക് ഞാനൊന്നും ചോദിച്ചില്ല. രാധ സ്വയം വീണ്ടെടുക്കട്ടെയെന്നു കരുതി. അല്പം കഴിഞ്ഞ് അവൾ പറഞ്ഞു: "അറിഞ്ഞുകൊണ്ട് ഞാനൊരു തെറ്റും ചെയ്തിട്ടില്ല. പ്രാണനെപ്പോലെ സ്നേഹിക്കുന്നുവെന്നു പറഞ്ഞയാളെ സ്നേഹിച്ചതല്ലാതെ." രാധ അവളുടെ കഥ പറയുകയായിരുന്നു.

നമ്പൂതിരി യുവതിയാണവൾ. ക്ഷയിച്ച ഇല്ലം. പഠിത്തം തുടരാനായില്ല. പത്തിൽ നിലച്ചു. ജീവിതത്തിൽ ആശിക്കാനൊന്നുമില്ലെന്നു കരുതിയ അവസ്ഥയിൽ മനസ്സിലേക്കൊരാൾ കടന്നുവന്നു. അയൽപക്കത്ത് കെട്ടിടം പണിക്കെത്തിയ സുമുഖനായ ചെറുപ്പക്കാരൻ. അത്രയേറെ ആഴത്തിലായിരുന്നു അയാളുടെ പ്രണയം. വിട്ടുപിരിയാനാവാത്ത അവസ്ഥ. കെട്ടിടം പണി കഴിഞ്ഞതും കൂടെപ്പോരാൻ അയാൾ നിർബന്ധിച്ചു. അയാൾ വച്ചുനീട്ടിയത് ജീവിതമാണല്ലോ എന്നോർത്തപ്പോൾ അവൾ മറിച്ചൊന്നും ആലോചിച്ചില്ല. വീടു വിട്ടിറങ്ങി. രജിസ്റ്റർ വിവാഹം ചെയ്തു.

അയാളുടെ നാടിനടുത്ത്, ഒരു വാടകവീടെടുത്ത് കുറച്ചു ദിവസം ഒരുമിച്ചു താമസിച്ചു. ഒരു ദിവസം അയാൾ പറഞ്ഞു: "കുറച്ചു പണം ഒത്തു വന്നിട്ടുണ്ട്. നഗരത്തിൽ പോയി ഒന്നാഘോഷിച്ചാലോ? ഹോട്ടലിൽ താമസിക്കാം. ഒരു ഹണിമൂൺ യാത്ര."

അയാളോടൊരുമിച്ച് നഗരത്തിലെക്കുള്ള യാത്ര. രാധയുടെ മനസ്സ് നിറയെ ഒരുപാട് സ്വപ്നങ്ങളായിരുന്നു. ഒന്നു രണ്ടു ദിവസം അയാൾ അവളെയും കൊണ്ട് നഗരക്കാഴ്ചകൾ കണ്ടു നടന്നു. അയാളുടെ സുഹൃത്തുക്കളാണെന്നും അഭ്യുദയകാംക്ഷികളാണെന്നും പറഞ്ഞ് പലരേയും പരിചയപ്പെടുത്തി.

ഒരുരാത്രി. അയാൾ പറഞ്ഞു: "നമുക്ക് സ്ഥിരമായി ഒരു വരുമാനം വേണ്ടേ? എനിക്കൊരാൾ ജോലി തരാമെന്നേറ്റിട്ടുണ്ട്. നീയൊന്നു കണ്ണടയ്ക്കണം. ഒറ്റരാത്രി മാത്രം. അയാൾക്ക് നിന്നെ കണ്ട് ഇഷ്ടപ്പെട്ടു. നമുക്ക് ജീവിക്കാൻ വേണ്ടിയാണെന്നു കരുതിയാൽ മതി. ആരും അറിയില്ല. നമുക്കു വേണ്ടിയല്ലേ?"

അവളുടെ എതിർപ്പുകൾ അയാളുടെ സ്നേഹത്തിന്റെയും പരിദേവനത്തിന്റെയും നിർബന്ധത്തിന്റെയും മുന്നിൽ ഉരുകിപ്പോയി.

രാത്രി ആരോ ഒരാൾ വന്നു. നേരം പുലർന്നിട്ടും അയാൾ മുറി വിട്ടുപോയില്ല. പിറ്റേന്നു പകലും രാത്രിയും അയാൾ മുറിയിലുണ്ടായിരുന്നു. അവൾക്ക് ഉറക്കെയൊന്ന് ഒച്ചവെക്കാൻ പോലും കഴിഞ്ഞില്ല. രാപ്പകൽ അയാൾ അവളെ വേട്ടയാടി.

അടുത്ത ദിവസമാണ് അയാളെത്തിയത്. അവൾ കാൽക്കൽ വീണു കരഞ്ഞു.

അന്നുരാത്രി വേറെ ചിലർ വന്നു. 'കമ്പനിയിലെ' ഉയർന്ന ആൾക്കാർ. അവർ ക്രൂരമൃഗങ്ങളെപ്പോലെയായിരുന്നു.

പുലർച്ചെ അവൾ മുറി തുറന്നു പുറത്തുചാടി. ഹോട്ടലിൽ നിന്നു രക്ഷപ്പെട്ടു. നേരെ സ്വന്തം വീട്ടിലേക്കാണു പോയത്. പുകഞ്ഞ കൊള്ളി പുറത്ത്. വീടിന്റെ വാതിലും അടഞ്ഞതോടെ അവൾ നഗരത്തിലേക്കു വണ്ടികയറി. ജീവനൊടുക്കാനായിരുന്നു തീരുമാനം. റെയിൽവേ സ്റ്റേഷനിൽ രാത്രിക്കുവേണ്ടി കാത്തിരിക്കുന്നതിനിടയിലാണ് പോലീസിന്റെ പിടിയിലാവുന്നതും റെസ്ക്യൂ ഹോമിലെത്തുന്നതും.

രാധയുടെ കഥ കേരളകൗമുദിയിൽ അച്ചടിച്ചുവന്നതോടെ ജേർണലിസ്റ്റ് എന്ന നിലയിൽ എന്റെ ബാദ്ധ്യത ഞാൻ നിറവേറ്റി. രാധയോടുള്ള മാനുഷികമായ സഹതാപമായിരുന്നില്ല, മറിച്ച് ഒരു 'ഹ്യൂമൻ ഇന്ററസ്റ്റ് സ്റ്റോറി' ചെയ്തതിലുള്ള സംതൃപ്തിയായിരുന്നു എന്റെ മനസ്സിൽ. ഒരർത്ഥത്തിൽ ഞാനും അവളെ ചൂഷണം ചെയ്യുകയായിരുന്നു. സഹതാപത്തിന്റെയോ കരുണയുടേയോ കാണിക പോലും എന്റെ പുരുഷ മനസ്സിൽ അവളോടുണ്ടായിരുന്നില്ല. ഉണ്ടായിരുന്നുവെങ്കിൽ അവൾക്കൊരു ജീവിതം നല്കുന്നതിനെക്കുറിച്ച് അവിവാഹിതനായ ഞാൻ ചിന്തിച്ചേനേ.

അടുത്ത ദിവസം തന്നെ രാധയെ വിട്ട് മറ്റേതോ ന്യൂസ് സ്റ്റോറിയിലേക്ക് ഞാൻ കടന്നു. പത്രപ്രവർത്തകർ അങ്ങനെയാണ്. ഇന്നലെകളെ അവർ ഓർക്കാറില്ല. അഥവാ ഓർക്കണമെങ്കിൽ, തലേന്നു ചെയ്ത കഥയ്ക്കൊരു ഫോളോ അപ്പ് ഉണ്ടാവണം. അതായത് ഒരു തുടർക്കഥ. ചിലർ അതിനുവേണ്ടി മെനക്കെടാറുണ്ട്.

രാധയുടെ കഥയ്ക്ക് എന്റെ ശ്രമം കൂടാതെത്തന്നെ അങ്ങനെയൊന്നുണ്ടായി. പത്രത്തിൽ രാധയുടെ കഥ വന്ന് പിറ്റേന്നു രാവിലെ ഞാൻ ഓഫീസിലെത്തുമ്പോൾ അപരിചിതനായ ഒരാൾ കാത്തിരിക്കുന്നു. ഒറ്റ നോട്ടത്തിൽ ഒരു റിട്ടയർ ചെയ്ത പോലീസ് മുഖം.

എന്റെ ബോസ്, ബ്യൂറോ ചീഫ് ശ്രീ.എ.പി.വിശ്വനാഥൻ എന്നെ അകത്തേക്കു വിളിച്ചു. "മോഹന്റെ സ്റ്റോറിക്ക് ഒരു ഫോളോ അപ്പ് ഉണ്ടാകാൻ പോകുന്നു." അദ്ദേഹം പറഞ്ഞു. "പുറത്തൊരാൾ ഇരിക്കുന്നില്ലേ. ഒരു റിട്ടയേർഡ് സർക്കിൾ ഇൻസ്പെക്ടറാണ്. രാധയോടു കരുണതോന്നി ദത്തെടുക്കാൻ തയ്യാറായി വന്നിരിക്കുകയാണ്. വേണ്ട സഹായം ചെയ്തുകൊടുക്കൂ. നാളെ ഒന്നാം പേജിലേക്ക് നല്ലൊരു സ്റ്റോറിയാവുമല്ലോ."

എന്റെ കഥയ്ക്ക് ഒരു ഫോളോ അപ്പുണ്ടാവുന്ന ത്രില്ലിലായിരുന്നു ഞാൻ. അപ്പോഴും രാധയോടുള്ള സഹതാപമോ അവൾക്കൊരു ജീവിതം കിട്ടുന്നതിലുള്ള സന്തോഷമോ ആയിരുന്നില്ല. എന്റെ ജേർണലിസ്റ്റ് മനസ്സിൽ.

ഫോളോ അപ്പിനുവേണ്ടി റിട്ട: സി.ഐയുമായി ഞാൻ സംസാരിച്ചു. പത്രത്തിൽ രാധയുടെ കഥ വായിച്ച് മനസ്സലിഞ്ഞ് എത്തിയിരിക്കുകയാണയാൾ. രാധയ്ക്കൊരു ജീവിതം നല്കുക മാത്രമാണ് ലക്ഷ്യം. അയാൾ പറഞ്ഞു: "എത്രയും വേഗം ആ കുട്ടിയെ എനിക്കു കാണണം. ഇന്നു തന്നെ ഞാനവളെ കൂട്ടിക്കൊണ്ടു പോകാനൊരുക്കമാണ്."

ഞാൻ റെസ്ക്യൂഹോം സൂപ്രണ്ടുമായി ബന്ധപ്പെട്ടു. ആവേശത്തോടെയാണ് രാധയ്ക്കൊരു ജീവിതം കിട്ടാൻ പോകുന്ന കാര്യം ഞാൻ അവരെ അറിയിച്ചത്. എല്ലാം കേട്ടശേഷം അവരെന്നോട് തമാശമട്ടിൽ ചോദിച്ചു. "സി.ഐ.അദ്ദേഹം ഭാര്യയുമായി തെറ്റിക്കഴിയുന്നോ, അതോ ഭാര്യ മരിച്ച് തനിച്ചു കഴിയുന്നോ? സ്വന്തം പേരിൽ സ്വത്തുണ്ടോ? ഉണ്ടെങ്കിലത് കാലശേഷം രാധയുടെ പേരിൽ എഴുതിക്കൊടുക്കാൻ സമ്മതമാണോ? ഒന്ന് ചോദിച്ചറിയുക."

ഞാൻ രക്ഷകനോടു സംസാരിച്ചു. റിട്ടയർ ചെയ്തിട്ട് രണ്ടു വർഷമേ ആയുള്ളൂ. ഭാര്യ മരിച്ചു. കൂട്ടിനൊരാളുവേണം. മക്കൾ നാട്ടിലില്ല. എങ്കിലും സ്വത്തിനവകാശം സ്വാഭാവികമായും അവർക്കായിരിക്കുമല്ലോ? ഇനി അഥവാ അവർക്കു സമ്മതമെങ്കിൽ എനിക്കെന്തു തടസ്സം? അയാൾ പുകക്കറ പിടിച്ച പല്ലു കാട്ടി ചിരിച്ചു.

"ആഹാ, കൊള്ളാമല്ലോ പൂതി." ഞാനതു പറഞ്ഞതും സൂപ്രണ്ട് ഫോണിലൂടെ രോഷം കൊണ്ടു. "അറുപതാം വയസ്സിൽ ഇരുപതുകാരിയെ അന്തിക്കൂട്ടിനു കൂട്ടാൻ വന്നിരിക്കുന്നു. നാണം കെട്ട പരിഷ. ഇങ്ങോട്ട് പറഞ്ഞുവിട്ടിരുന്നേൽ ആട്ടി വിട്ടേനേ ഞാൻ."

സി.ഐ. ഇളിഭ്യനായി മടങ്ങി.

നാലഞ്ചു ദിവസം കഴിഞ്ഞു. തപാലിൽ ഒരു കത്തു വന്നു. സ്റ്റാഫ് റിപ്പോർട്ടറുടെ പേർക്ക്. പാലക്കാട്ടു നിന്ന് ഒരു യുവാവിന്റേതാണ്.

സുഹൃത്തേ, നിങ്ങളുടെ റിപ്പോർട്ടിൽ പറയുന്ന രാധയെ ഒന്നു കാണാൻ തരപ്പെടുത്താമോ? ആ കുട്ടിയുടെ അവസ്ഥ എന്നെ വല്ലാതെ സ്പർശിച്ചു. വളരെ ആലോചിച്ചശേഷം ഒരു തീരുമാനമെടുത്തു. എന്റെ ജീവിതത്തിലേക്ക് അവളെ ക്ഷണിക്കാൻ ഞാൻ ഒരുക്കമാണ്. എന്റെ ഭാഗത്തു നിന്ന് ഇക്കാര്യത്തിൽ ഇനി എന്താണു ചെയ്യേണ്ടതെന്നറിയിക്കുമല്ലോ."

മറ്റൊരു വിടൻ. ഞാൻ മനസ്സിലോർത്തു. ആ കത്ത് ചുരുട്ടി കുട്ടയിലേക്കെറിഞ്ഞു. ഒന്നു രണ്ടാഴ്ച കഴിഞ്ഞു. വീണ്ടുമൊരു കത്ത്. "സുഹൃത്തേ ഞാൻ കത്തയച്ചിരുന്നു. ആ കുട്ടിയുടെ കാര്യം. ദയവായി താല്പര്യമെടുക്കുമല്ലോ. മറുപടിക്കുള്ള കവർ ഇതോടൊപ്പം."

ആദ്യാനുഭവത്തിന്റെ കയ്പ്പിൽ ഞാൻ അതും അവഗണിച്ചു. കുറേ ദിവസങ്ങൾ കഴിഞ്ഞു.

ഒരു ചെറുപ്പക്കാരൻ പത്രമോഫീസിലെത്തി. തേഞ്ഞു തീരാറായ തുകൽ ചെരിപ്പും തോൾ സഞ്ചിയും താടി മീശയും. ഒറ്റ നോട്ടത്തിൽ ഒരു ബുദ്ധിജീവി.

രാധയുടെ കഥയെഴുതിയതു ഞാനാണെന്നറിഞ്ഞ് അയാൾ എന്റെ അരികിലേക്കു വന്നു. "പാലക്കാട്ടു നിന്ന് വരികയാണ്. രണ്ട് കത്തയച്ചിരുന്നു. ആ കുട്ടിയെ സ്വീകരിക്കാൻ ഞാൻ ഒരുക്കമാണ്."

ഞാൻ പുച്ഛത്തോടെ ചിരിച്ചു.

"എത്ര നാളത്തേക്ക്?"

രാധയെ അന്തിക്കൂട്ടിനു ക്ഷണിക്കാൻ വന്ന റിട്ട: സി.ഐ.യുടെ കഥ ഞാൻ പറഞ്ഞു.

അയാൾ അതിനു മറുപടി പറയാതെ തോൾ സഞ്ചി തുറന്ന് ചില രേഖകൾ മേശപ്പുറത്തുവച്ചു.

"ഞാനൊരു പ്രൈമറി സ്കൂൾ അദ്ധ്യാപകനാണ്. ചെറിയൊരു കുടുംബം പോറ്റാൻ എനിക്കാവും. അകന്ന ബന്ധുക്കളല്ലാതെ സ്വന്തക്കാരായി ആരുമില്ല. വേണ്ടപ്പെട്ടവരായി കുറച്ചു സുഹൃത്തുക്കളേ ഉള്ളൂ. എല്ലാവരുമായി ആലോചിച്ച് എടുത്ത തീരുമാനമാണ്."

അയാളുടെ കണ്ണുകളിൽ സ്നേഹത്തിന്റെയും കരുണയുടേയും ഉറവ ഞാൻ കണ്ടു. എങ്കിലും ഞാൻ ചോദിച്ചു. "എന്താണുറപ്പ്? കുറച്ചു നാൾ കഴിഞ്ഞ് നിങ്ങൾക്ക് മടുപ്പ് തോന്നിയാലോ?"

അയാൾ മുന്നിലിരിക്കുന്ന കടലാസുപൊതിയഴിച്ചു. "എന്റെ പേരിലുള്ള പുരയിടത്തിന്റെ പ്രമാണമാണ്. ആ കുട്ടി വരാനൊരുക്കമെങ്കിൽ വിവാഹത്തിനു മുമ്പേ ഇത് ഞങ്ങളുടെ ഒരുമിച്ചുള്ള പേരിലാക്കാനും എനിക്കു സമ്മതമാണ്."

അയാൾ എന്റെ നേർക്കു നോക്കി. "ഇനി എന്തുറപ്പാണു വേണ്ടി വരിക?"

ഞാൻ സ്തംഭിച്ചിരുന്നു പോയി.

റെസ്ക്യൂ ഹോമിലേത്തിയ ഒരു പെണ്ണിനെ സ്വന്തം ജീവിതത്തിലേക്ക് കൂട്ടിക്കൊണ്ടു പോകുവാൻ പൂർണമനസോടെ എത്തിയിരിക്കുകയാണയാൾ. അവൾക്കൊരു ജീവിതം സമ്മാനിക്കാൻ. അനേകം കിരാതന്മാരുടെ കാമാർത്തിയുടെ വേട്ടമൃഗമായിരുന്നു അവൾ എന്നറിഞ്ഞിട്ടും.

"ഇനി ഒരുറപ്പും വേണ്ടി വരില്ല." ഞാൻ അയാളുടെ കൈയ്യിൽ സ്പർശിച്ചു. നിങ്ങൾ ചെയ്യുന്നത് വലിയ കാര്യമാണ്. അവളുടെ ദാരുണമായ കഥയെഴുതിയ എനിക്കുപോലും ചിന്തിക്കാനാവാത്ത കാര്യം.

ഞാൻ അയാളെയും കൂട്ടി വേഗം റസ്ക്യൂഹോമിലേക്ക് പോയി. സൂപ്രണ്ട് ഉണ്ടായിരുന്നില്ല. എന്നെ അറിയാവുന്ന വാച്ച്മാനുണ്ടാ

യിരുന്നു. റെസ്ക്യൂഹോമിലെ ഏക പുരുഷജീവനക്കാരൻ. അയാളോട് കാര്യം പറഞ്ഞു.

“രാധയെ ഒന്നു കാണണം. അവളെ സ്വീകരിക്കാൻ വന്നിരിക്കുകയാണ് ഇദ്ദേഹം. അവൾക്കു സമ്മതമെങ്കിൽ നാളെ സൂപ്രണ്ടിനോടു സംസാരിച്ച് എല്ലാം ശരിയാക്കാമല്ലോ.”

രാധയെക്കുറിച്ചു കേട്ടതും അയാൾ ഓർത്തു. “ആ പത്രറിപ്പോർട്ടിൽ വന്ന നമ്പൂതിരിക്കൊച്ചല്ലേ? അതു പോയി.”

‘എവിടേക്ക്?’

“ആ! അയാൾ കൈമലർത്തി.” കെട്ട്യോനെന്നും പറഞ്ഞ് ഒരുത്തൻ വന്ന് കൂട്ടിക്കൊണ്ടുപോയി. പത്രത്തിലെ വാർത്ത കണ്ടറിഞ്ഞു വന്നതാണ്.”

പിറ്റേന്നു രാവിലെ ഞാൻ സൂപ്രണ്ടുമായി ബന്ധപ്പെട്ടു. “അവൾ പോയല്ലോ.” അവർ പറഞ്ഞു. “നാലഞ്ചു ദിവസമായി. അയാൾ വക്കീലിനെയും കൂട്ടി വന്നു. രേഖകളുമായി. വിടാതിരിക്കാനാവില്ലല്ലോ. അവൾ എല്ലാം നിശ്ചയിച്ചുറച്ചാവണം പോയത്. ഇനിയൊരു ജീവിതം ഇല്ലെന്നുറപ്പായാൽ വേറെ എന്താണ് വഴി?”

ഞാൻ പ്രത്യാശ കൈവിട്ടില്ല. രാധയെ ഒന്നു കാണാനെന്താണ് വഴി? അവൾ എവിടെയുണ്ടാവും?”

“ഏതേലും ഹോട്ടൽ മുറിയിൽ.” അവർ താല്പര്യമില്ലാതെ പറഞ്ഞു. “നിങ്ങളെക്കൊണ്ട് അത്രയും ചെയ്യാൻ കഴിഞ്ഞല്ലോ.”

എന്നെ പരിഹസിക്കുകയായിരുന്നു അവർ. എന്നിലെ പത്രപ്രവർത്തകൻ രാധയ്ക്കു നല്കിയ ഉറപ്പ് അവർ ഓർക്കുന്നുണ്ടാവും. “നടന്നതെന്തെന്ന് പറയൂ. രാധയെ എനിക്കു തീർച്ചയായും രക്ഷിക്കാനാവും.” ഞാൻ പറഞ്ഞു.

“എങ്ങനെ?” അവർ പ്രത്യാശയോടെ നോക്കി.

“കഷ്ടം.” ആ യുവാവ് പരിതപിച്ചു. “ഇനിയെന്താ ചെയ്യുക?”

അവൾ ഇനിയും ആരുടേയൊക്കെ ഇരയായിട്ടുണ്ടാവും? ഞാനോർത്തു.

എനിക്ക് വല്ലാത്ത കുറ്റബോധം തോന്നി. ആ കത്തുകൾ ഞാൻ അവഗണിച്ചില്ലായിരുന്നുവെങ്കിൽ. ആ റിപ്പോർട്ട് ഞാൻ എഴുതിയില്ലായിരുന്നുവെങ്കിൽ.

എന്റെ പിഴയല്ലേ, അവൾക്കു കൈവന്ന ജീവിതം ഇല്ലാതാക്കിയത്? അവളെ വീണ്ടും ചതിക്കുഴിയിൽ വീഴ്ത്തിയത്?

–എന്റെ പിഴ. എന്റെ പിഴ. എന്റെ വലിയ പിഴ!

രാധ ഇപ്പോൾ എവിടെയുണ്ടാവും? അവൾ ജീവിച്ചിരിപ്പുണ്ടോ? ഉണ്ടെങ്കിൽ അവൾ ഏതവസ്ഥയിലായിരിക്കും? ■

വാസന്തി വന്ന രാവുകൾ

ഇരുപത്തിനാലാം വയസ്സിൽ, ഒരുച്ചതിരിഞ്ഞാണ് ഞാൻ പൂത്തോളിലെ 'കുമാരി നിലയ'ത്തിൽ താമസക്കാരനായി എത്തിയത്.

ഒറ്റനോട്ടത്തിൽ ഒരു 'ഭാർഗ്ഗവീനിലയം.'

പേരിലും സാദൃശ്യം.

തൃശ്ശൂരിലെ തനതു വാസ്തുശൈലിയിൽ തീർത്ത വളരെ പഴക്കം ചെന്നൊരു ഇരുനില വീട്.

മുന്നിൽ പടിപ്പുര. അവിടവിടെ കുമ്മായത്തേപ്പടർന്ന ചുറ്റുമതിൽ. പിന്നിൽ അടുക്കളയോടു ചേർന്ന് പാതാളം പോലൊരു കിണർ. പുരയിടമാകെ കാടുപിടിച്ച് ആകെക്കൂടെ പേടി ജനിപ്പിക്കുന്ന അന്തരീക്ഷം.

മുകളിലെ നില വിശാലമായ മുറിയാണ്.

ഒച്ചവയ്ക്കുന്ന മരക്കോവണി കയറി വേണം മുകളിലെത്താൻ. താഴെ മുറികളിലെങ്ങും വെളിച്ചം കുറവാണ്. താഴത്തെ നിലയിൽ അടുക്കളയും തളവും കൂടാതെ മൂന്നു മുറികൾ. ഒന്ന് ഓഫീസ് മുറി. പുറത്ത് വരാന്തയോടുചേർന്ന് ടെലിപ്രിന്റർ മുറി. ഒരു മുറിയിൽ പഴയ പത്രമാസികകൾ കൂട്ടിയിട്ടിരുന്നു. മുകളിലത്തെ ഹാളാണ് എന്റെ കിടപ്പുമുറി. 'കേരളകൗമുദി'യുടെ തൃശ്ശൂർ ജില്ലാ ലേഖകനായി ചുമതലയെടുക്കാൻ വന്നിരിക്കുകയാണ് ഞാൻ.

അവിവാഹിതനായ എനിക്ക് ആ സൗകര്യങ്ങൾ ധാരാളമായി തോന്നി. ഞാൻ എത്തേണ്ട താമസം, എന്നെ ചുമതലയേല്പിച്ച് എന്റെ മുൻഗാമി ശ്രീ.പി.സുജാതൻ സ്ഥലംവിട്ടു.

ഉച്ചയ്ക്ക് രണ്ടിനെത്തി വൈകീട്ട് ഏഴിനു മടങ്ങുന്ന ടി.പി.ഓപ്പറേറ്ററും രാവിലെ വന്നുപോകുന്ന പാതിസമയ തൂപ്പുകാരിയും മാത്രമായിരുന്നു, എന്നെക്കൂടാതെ കുമാരി നിലയത്തിലെ സ്ഥിരം മനുഷ്യസാന്നിദ്ധ്യം. പത്രമോഫീസായതുകൊണ്ട് രാപ്പകൽ ആളനക്കമുണ്ടാകുമെന്ന എന്റെ കണക്കുകൂട്ടൽ തെറ്റി. വൈകീട്ട് ഏഴുമണിക്കു ശേഷം മനുഷ്യരാശിയിൽ പിറന്ന ആരും ആ വഴി വന്നിരുന്നതേയില്ല.

തൊട്ടടുത്ത പറമ്പിലും ആൾതാമസമില്ല. അവിടെയുമുണ്ട്, ഇടിഞ്ഞു വീഴാറായ പഴയൊരു കെട്ടിടം. വർഷങ്ങളായി അടച്ചിട്ടിരി

ക്കുകയാണ്. ഇടതുഭാഗത്തെ വീട്ടിൽ ആൾതാമസമുണ്ട്. പക്ഷേ, അവരാരും ആ വഴിക്കില്ല. കുമാരിനിലയത്തെയും ആ വീടിനേയും വേർതിരിച്ച് ഉയരം കൂടിയൊരു മതിലുണ്ട്.

കുമാരിനിലയത്തിന് എന്തോ ഒരു പന്തികേടുണ്ടെന്ന് വന്ന നിമിഷം മുതൽ എന്റെ മനസ്സു പറയുന്നു. ആദ്യദിവസം നഗരത്തിലെ ഒരു ലോഡ്ജിലാണ് ഞാൻ താമസിച്ചത്. പിറ്റേന്നാണ് കുമാരിനിലയത്തിൽ താമസമാക്കിയത്.

മുകളിലത്തെ മുറി എനിക്കിഷ്ടമായി. നാലുവശത്തും മരത്തിന്റെ അഴികളുള്ള ജനാലകൾ. വിശാലമായ മുറി. താഴത്തെ നിലയിലെപ്പോലെയലല്ല, കാറ്റും വെളിച്ചവും ധാരാളം. ഓടു പാകിയ തറ. അതിനു താഴെ പലക. ഒരു വശത്തെ ജനാല തുറന്നതും വീർപ്പുമുട്ടി നിൽക്കുകയായിരുന്ന നെല്ലിപ്പുളിയുടെ ശിഖരങ്ങൾ അഴികൾക്കിടയിലൂടെ അകത്തേക്കു തലനീട്ടി. എനിക്കത് കൗതുകമായി. മുറിയിൽ പ്രാണവായു നിറയാൻ നല്ലതാണല്ലോ. ചുമരിനോടുചേർന്ന് ഞെരുങ്ങി നിന്നിരുന്ന നെല്ലിയുടെ ശിഖരങ്ങളെ ആയാസരഹിതമാക്കി ഞാൻ അകത്തേക്കാനയിച്ചു. ജനലഴികൾക്കിടയിലൂടെ ശിഖരങ്ങൾ എന്റെ കിടപ്പറയിലേക്കു നോക്കിനില്ക്കുകയാണ്. ശാഖകളിൽ നെല്ലിപ്പുളികളുണ്ട്. മൂക്കുമ്പോൾ കിടന്നുകൊണ്ടു തന്നെ പറിച്ചുതിന്നാം.

എന്റെ കിടക്ക ആ ഭാഗത്തേക്കു നീക്കിയിട്ടു. ഇപ്പോൾ ജനലിലൂടെ ആകാശം കാണാം. നെല്ലിയുടെ കാറ്റേൽക്കാം. കിടന്നുകൊണ്ടോ ചുമരിൽ ചാരിയിരുന്നോ വായിക്കാം. പുതിയ സാധ്യതകൾ എനിക്കിഷ്ടമായി. എങ്കിലും എവിടെയോ എന്തോ ഒരു... ഓർക്കാപ്പുറത്ത്, കോണിപ്പടിയിൽ ഒരൊച്ച. താനേ കൊട്ടിയടയുകയും തുറക്കുകയും ചെയ്യുന്ന ജനാലകൾ. ഇടയ്ക്കെപ്പോഴോ ജനാലയ്ക്കൽ പ്രത്യക്ഷപ്പെടുന്നൊരു പൂച്ച. (ആശ്വാസം! ഭാർഗവീ നിലയത്തിലെ കരിമ്പൂച്ചയല്ല.)

വൈകീട്ട് ഏഴുമണിയോടെ സ്വരാജ്റൗണ്ടിലേക്കു പോയ ഞാൻ മടങ്ങി വന്നത് ഒമ്പതുമണിയോടെയാണ്. ടി.പി.ഓപ്പറേറ്റർ ജോലി തീർത്തു പോയിരുന്നു. ഞങ്ങൾ ഒരുമിച്ചാണിറങ്ങിയത്. പുറത്ത് വരാന്തയിലെ ലൈറ്റ് മാത്രം തെളിച്ചിട്ടാണ് ഞാൻ പുറത്തേക്കിറങ്ങിയത്.

മെയിൻ റോഡിൽ നിന്ന് കുമാരിനിലയത്തിലേക്കു തിരിഞ്ഞതും ഞാൻ അന്ധാളിച്ചു നിന്നു-മുകളിലത്തെ ഹാളിൽ പ്രകാശം ചൊരിയുന്നു. (നീല വെളിച്ചമല്ല.)

ബഷീറിന്റെ കഥയാണെന്റെ മനസ്സിലേക്കു വന്നത്. അതോർത്തതും എന്റെ സിരകളിൽ ഭീതി പെറ്റുപെരുകി. മുകളിലത്തെ വാതിൽ പൂട്ടി പുറത്തേക്കിറങ്ങിയപ്പോൾ സ്വിച്ച് ഓഫ് ചെയ്തതെനിക്കോർമ്മയുണ്ട്.

പേടിച്ചാണെങ്കിലും ഞാൻ പടിപ്പുര തുറന്ന് അകത്തു കയറി. ഉറക്കെ 'സതീശ്, സതീശ്' എന്നു പലവട്ടം വിളിച്ചു. (ടി.പി.ഓപ്പറേറ്ററാണ് സതീശ്). അയാൾ പോയിക്കഴിഞ്ഞു എന്നുറപ്പായിരുന്നിട്ടും ഒരു ധൈര്യത്തിന് അങ്ങനെ വിളിക്കാൻ തോന്നി. കള്ളന്മാർ ആരെങ്കിലുമാണെങ്കിലോ? അതായിരുന്നു എന്റെ സംശയം. പരിസരം നിശ്ശബ്ദം.

മുകളിൽ യാതൊരനക്കവുമില്ല. ധൈര്യം വീണ്ടെടുത്ത്, ഞാൻ താഴത്തെ നിലയിൽ കയറി. ലൈറ്റുകളും തെളിച്ചു. താഴെയാകെ ഇപ്പോൾ വെളിച്ചത്തിന്റെ പൂരം. എനിക്ക് ഒരുവിധം ധൈര്യം വന്നു. താഴെ കണ്ട ഇരുമ്പുകമ്പിയുമെടുത്ത് (അതൊരു പഴയ ഓടാമ്പലായിരുന്നു) ഒച്ചയുണ്ടാക്കിക്കൊണ്ടു കോണികയറിച്ചെന്ന് മുറി തുറന്നു.

ഒന്നും സംഭവിച്ചില്ല. യാതൊരനക്കവുമില്ല. ജനലഴികൾക്കിടയിലൂടെ തല നീട്ടി നിന്നിരുന്ന നെല്ലിക്കൊമ്പുകൾ മെല്ലെ കാറ്റിൽ ഉലയുന്നതല്ലാതെ. മുറിയിലാകെ പേരറിയാത്ത ഏതോ ഗന്ധം-എന്റെ തോന്നലാവുമോ?

എല്ലാംകൊണ്ടും ഒരു യക്ഷിയുടെ സാമീപ്യത്തിനു പറ്റിയ അന്തരീക്ഷം.

ഉറങ്ങാൻ നേരം, ഉള്ളിൽ പേടി അവശേഷിച്ചിരുന്നതുകൊണ്ടാവാം, ഞാൻ ഹാളിന്റെ വാതിൽ അകത്തുനിന്നു തഴുതിട്ടു. ഇനി കോണിവഴി ഒരു യക്ഷിയോ, പ്രേതമോ, സാക്ഷാൽ തിരുടൻ തന്നെ വന്നാലും പുറത്തു നിൽക്കുകയേ മാർഗ്ഗമുള്ളൂ. പുറത്ത് ചീവീടുകളുടെയും ഉറക്കം വരാത്ത ചില പക്ഷികളുടെയും കലപില. രാത്രിയെ അത് ഭീതിദമാക്കി.

ഒന്നു മയങ്ങിവന്നപ്പോഴതാ ഒരനക്കം.

ചെവിയോർത്തു. കോണിച്ചുവട്ടിലാണ്.

ഞാൻ ചാടിയെണീറ്റ് കോണിപ്പടിയുടെ മീതെ ലൈറ്റിട്ടു. വെളിച്ചം വന്നതും അനക്കം നിന്നു. ഉറങ്ങിയും ഉറങ്ങാതെയും രാത്രി കഴിച്ചുകൂട്ടി.

രാവിലെ ഒമ്പതുമണിയോടെ ഒരു മനുഷ്യജീവിയെത്തി. പാതിസമയ തൂപ്പുകാരി. നല്ല തറവാടിത്തമുള്ള സ്ത്രീ. അമ്പതിനടുത്ത് പ്രായമുണ്ട്. വട്ടമുഖം. പല്ലുയർന്നിട്ടാണ്. വാതിൽ തുറന്നതും അവർ എന്നെ നോക്കി ചിരിക്കുന്നതായി തോന്നി. ഞാനും ചിരിച്ചു. അവർ ചിരിക്കുകയായിരുന്നില്ല. പല്ലുയർന്നുനിന്നിരുന്നതുകൊണ്ടു തോന്നിയതാണ്.

എന്നോട് ഒരക്ഷരം പോലും പറയാതെ, വന്നപാടെ ചൂലെടുത്ത് മുറികളെല്ലാം തൂത്തുവാരി. കിണറ്റിൽ നിന്ന് വെള്ളം കോരി, ഓഫീസ് മുറിയിലെ കൂജ നിറച്ചു. മുന്നിലെ വരാന്തയും ഓഫീസ് മുറിയും തുണി മുക്കിത്തുടച്ചു. അവർ സ്ഥലംവിട്ടു.

പകൽ സാമാന്യം തിരക്കുണ്ടായിരുന്നു. വൈകീട്ട് ബോറടി ഒഴിവാക്കാൻ രാമദാസ് തിയേറ്ററിൽ സിനിമയ്ക്കുപോയി. പത്തുമണിയോടെ വന്ന് ലൈറ്റണച്ച് ഉറങ്ങാൻ കിടന്നു. ഉറക്കം വന്നതും ജനലിനരികെ ഒരു ചൂളംവിളി. ഞാൻ കണ്ണുതുറന്ന് അനങ്ങാതെ കിടന്നു. നെല്ലിയുടെ ശിഖരങ്ങൾക്കിടയിലൂടെ ജനാലവഴി കാറ്റ് അകത്തേക്ക് ഊളിയിട്ടു വരുന്ന ഒച്ചയാണ്. ആവൂ, ആശ്വാസം. കണ്ണടച്ചു കിടന്നു. വീണ്ടും മയങ്ങിത്തുടങ്ങിയതേയുള്ളൂ. പെട്ടെന്ന് മുറിയിലാകെ വെളിച്ചം പരന്നു. ഞാൻ ഞെട്ടിയെണീറ്റതും അകത്തെ ലൈറ്റ് തെളിഞ്ഞു കിടക്കുന്നു. ഞാനല്ലാതെ മുറിയിലാര്, ലൈറ്റിടാൻ? എന്റെ ശരീരം കുറേശ്ശെ വിറയ്ക്കുന്നുണ്ടായിരുന്നു. പുറത്തു നിന്നിടാവുന്ന റ്റൂവേസ്വിച്ചുള്ളതായി അറിയില്ല. അഥവാ ഉണ്ടെങ്കിൽ തന്നെ ആര്?

എനിക്കു പേടി തോന്നി. ജീവിതത്തിലൊരിക്കലും ഞാനിതുപോലെ പേടിച്ചിട്ടില്ല. എണീക്കാൻ കഴിഞ്ഞില്ല. ലൈറ്റണച്ചില്ല. നേരം വെളുക്കുംവരെ അത് തെളിഞ്ഞു കിടന്നു. ഉറങ്ങാതെ ഞാനും.

അടുത്ത രാത്രി മറ്റൊരു സംഭവമുണ്ടായി. ഒന്നുറങ്ങിക്കഴിഞ്ഞ് പാതിരാത്രിയോടടുത്ത്, കോണിയിലൂടെ ആരോ കയറിവരുന്ന ശബ്ദം. എനിക്കത് വ്യക്തമായി കേൾക്കാം. കോണിപ്പലകയിൽ ചവിട്ടി, ശ്രദ്ധയോടെ ആരോ മുകളിലേക്കു കയറിവരികയാണ്, മുകളിലെ പടിയിലെത്തിയതും അനക്കം നിലച്ചു. ഞാൻ അനങ്ങാതെ കിടന്നു. കള്ളന്മാരാണെന്നുറപ്പ്. അടുത്തത് വാതിൽ തുറക്കാനുള്ള ശ്രമമായിരിക്കും. പക്ഷേ, പിന്നീട് അനക്കമില്ല. ഞാൻ പുറത്തെ ലൈറ്റിട്ടു. വാതിലിന്റെ വിടവിലൂടെ നോക്കി. ആരെയും കാണാനില്ല. മേൽക്കൂരയിലെവിടെയോ ഒരു പൂച്ച ഞരങ്ങി. മുകളിലേക്കു കയറി വന്നയാൾ താഴേക്കിറങ്ങാതെ എവിടെപ്പോയി? രാത്രിമുഴുവൻ ലൈറ്റണയ്ക്കാതെ ഞാൻ കിടന്നു.

പിറ്റേന്ന് ഞായറാഴ്ച. പത്രങ്ങൾ വായിച്ച് വരാന്തയിലിരിക്കുകയാണ് ഞാൻ. പടിപ്പുരവാതിൽ ആരോ തുറന്നു. ഒത്ത ഉയരത്തിൽ, കറുത്തനായ ഒരാൾ. അപരിചിതൻ. മുണ്ട് മാടിക്കുത്തിയിരുന്നു. പൂണൂലുണ്ട്. വന്നപാടേ വലതു കൈ ഉയർത്തി ആംഗ്യം കാട്ടി എന്നെ അഭിവാദ്യം ചെയ്തു. ഒറ്റനോട്ടത്തിൽ എന്തോ ഒരു തകരാറു തോന്നി. എന്റെ ഊഹം ശരിയായിരുന്നു. അടുത്തു വന്നപ്പോഴാണറിഞ്ഞത്, ആൾ ബധിരനും മൂകനുമാണ്. അടുത്ത വീട്ടിൽ താമസിക്കുന്നു.

തൃശൂർ റെയിൽവെ സ്റ്റേഷനിൽ വെജിറ്റേറിയൻ റസ്റ്റോറന്റ് നടത്തുകയാണ് ആ വീട്ടുകാർ. എന്നെ പരിചയപ്പെടാൻ വന്നതാണ്. എനിക്കല്പം മൂകഭാഷ അറിയാമായിരുന്നതിനാൽ ഞങ്ങളുടെ പരിചയപ്പെടൽ എളുപ്പമായി.

അയാൾ മൂകഭാഷയിൽ ഓരോന്നു ചോദിച്ചു തുടങ്ങി. ഒറ്റയ്ക്കാണോ താമസിക്കുന്നത്? ഇവിടെ എങ്ങനെ കിടന്നുറങ്ങാൻ

കഴിഞ്ഞു? രാത്രി ശല്യമൊന്നുമുണ്ടായില്ലേ? ഞാൻ ഒറ്റയ്ക്കാണെന്ന റിഞ്ഞപ്പോൾ അയാളുടെ കണ്ണുകളിൽ ഭീതി നിഴലിട്ടു.

അയാൾ രണ്ടുവട്ടം സ്വന്തം നെറ്റിയിലടിച്ച് നെടുവീർപ്പിട്ടു. "ഒറ്റയ്ക്കു കഴിയരുത്. കുഴപ്പമാണ്." അയാൾ ആംഗ്യഭാഷയിൽ പറ ഞ്ഞു. "അകാലത്തിൽ മരിച്ച ഒരു യുവതിയുടെ പ്രേതം അവിടെ ചുറ്റി നടക്കുന്നുണ്ട്."

എന്റെ കയ്യിൽ പിടിച്ച് കുമാരിനിലയത്തിന്റെ വശത്തുള്ള നെല്ലി യുടെ ചോട്ടിലേക്ക് അയാളെന്നെ കൊണ്ടുപോയി. വർഷങ്ങൾക്കു മുമ്പ്, ആ നെല്ലി നിൽക്കുന്നിടത്താണ് അവളെ മറവുചെയ്തത്. അവിടെ കിളുത്തു വന്നതാണ് നെല്ലി. അവളുടെ ആത്മാവാണ് നെല്ലി യിൽ. പകൽ നെല്ലിയിലാണ് അവളുടെ ഇരിപ്പ്. ഇടയ്ക്കുവരും. പിന്നിലെ വരാന്തയിൽ നിൽക്കും. തൊട്ടടുത്ത പറമ്പിലെ അടഞ്ഞു കിടക്കുന്ന വീടിന്റെ സമീപത്തും കാണാറുണ്ട്. സന്ധ്യമയങ്ങിക്ക ഴിഞ്ഞ് അവളെ കണ്ടു പേടിച്ചവരുണ്ട്. ഒരിക്കൽ കുമാരിനിലയത്തിന്റെ ജനലിലൂടെ അവൾ അടുത്ത വീട്ടിലേക്കു നോക്കുന്നതു കണ്ടു. മറ്റൊ രിക്കൽ കിണറിന്റെ ആൾമറയിൽ ചാരിനിൽക്കുന്നതു കണ്ടു. അതേ ത്തുടർന്നാണത്രെ അയൽവീടിന്റെ മതിൽ ഉയർത്തിക്കെട്ടിയത്. എന്റെ മനസ്സിൽ ഭീതിയുടെ വിത്തുകൾ വേണ്ടുവോളം വിതച്ചിട്ട് അയാൾ സ്ഥലംവിട്ടു.

സത്യത്തിൽ എന്റെ ധൈര്യം കുറേശ്ശേ ചോർന്നുപോയിരുന്നു. അന്നുരാത്രി എങ്ങനെ കഴിച്ചുകൂട്ടിയെന്നെനിക്കറിയില്ല. ലൈറ്റു കളണച്ചില്ല. ജനാലകൾ തുറന്നില്ല. രാത്രി ഒമ്പതുണിയോടെ ഞാൻ അകത്തുകയറി വാതിലടച്ചു. അതിനു മുമ്പേ നെല്ലിയുടെ ശിഖരങ്ങളെ പുറത്താക്കി ആ ജനാല തഴുതിട്ടു. പിറ്റേന്നു രാവിലെ ജോലിക്കാരി വന്നതും ഞാൻ ചോദിച്ചു. "ഇവിടെ എന്തെങ്കിലും തകരാറുള്ളതായി അറിയുമോ?"

അവർ മറുപടി പറയാതെ എന്നെ നോക്കി.

ക്രമേണ അവരുടെ കണ്ണുകളിൽ എന്തോ പരിഭ്രാന്തി പടരുന്ന തായി എനിക്കു തോന്നി.

"ന്താ, ണ്ടായേ?" അവർ ചോദിച്ചു.

"ഒന്നുണ്ടായില്ല" ഞാൻ പറഞ്ഞു.

"അടുത്ത വീട്ടിലെ ആളു പറഞ്ഞു."

സ്ത്രീ എന്നെ നോക്കാതെ, ചൂലെടുത്ത് തറയിൽ കുത്തി നിർത്തി. "ഒറ്റയ്ക്കീടെ കഴിയണ്ടാട്ടോ. ത്ര പന്തിയല്ല."

"എന്താ പ്രശ്നം?"

എനിക്ക് ആകാംക്ഷയായി.

അവർ എന്നെ നോക്കി. “ഒരീസം നേരീ കണ്ടതാ ഞാൻ. ദാ ആ തെങ്ങുമ്മേ ചാരി, മുടിയഴിച്ചിട്ട് ഓള് എന്നെ നോക്കി ഒരു ഇളി.” അവർക്ക് ശ്വാസതടസ്സം നേരിട്ടു. ഒന്നു രണ്ടു തവണ ശ്വാസം ആഞ്ഞുവലിച്ചിട്ട് അവർ പറഞ്ഞു. “എന്റെ പാറമേക്കാവ് ഭഗോതീന്ന് ഒറ്റവിളി ഞാൻ വിളിച്ചേ. പിന്നെ ഏടയ്ക്ക് പൂയെന്നറീല്യ.”

അതോടെയാണ്, എന്റെ മുൻഗാമിക്ക് ഉച്ചയൂണു തയ്യാറാക്കുന്ന ഏർപ്പാട് അവർ നിർത്തിയത്. ആളുണ്ടെങ്കിൽ വന്ന് തൂത്തുതുടച്ചു പോകും.

പിന്നിലെ വരാന്തയിൽ കറിക്കരച്ചുകൊണ്ടു നിൽക്കുന്നതിനിടയിലാണത്രെ തെങ്ങിന്റെ ചോട്ടിൽ ഒരു വെള്ളായം കണ്ടത്.

ആരാണവൾ?

ഞാൻ അന്വേഷണം തുടങ്ങി. വൈകുന്നേരത്തോടെ കൂടുതൽ വിവരങ്ങളറിഞ്ഞു. ആളൊരു കന്യകയാണ്. പേര് വാസന്തി. പ്രായം ഇരുപതിനടുത്ത്. (എനിക്കന്ന് ഇരുപത്തിനാല്. നല്ല ചേർച്ച)

പ്രേമനൈരാശ്യം മൂലം വർഷങ്ങൾക്കു മുമ്പ് ജീവനൊടുക്കിയതാണ്. കുമാരിനിലയത്തിന്റെ ഉമ്മറത്തൂടെ അവൾ ഇരുട്ടിൽ ഉലാത്തുന്നതു കണ്ടവരുണ്ട്. പ്രണയത്തിനായി ആർത്തിപൂണ്ടു നടക്കുകയാണവൾ. ആരെയും ഉപദ്രവിച്ചതായി അറിയില്ല. ബഷീറിന്റെ ‘നീലവെളിച്ച’ത്തിലെ എഴുത്തുകാരനെപ്പോലെ വാസന്തിയുമായി കൂട്ടുകൂടി കുമാരനിലയത്തിൽ ഒരുമിച്ചു കഴിയാനുള്ള മനക്കട്ടി എനിക്കില്ല.

നെല്ലിയുടെ കൊമ്പിൽ ഒരൂഞ്ഞാലിട്ടു കൊടുത്താൽ രാത്രി അവളുടെ പാട്ടും കേട്ടുറങ്ങാം. എനിക്കതിനു ധൈര്യമില്ലല്ലോ. ഒരു രാത്രി പോലും ഇനിയവിടെ ഒറ്റയ്ക്കു കിടന്നുറങ്ങാൻ എനിക്കാവില്ല. നിവൃത്തിയില്ലാതെ വന്നാൽ ജോലി കളഞ്ഞാലോ എന്നുപോലും ആലോചിച്ചു. അതു വേണ്ടിവന്നില്ല. ദൈവം എന്നെ തുണച്ചു. അന്നു തന്നെ ടൗണിൽ വച്ച് എനിക്കൊരു കൂട്ടു കിട്ടി. ജയൻ. തൃശ്ശൂർ എഞ്ചിനീയറിംഗ് കോളേജിൽ ഇലക്ട്രിക്കൽ എൻജിനീയറിംഗിന് പ്രവേശനം ലഭിച്ച് മുറി അന്വേഷിച്ചു നടക്കുകയായിരുന്നു തൊടുപുഴ സ്വദേശിയായ അവൻ. ഹോസ്റ്റലിൽ മുറി കിട്ടിയില്ല. എനിക്കവനെ നേരത്തെ അറിയാം. ജയനെ കയ്യോടെ ഞാൻ കൂട്ടിക്കൊണ്ടുപോന്നു. വാസന്തിയെക്കുറിച്ച് അവനോടു പറഞ്ഞില്ല. പേടിച്ചു കടന്നുകളഞ്ഞാലോ?

വൈകീട്ട് ഞങ്ങളൊരുമിച്ച് പടിഞ്ഞാറേ കോട്ടയിൽ പോയി ആഹാരം കഴിച്ചു. കുറേ ദൂരം വിശേഷങ്ങൾ പറഞ്ഞു നടന്നു. തിരിച്ചെത്തിയപ്പോഴതാ, മുകളിലത്തെ നിലയിൽ പ്രകാശം.

“സ്വിച്ചോഫാക്കിയിട്ടാണല്ലോ ഞാനിറങ്ങിയത്.” ജയൻ പറഞ്ഞു.

“നീ മറന്നു പോയതാവും.” അവൻ പേടിക്കണ്ടെന്നു കരുതി ഞാൻ പറഞ്ഞു.

"ഇല്ല. എനിക്കുറപ്പാണ്." അവൻ പറഞ്ഞു. "ആദ്യം ഓഫാക്കിയില്ല. പിന്നെ മുകളിൽ കയറിച്ചെന്നാണ് ഞാൻ ഓഫാക്കിയത്."

മുറിയിലെത്തിയതും അവൻ സ്വിച്ച് പരിശോധിച്ചു.

"ഓ, ലൂസ് കോൺടാക്റ്റാണ്."

അവൻ എതിർവശത്തെ ജനാലയിലേക്കു നോക്കി.

"അണ്ണൻ നോക്ക്" അവൻ പറഞ്ഞു. "ജനാലയിലൂടെ ആഞ്ഞടിച്ചു വരുന്ന കാറ്റിന്റെ ഫോഴ്സിൽ സ്വിച്ച് തനിയെ ഓണാവുന്നതാണ്."

അല്ല, വാസന്തിയാണ് എന്നു ഞാൻ അവനോടു പറഞ്ഞില്ല. പിറ്റേന്നു തന്നെ അവൻ സ്വിച്ച് മാറ്റിയിട്ടു.

(സത്യം. വാസന്തി പിന്നീട് ലൈറ്റ് തെളിച്ചിട്ടില്ല.)

രാത്രി ഒന്നുറങ്ങിക്കഴിഞ്ഞ്, അവൻ എന്നെ തട്ടിയുണർത്തി. "അണ്ണാ, ആരോ കോണിപ്പടി കയറി വരുന്ന ഒച്ച. വല്ല കള്ളന്മാരും?"

"ഒച്ചവയ്ക്കാതെ." അവൻ പറഞ്ഞു. "പുറത്തെ ലൈറ്റിടാം."

ഞാൻ എണീറ്റ് ലൈറ്റിട്ടു.

"തുറന്നു നോക്കിയാലോ?" എനിക്കു ധൈര്യം വന്നിരുന്നു. പറയണ്ട താമസം, ജയൻ വാതിൽ തുറന്നു. ഒച്ച കേട്ടതും ഒരു പെരുച്ചാഴി കോണിപ്പടിയിൽ നിന്നു താഴേക്കൊരു കുതിപ്പ്.

"വാസന്തീ." ഞാൻ അകമേ വിളിച്ചു. "നിന്നെ വെറുതെ തെറ്റിദ്ധരിച്ചല്ലോ."

പിറ്റേന്ന്, എന്റെ പുതിയ സുഹൃത്തും അയൽവാസിയുമായ ശേഖർ പുല്പറ്റ (മാതൃഭൂമി വാരികയിൽ പണ്ട് ശേഖർ നല്ല കഥകളെഴുതിയിരുന്നു.) ഓഫീസിൽ വന്നപ്പോൾ വാസന്തിയെക്കുറിച്ചു സംസാരിക്കാനിടയായി.

ശേഖർ മറ്റൊരനുഭവമാണ് പങ്കിട്ടത്. എന്റെ മുൻഗാമിക്കുണ്ടായ അനുഭവം.

ഒരു രാത്രി അനക്കം കേട്ട് ചങ്ങാതി മുകളിലത്തെ ജനലിലൂടെ പുറത്തേക്കു നോക്കി. ഇരുട്ടിൽ ഒരു വെള്ളായം. നിലാവിന്റെ ചീളു വന്നുവീണ് ആ വെള്ളായം അനങ്ങുന്നതു കാണാം. ചങ്ങാതി താഴേക്കിറങ്ങി. താഴത്തെ ജനലിന്റെ വിടവിലൂടെ നോക്കി. ആ രൂപം മെല്ലെ മുന്നോട്ടു വരികയാണ്. മുൻഗാമി ഫോണിൽ ശേഖറിനെ വിളിച്ചു. ശേഖർ സുഹൃത്തുക്കളെ കൂട്ടിയെത്തി. ടോർച്ച് ലൈറ്റുകൾ തലങ്ങും വിലങ്ങും പാളി. നെല്ലിയുടെ ചുവട്ടിൽ ഒരു പശു. കറുപ്പിൽ വെളുത്ത ചുട്ടികളുള്ള പശുവായിരുന്നു അത്. വഴിതെറ്റി വന്നതാവാം, പാവം.

വാസന്തി, പാവം!

പ്രണയം തകർന്ന് മനംനൊന്ത് ഈ ഭൂമിയിലെ ജീവിതം ഉപേക്ഷിച്ചുപോയ അവളെ ആരൊക്കെ തെറ്റിദ്ധരിച്ചിരിക്കുന്നു, ഈ ഞാൻ പോലും.

കുമാരിനിലയത്തിൽ ഒരു വർഷത്തിലേറെ പിന്നെയും ഞാൻ താമസിച്ചു. ഒരിക്കൽ പോലും വാസന്തി എന്നെ അലോസരപ്പെടുത്തിയില്ല. പിന്നീടും മരത്തിന്റെ കോണി രാത്രി ഇടയ്ക്കിടെ ചിലച്ചിരുന്നു. കോണിപ്പടിയിൽ കാല്പെരുമാറ്റം കേട്ടിരുന്നു. ജനാലകൾ ആരോ വന്ന് തുറന്നിടുകയും കൊട്ടിയടക്കുകയും ചെയ്തിരുന്നു. വാതിലിന്റെ മറവിലൂടെ "ശ്ശ്" എന്നു ശബ്ദമുണ്ടാക്കി വിളിച്ചിരുന്നു. തനിച്ചാവുമ്പോൾ നിഴലുപോലെ ഒപ്പം നടന്നിരുന്നു. സിരകളിൽ ഭീതിയുടെ മഞ്ഞുപെയ്യിച്ചിരുന്നു. ഇതെല്ലാം വാസന്തിയുടെ കൃസൃതികളോ, കാറ്റിന്റെ ചെയ്തികളോ, അതോ മനസ്സിന്റെ വെറും തോന്നലുകളോ?

■

മുഖ്യധാരാ ശിശുക്കൾ

വർഷങ്ങൾക്കു മുമ്പ്-1989. നിലമ്പൂർ വനത്തിലെ ഗുഹകളിൽ കഴിയുന്ന ചോലനായ്ക്കരെ തേടിയിറങ്ങിയതായിരുന്നു ഞങ്ങൾ. ഞാൻ, സ്റ്റാഫ് ഫോട്ടോഗ്രാഫർ മുസ്തഫ. ഞങ്ങളുടെ വഴികാട്ടിയായി വന്ന മധ്യവയസ്കൻ അത്തോയി.

പത്രത്തിലേക്ക് ഒരു ഫോളോ അപ്പ് ഫീച്ചർ ചെയ്യുകയായിരുന്നു ദൗത്യം. അതിനും പതിനാറു വർഷം മുമ്പ് മലയാളമനോരമയുടെ മലപ്പുറം ലേഖകനായിരുന്ന മാത്യു കദളിക്കാടാണ് നിലമ്പൂർ വനത്തിലെ ഗുഹകളിൽ ഏതാണ്ട് നഗ്നരായി കഴിയുന്ന ചോലനായ്ക്കരുടെ കഥ പുറം ലോകത്തെ അറിയിച്ചത്. വളരെയേറെ ശ്രദ്ധിക്കപ്പെട്ടൊരു ഫീച്ചറായിരുന്നു അത്. പുറംലോകമെന്തെന്നറിയാത്ത ഒരു ആദിവാസി സമൂഹം.

കൊടുംകാട്ടിനുള്ളിലെ ഗുഹകളിൽ, പച്ചിലകളും കാട്ടുകിഴങ്ങുകളും തിന്ന്, നാണം മറയ്ക്കാൻ പോലുമറിയാതെ ജീവിക്കുന്നവർ. വാർത്ത വന്നതോടെ സർക്കാർ യന്ത്രങ്ങളും സന്നദ്ധ സംഘടനകളും ചോലനായ്ക്കരെ തുണി ഉടുപ്പിക്കാനും മുഖ്യധാരയിലേക്കു കൈപിടിച്ചു കയറ്റാനും മത്സരമായി. തുടർന്ന് എന്തു സംഭവിച്ചു?

ചോലനായ്ക്കർ മുഖ്യധാരയിലെത്തിയോ?

അതോ മുഖ്യധാര അവരെ കൂടുതൽ ദുരിതത്തിലാക്കിയോ?

ഇതായിരുന്നു ഞങ്ങൾക്കറിയേണ്ടത്. ഞങ്ങൾ, ജീപ്പിൽ മയിലാടും പാറയിലെത്തിയപ്പോൾ ഉച്ചതിരിഞ്ഞിരുന്നു. സർക്കാർ സംവിധാനത്തിന്റെ ഭാഗമായി അവിടെയൊരു ഗിരിജൻ സംഘം തുറന്നിട്ടുണ്ട്. ഗിരിജന ക്ഷേമ വകുപ്പിലെ ഒരു ഉദ്യോഗസ്ഥനാണ് സംഘത്തിന്റെ ചുമതല. ചോലനായ്ക്കരെ പുറംലോകവുമായി അടുപ്പിക്കുകയാണ് സംഘം. വനങ്ങളിൽ നിന്നു ശേഖരിക്കുന്ന വിഭവങ്ങൾ ആഴ്ചയിലൊരിക്കൽ സംഘത്തിലെത്തിക്കും. പകരം സംഘത്തിൽ നിന്ന് നായ്ക്കർക്ക് ആവശ്യമുള്ള പലവ്യഞ്ജനങ്ങൾ, സോപ്പ്, ചീപ്പ്, കണ്ണാടി, പാത്രങ്ങൾ തുടങ്ങി എല്ലാ സാധനങ്ങളും എത്തിച്ചു കൊടുക്കും.

പത്രത്തിൽ വാർത്ത വന്നതോടെ നായ്ക്കരെ ഇരുളടഞ്ഞ ഗുഹകളിൽ നിന്നു കരകയറ്റാൻ, കല്ലുകെട്ടി, ഓടുമേഞ്ഞ വീടുകൾ മയിലാടും പാറയിൽ സർക്കാർ പണിതു. ഞങ്ങൾ ചില വീടുകളിൽ കയറി നോക്കി. തീരെ അവശരായ, വയസ്സായ ആൾക്കാരെയല്ലാതെ ആരെയും ആ വിടുകളിൽ കാണാനില്ല. സംഘത്തിലെ ഒരു ഉദ്യോഗസ്ഥനാണ് പറഞ്ഞത് - ഒരുവിധം ആരോഗ്യമുള്ളവർ സർക്കാർ വീടുകളിൽ തങ്ങത്തില്ല. അവർ കാടുകേറും. സകുടുംബം ഗുഹകളിൽ രാപ്പാർക്കും. പകൽ വനവിഭവങ്ങൾ ശേഖരിച്ചു നടക്കും. ആഴ്ചയിലൊരിക്കൽ മയിലാടുംപാറ സംഘത്തിലെത്തും. സാധനങ്ങൾ മേടിച്ചു പിന്നെയും ഗുഹകളിലേക്ക് പോകും.

അങ്ങനെയാണ് ഞങ്ങൾ വീരനെ പരിചയപ്പെടുന്നത്. വനവിഭവങ്ങളുമായി ഉച്ചയോടെ സംഘത്തിലെത്തിയതായിരുന്നു അയാൾ. പൂഴിച്ചുവപ്പ് പടർന്ന മുണ്ട് പ്രത്യേകരീതിയിൽ മാടിക്കുത്തിയിരുന്നു. തോളിൽ വലിയൊരു ചൂരൽക്കുട. കറുത്തിരുണ്ട് ഒശത്തൻ, ചുരുണ്ട്, പിരുപിരാന്നുള്ള തലമുടി. ആകെക്കൂടെ ഒരു കാരിരുമ്പ് ചട്ടക്കൂട്. പണ്ട് പത്രത്തിൽവന്ന റിപ്പോർട്ടിൽ വീരന്റെ പടമുണ്ടായിരുന്നു. അന്ന് കാട്ടിലെ ടാർസനായിരുന്നു വീരൻ, വീരന്റെ ഭാര്യ വെള്ളക പുഴയിലെ പാറയിൽ കാട്ടുമുളക് അരയ്ക്കുന്ന ചിത്രവും ഒപ്പമുണ്ടായിരുന്നു. മാറു മറച്ചിരുന്നില്ല. നടി ജയഭാരതിയുടെ ഛായയായിരുന്നു അവർക്ക്. അത് വർഷങ്ങളെത്ര മുമ്പ്. വീരന് കാര്യമായ മാറ്റമില്ല.

നിലമ്പൂരിൽ നിന്നു വന്ന ട്രൈബൽ വെൽഫെയർ ഓഫീസർ ഞങ്ങളുടെ സഹായത്തിനെത്തി. വീരൻ ഗുഹയിലേക്കു മടങ്ങുമ്പോൾ കൂടെപ്പോകാം. അടുത്തടുത്തുള്ള ഗുഹകളിലായി നാലഞ്ചുകുടുംബങ്ങളുണ്ട്. മല പിന്നെയും കയറിയിറങ്ങിയാൽ വേറെയും കുടുംബങ്ങളെ കാണാം. ട്രൈബൽ വെൽഫെയർ ഓഫീസർ കാണപ്പെട്ട ദൈവമാണ്, വീരനും കൂട്ടർക്കും. അതുകൊണ്ട് പേടിക്കാനില്ല, ഞങ്ങളുടെ വഴികാട്ടി അത്തോയി പറഞ്ഞു: “അല്ലെങ്കിൽ എപ്പഴാ ഇവന്മാർടെ വിധം മാറുകാന്നറിയില്ല. പുറംലോകവുമായി ഇനിയും അധികം അടുക്കാത്ത കൂട്ടരാണ്.

“അതെന്താ അങ്ങനെ?” ഞങ്ങൾ ചോദിച്ചു.

“അതങ്ങനാ”, അത്തോയി അത്രയേ പറഞ്ഞുള്ളൂ.

അത് സത്യമാണെന്നു ഞങ്ങൾക്കു വൈകാതെ ബോധ്യപ്പെട്ടു. വീരൻ മുന്നിൽ, തൊട്ടു പിന്നിൽ അത്തോയി, പിന്നാലെ ഞങ്ങൾ - മൂന്നു മണിയോടെ ഞങ്ങൾ മയിലാടും പാറയിൽ നിന്നു നടത്തം തുടങ്ങിയതാണ്, കാട്ടുപാതകളിലൂടെ. വീരന്റെ ചുമലിലെ ചൂരൽക്കുടയിൽ ഒരാഴ്ചത്തേക്ക് രണ്ടു കുടുംബങ്ങൾക്കുള്ള വീട്ടുസാധനങ്ങളുണ്ട്. കനത്ത ഭാരം. എന്നിട്ടും അതിശീഘ്രം പായുകയാണയാൾ. ഞങ്ങൾ മൂന്നാളുകൾ കൂടെയുണ്ടെന്ന ഭാവം പോലുമില്ല. ഒരു വാക്കു

പോലും ഉരിയാടുന്നില്ല. നായ്ക്കരുടെ ഭാഷ വശമുള്ള അത്തോയി, വീരനെക്കൊണ്ട് നാവൊന്നനക്കാൻ ആവുന്നത്ര നോക്കി. വീരനു മിണ്ടാട്ടമില്ല പോരാത്തതിന്, ഇടയ്ക്കിടെ ചെറുപ്പക്കാരാ ഞങ്ങളുടെ നേർക്ക് രൂക്ഷമായ നോട്ടവും. നോട്ടം കണ്ടാൽ തട്ടിക്കളയാനാണോ ഭാവം എന്നു തോന്നും.

അത്തോയി അടുത്ത ആയുധമെടുത്തു. ഞങ്ങളുടെ ആഹാരത്തിനായി കരുതിയിരുന്ന അരിയും പലവ്യഞ്ജനങ്ങളും പകുതിയോളം വീരന്റെ കുട്ടയിലിട്ടുകൊടുത്തു. ആദിവാസി മൂപ്പന്മാർ (വീരൻ മൂപ്പനല്ല, പ്രായം നാല്പതിൽ താഴെയേ കാണൂ). പുകയില കണ്ടാൽ വീഴുമെന്ന് കേട്ടിട്ടുണ്ട്. അത്തോയി കൈവശം കരുതിയിരുന്ന പുകയിലപ്പൊതി വീരനു നേർക്കു നീട്ടി. “മേണ്ടാ”, ഒരമറൽ. വീരൻ, അത്തോയിയെയല്ല, ഞങ്ങളെയാണ് ദേഷ്യത്തോടെ നോക്കിയത്.

ഞങ്ങൾ കാര്യമറിയാതെ വിഷമിച്ചു. ഇറങ്ങിത്തിരിക്കേണ്ടിയിരുന്നില്ല എന്നു തോന്നി. വീരനെന്താണ് ഞങ്ങളോടിത്ര പക?

വീരൻ നടക്കുകയല്ല, ഒറ്റയാനെ കണക്കെ കുതിക്കുകയാണ്. ഇടയ്ക്ക് ദുഷ്ക്കരങ്ങളായ കയറ്റങ്ങളും അതിലേറെ കഠിനമായ, നിലതെറ്റുന്ന ഇറക്കങ്ങളുമുണ്ട്. വീരൻ തികഞ്ഞ അഭ്യാസിയെപ്പോലെ എല്ലാ കടമ്പകളും ചാടിക്കടന്നു മുന്നേറുകയാണ്.

അഞ്ചു മണി കഴിഞ്ഞു, വല്ലവിധേനയും ഞങ്ങൾ പുഴയ്ക്കരികിലെത്തിയപ്പോൾ. അരണപ്പുഴയെന്നാണ് ഓർമ്മ. സ്ഫടികം പോലെ നീരൊഴുക്ക്. പുഴയിൽ അങ്ങിങ്ങായി, ഉയർന്നും താണുമുള്ള പാറക്കൂട്ടങ്ങൾ. കുളിർ കാറ്റ്, ഇരുവശവും മാനം മുട്ടെ മരങ്ങൾ, നിബിഡവനം.

ഞങ്ങളെ കാക്കാതെ വീരൻ പുഴയിലിറങ്ങി. ആഴം കുറഞ്ഞ ഭാഗം നോക്കി പുഴ മുറിച്ചു കടന്നു. അത്തോയി പറഞ്ഞു. “അവൻ പോയ വഴിയെ സൂക്ഷം പോണം. ഇല്ലേൽ ആഴമുണ്ടാവും.”

ഞങ്ങൾ പുഴയിലിറങ്ങി. പകുതിയെത്തിയതും പുഴയ്ക്കക്കരെ ഒരമർച്ച. വീരൻ ജ്വലിച്ചു നില്ക്കുകയാണ്. അത്തോയി പറഞ്ഞു: “പോണ്ട. അവൻ എടങ്ങേറൊണ്ടാക്കും. ഞങ്ങൾ പുഴയിലെ പാറക്കൂട്ടത്തിൽ പിടിച്ച്, അറച്ചു നിന്നു. വീരൻ മടങ്ങിപ്പോകാൻ കൈ കാണിക്കുകയാണ്.

“എന്താ ചെയ്ക?” ഞങ്ങൾ അത്തോയിയോടു ചോദിച്ചു. “നില്ക്ക്”, അയാൾ മുന്നോട്ടു നടന്നു. നായ്ക്കരുടെ ഭാഷയിൽ വീരനോട് കയർത്തു. ഇടയ്ക്ക് വെൽഫെയർ ഓഫീസറെന്നോ എന്തൊക്കയോ പറയുന്നു. വീരൻ അല്പമൊന്ന് ആറി. അയാൾ പുഴയ്ക്കരെയിലേക്കു കൈ ചൂണ്ടി എന്തോ പഞ്ഞു. എന്നിട്ട് തിരിഞ്ഞു നോക്കാതെ ഒറ്റ നടത്തം.

"പുഴ കടക്കാൻ അവൻ സമ്മതിക്കുകേല", അത്തോയി പറഞ്ഞു.

"പിന്നെന്തു ചെയ്യും?"

ഞങ്ങൾ പരിഭ്രമിച്ചു.

സമയം ഏറെ ആയില്ലെങ്കിലും കാട്ടിൽ ഇരുട്ടു പരന്നു തുടങ്ങി. ഇനി മടങ്ങിപ്പോകുന്നത് ഏറെ അപകടം.

"വഴിയൊണ്ട്", അത്തോയി തിരിഞ്ഞു നടന്നു. "വാ"

"എവിടേക്ക്?"

"ദാ, അവ്ടെയൊരു അളയൊണ്ട്, മക്കനബാരിയള. അതിൽ തങ്ങാനാ അവൻ പറഞ്ഞെ."

ഞങ്ങളെയും കൂട്ടി അത്തോയി മക്കനബാരി അളയിലേക്കു നടന്നു. വലിയൊരു പാറക്കൂട്ടത്തിന്റെ നടുവിലെ അല്പം വിശാലമായ ഗുഹയായിരുന്നു അത്. നരിച്ചീറുകളുടെ താവളമായിരുന്നു മക്കനബാരിയള. കരടി മൂപ്പൻ പാർത്തിരുന്ന ഇടം. ഇപ്പോൾ അയാൾ അവിടേക്കു വരാറില്ല. വയസ്സായി. പോരെങ്കിൽ ഒരു കരടിയുമായുള്ള പോരിൽ മാറിലെ ദശയാകെ കീറി, കാട്ടുമരുന്നുകൾ വച്ച് കുറെക്കാലം കിടപ്പിലായിരുന്നു.

അത്തോയി ഉണങ്ങിയ കാട്ടുപുല്ലുകൾ ശേഖരിച്ചു കൊണ്ടുവന്ന് അകത്ത് പുകയിട്ട് നരിച്ചീറുകളെ തുരത്തി. അരിഞ്ഞ പുല്ലു വിരിച്ച് ഞങ്ങൾക്ക് കിടക്കാൻ ഇടമൊരുക്കി. ഇനിയുള്ള സമയം എന്തുചെയ്യുമെന്നറിയാതെ ഞങ്ങളിരിക്കുമ്പോഴാണ് അല്പം മാറി പുഴയിൽ ആളനക്കം.

"നോക്ക്", അത്തോയി ചൂണ്ടി.

ഞങ്ങൾ നോക്കി.

കുറച്ചു മാറി, പുഴയിലെ പാറക്കൂട്ടത്തിലെ ഒരു കല്ലിൽ എന്തോ ഒതുക്കിയെടുക്കുകയാണ് ഒരു കാട്ടുസ്ത്രീ.

"ജയഭാരതി", മുസ്തഫ പറഞ്ഞു.

ശരിയായിരുന്നു. വർഷങ്ങൾക്കുമുമ്പ് പത്രത്തിൽ വന്ന അതേ മുഖം. വീരന്റെ ഭാര്യ.

അവൾ പുഴ മുറിച്ച് മറുകരയിലേക്കു പോയി. അന്നേരമാണ് ഞങ്ങൾ വീരന്റെ ഗുഹ കാണുന്നത്. ഒരു കൂറ്റൻ മരത്തിന്റെ മറവിൽ. അവൾ അളയിലേക്കു നൂണ്ടു കയറി.

"നമ്മൾ ഇന്നു പട്ടിണിയായതു തന്നെ." മുസ്തഫ പറഞ്ഞു. എനിക്കു വിഷമം അതായിരുന്നില്ല. ഇതാണ് അവസ്ഥയെങ്കിൽ ഫീച്ചറിനുള്ള വിവരങ്ങൾ എങ്ങനെ കിട്ടാൻ?

"വഴിയുണ്ടാക്കാം." അത്തോയി ആശ്വസിപ്പിച്ചു. "കാട്ടു കിഴങ്ങുകൾ മാന്തിയെടുത്ത് ചുട്ടു തിന്നാം."

അത്തോയി വിറകു ശേഖരിക്കാൻ പോയി.

നേരം ഇരുണ്ടു.

ഞങ്ങൾക്കു കുറേശ്ശെ പേടിയുണ്ട്.

ഒരനക്കം.

പുഴയിലെ പാറക്കൂട്ടങ്ങൾ ചാടി ഒരു പയ്യൻ വരുന്നു.

അവന്റെ കൈയ്യിൽ ഒരു സ്റ്റീൽ ചരുവമുണ്ട്.

അവൻ അളയുടെ മുന്നിലേക്കു വന്നു. സ്റ്റീൽ പാത്രം ഞങ്ങളുടെ മുന്നിൽ വച്ചു. തേൻ ചീപ്പുകൾ പുറത്തേക്കു തള്ളി നില്ക്കുന്നു. പാത്രം നിറയെ പൊന്നു കാച്ചിയൊഴിച്ച കണക്കെ തേൻ.

"ആരു തന്നതാ?", ഞങ്ങൾ ചോദിച്ചു.

അവൻ വീരന്റെ അളയുടെ നേർക്കു ചൂണ്ടി.

"പേരെന്താ?"

"മരുതൻ"

"വീരന്റെ മകനാ?"

അവൻ മറുപടി പറയാതെ പുഴ മുറിച്ചു പാഞ്ഞു.

ഞങ്ങൾക്ക് അതിശയമായി.

മുസ്തഫ പറഞ്ഞു: "കഴിക്കണ്ട, വിഷം കലർത്തിയതാവും, അത്തോയി വരട്ടെ."

അത്തോയി വിറകുമായി വന്നു. വിശേഷങ്ങൾ കേട്ടിട്ടും അത്തോയിക്ക് ഭാവഭേദമില്ല. അത്തോയി പറഞ്ഞു: "ങ്ങള് ധൈര്യായി കയിച്ചോളീ."

"നോക്കിക്കോളീ."

ഒരു തേൻ ചീപ്പെടുത്ത് അത്തോയി വായിലേക്കിട്ടു.

ഞങ്ങൾക്ക് സമാധാനമായി.

"ഏറെ കയ്ക്കണ്ട, കൊടലാന്തും." അത്തോയി ഗുഹയ്ക്കു മുന്നിൽ വിറകടുക്കി തീ കൂട്ടുകയാണ്.

ഞങ്ങൾ പുൽമെത്തയിൽ വിരിപ്പു വിരിച്ചു കിടന്നു. ആകാശം നിറയെ നക്ഷത്രങ്ങൾ. ഞങ്ങൾ ശരിക്കും നക്ഷത്രമെണ്ണുകയാണ്. വിശപ്പുണ്ട്. തേൻ ഏറെ കഴിച്ചതിനാലാവാം വയറാന്തുന്നു.

രാത്രി എട്ടൊമ്പതു മണിയായിക്കാണും. കാറ്റു വീശിത്തുടങ്ങി.

വിറക് നിന്നു കത്തുന്നു. "വല്ല ഒറ്റയാനും വന്നാലോ?", മുസ്തഫയ്ക്കു പേടിയായി. "ഏയ്, ആനയോ?" അത്തോയി കളിയാക്കി. "ഇത്രേം പോന്ന പാറക്കെട്ടെറങ്ങി ആന വരത്തില്ല. "പിന്നെ വല്ല കരിമ്പുലീം വന്നാലായി." അത്തോയി കൂളായി പറഞ്ഞു. "തീ കണ്ടാൽ അടുക്കൂല്ല, വേഗം മൂപ്പര് കയിച്ചിലാവും."

ഞങ്ങളുടെ വയറല്ല, നെഞ്ചാണ് ആന്തിയത്.

കരിമ്പുലി.

എങ്ങനെ മനസ്സമാധാനത്തോടെ ഉറങ്ങും. പറഞ്ഞു തീർന്നതും ഒരനക്കം.

"ആരാദ്?", അത്തോയീടെ ഒച്ച ഉയർന്നു.

മരുതൻ രണ്ടു സ്റ്റീൽ പാത്രങ്ങളുമായി വന്നു നില്ക്കുന്നു. ഒന്നിൽ ചൂടു കഞ്ഞി. മറ്റേതിൽ മുളക് ചതച്ചിട്ട് പരിപ്പ് പറ്റിച്ചത്.

വീരന്റെ ഭാര്യ കൊടുത്തുവിട്ടതാണ്.

ഇതോ പകൽ നമ്മൾ കണ്ട വീരൻ?

ഞങ്ങൾക്കു വിശ്വസിക്കാനായില്ല.

രാത്രി ഒരുവിധം കഴിച്ചു കൂട്ടുകയായിരുന്നു.

കരിമ്പുലി വന്നാലോ?

നേരം പുലർന്നതും മരുതൻ അളയ്ക്കു മുന്നിലെത്തി, കട്ടൻ അനത്തിയതുമായി.

മരുതനെ കൂട്ടി ഞങ്ങൾ കാട്ടിലൂടെ നടന്നു. കുറച്ചു മാറി വേറൊരു അളയിൽ കുറച്ചു പേരുണ്ടെന്ന് മരുതൻ പറഞ്ഞു. വീരന്റെ ചേട്ടനും കുടുംബവും.

അളയിലെ ഇരുട്ടിൽ നിന്ന് വെളുത്ത്, വെള്ളാരങ്കണ്ണുള്ള ഒരു സുന്ദരി പുറത്തേക്ക് എത്തി നോക്കി. അവളുടെ ഉടു തുണിയിൽ ഞാന്ന് ഒരു കൊച്ചു കുട്ടി. ഞങ്ങളെ കണ്ട മാത്രയിൽ സുന്ദരി അകത്തേക്കു വലിഞ്ഞു. അത്തോയി മരുതനോട് എല്ലാം ചോദിച്ചറിയുന്നുണ്ടായിരുന്നു.

പതിനാറു വർഷം മുമ്പു വന്ന പത്രവാർത്തയെത്തുടർന്നുണ്ടായ പുറംലോകവുമായുള്ള സമ്പർക്കത്തിന്റെ ഇരയായിരുന്നു അവൾ - വെള്ളച്ചി. കാട്ടിലെ സുന്ദരി.

മൈലാടും പാറയിലെ സംഘത്തിൽ, പട്ടണത്തിൽ നിന്നു ജീപ്പിൽ സാധനങ്ങൾ എത്തിച്ചു കൊടുക്കാൻ വന്നിരുന്ന ഒരു നഗരവാസി യുവാവ് അവളെ വലയിൽ വീഴ്ത്തി. വെള്ളച്ചി ഗർഭിണിയായതോടെ അവൻ വരാതായി. കാട്ടിലെ നിഷ്കളങ്കരായ, അനേകം അവിവാഹിതരായ ആദിവാസി അമ്മമാരിലൊരുവൾ.

അവൾ പിന്നീട് അളയിൽ നിന്നു പുറത്തേക്കു വന്നതേയില്ല. അവളുടെ കണ്ണുകളിൽ ഭീതി നിഴൽ വീഴ്ത്തിയിരുന്നു. അകത്ത് വിശന്നു കരയുന്ന കുഞ്ഞിന്റെ കരച്ചിൽ.

പുഴ മുറിച്ചു കടന്ന് ഞങ്ങൾ വീരന്റെ അളയുടെ നേർക്കു നടന്നു.

വീരനോടുണ്ടായിരുന്ന ദേഷ്യം അലിഞ്ഞലിഞ്ഞില്ലാതായിരുന്നു.

ഒച്ച കേട്ട് പുറത്തേക്കെത്തി നോക്കിയത്, വീരന്റെ ഭാര്യയായിരുന്നു. ഞങ്ങളുടെ അന്നദാതാവ്. അവളോടൊപ്പം ഒരു പെൺകുട്ടിയുടെ മുഖം തെളിഞ്ഞു. പതിനഞ്ചിനടുത്തു പ്രായം. അവൾ പറഞ്ഞു: "അപ്പാ ഇല്ലെ."

പറഞ്ഞതും അവൾ ഭീതിയോടെ ഉൾവലിഞ്ഞു.

അത്തോയി എന്തോ ചോദിക്കാനൊരുമ്പെട്ടു.

ഞാൻ വിലക്കി.

വീരന്റെ മനസ്സ് ഇപ്പോൾ എനിക്കു കാണാൻ കഴിയുന്നുണ്ട്- പ്രായം തികഞ്ഞൊരു പെണ്ണ് അയാളുടെ അളയിലുമുണ്ട്. വെള്ളച്ചിയ്ക്കു പറ്റിയത് അവൾക്കും പറ്ററുത്. അച്ഛനില്ലാത്ത, മുഖ്യധാരാ ശിശുവിന്റെ കരച്ചിൽ അതിനകത്ത് മുഴങ്ങരുത്.

ഞാൻ പറഞ്ഞു: "വാ, നമുക്കു വേറെ വഴികളിലൂടെ പോകാം."

കൊടുംകാടിനുള്ളിലും ഒരച്ഛന്റെ മനസ്സ് പിടയുന്നതു ഞാനറിഞ്ഞു.

■

നിത്യഹരിതമീ ഓർമ്മ

ഉച്ചയോടെയാണ് തിരുവനന്തപുരത്തെ പത്രമോഫീസിൽ നിന്ന് ഫോൺ സന്ദേശം വന്നത്.

പ്രേംനസീർ എറണാകുളത്തെവിടെയോ ഉണ്ട്. ഇന്നുതന്നെ കാണണം. നസീർ രാഷ്ട്രീയത്തിലേക്കിറങ്ങുന്നതായി സൂചന. ഉടൻ ഇന്റർവ്യൂ ചെയ്ത് സ്റ്റോറി ഫയൽ ചെയ്യുക."

ഞാനന്ന് ജോലി ചെയ്തിരുന്നത് കേരളകൗമുദിയിൽ. കേരളകൗമുദി ഫിലിം മാഗസിനു വേണ്ടിയാണ് ഫോൺ വിളി. പിറ്റേന്ന് അച്ചടി തുടങ്ങേണ്ട ലക്കത്തിൽ കവർ സ്റ്റോറിയാണ് വിഷയം.

എം.ജി.ആറിനെയും എൻ.ടി.രാമറാവുവിന്റെയും പാത പിന്തുടർന്ന് മലയാളത്തിന്റെ നിത്യഹരിതനായകനും സജീവ രാഷ്ട്രീയത്തിലേക്കോ?

എനിക്കത് വിശ്വസിക്കാൻ കഴിഞ്ഞില്ല. ഇത് കേരളമാണ്. സിനിമക്കാർക്കു കയറി നിരങ്ങാനുള്ളതാണോ ഇവിടത്തെ രാഷ്ട്രീയം.

ശരാശരി മലയാളികളെപ്പോലെ ഞാനും ഊറ്റംകൊണ്ടു.

നസീർ അന്നും മലയാളത്തിൽ നിറഞ്ഞു നിൽക്കുകയാണ്. വർഷം 1981. നായക കഥാപാത്രത്തോടൊപ്പം ക്യാരക്റ്റർ റോളുകളും ചെയ്തു തുടങ്ങിയിരുന്നു. എനിക്കന്ന് പ്രായം ഇരുപത്തിരണ്ട്. കുട്ടിക്കാലത്ത് നസീറിനോട് തോന്നിയിരുന്ന ആരാധന അപ്പോഴേക്കും മനസ്സിൽ നിന്നു പോയിരുന്നു. ഓർമ്മവച്ച നാൾ മുതൽ മലയാളികളുടെ മനസ്സിന്റെ വെള്ളിത്തിരയിൽ നിറഞ്ഞു നിൽക്കുകയാണ് പ്രേംനസീർ.

അനാർക്കലി... മായാവി... ഒരാൾ കൂടി കള്ളനായി...

പ്രണയ നായകനായും രഹസ്യപ്പോലീസായും അങ്കച്ചേകവരായും... അങ്ങനെ നൂറു നൂറു വേഷങ്ങൾ.

മലയാളത്തിലെ ഇമ്പമാർന്ന പാട്ടുകൾക്കൊപ്പം ഇപ്പോഴും മനസ്സിലേക്കിറങ്ങി വരാറുള്ള ദീപ്തമായ മുഖം.

ടെലിവിഷൻ കേരളത്തിലെത്തിയിരുന്നില്ല. അതുകൊണ്ട് താരങ്ങളെ തിയ്യേറ്ററിലെ വെള്ളിത്തിരയിലൂടെയല്ലാതെ കാണാൻ മാർഗ്ഗമില്ല.

കൂടുതൽ അടുത്തറിയാൻ അവസരമില്ലാതിരുന്നതിനാലാവണം, ഒരുതരം നിഗൂഢത താരങ്ങളെ ചൂഴ്ന്നുനിന്നിരുന്നു. അവർ മറ്റേതോ ലോകത്തിലാണെന്നൊരു തോന്നൽ.

ഷൂട്ടിംഗ് നടക്കുന്ന സ്റ്റുഡിയോ ഫ്ളോറുകൾ വിട്ട് പുറം ലോകത്തേക്കെത്തും വരെ താരങ്ങളെ ഒന്നു നേരിൽ കാണുക പോലും അപൂർവം. അത്തരമൊരു കാലഘട്ടത്തിലാണ് നസീർ നായക പദവിയിൽ ജ്വലിച്ചു നിന്നിരുന്നത്. ആ നിലയ്ക്ക്, നസീർ അപ്പോഴും എന്റെ മനസ്സിൽ, ഒരു മാന്ത്രികപ്പരവതാനിയുടെ ഓരത്തായിരുന്നു. എങ്കിലും നടനെന്ന നിലയിൽ, എന്തൊക്കെയോ പോരായ്മകൾ... പാട്ടുപാടുകയും മരം ചുറ്റിയോടുകയും ചെയ്യുന്ന കാമുകനോ, സ്റ്റൈലൻ സി.ഐ.ഡിക്കോ, കളരി പരമ്പര ദൈവങ്ങളെ നൂറു വട്ടം വിളിച്ച് ആണയിടാറുള്ള പ്രണയാതുരനായ അങ്കച്ചേകവർക്കോ അപ്പുറം - നടനെന്ന നിലയിൽ സത്യനോടുതോന്നിയിരുന്ന മതിപ്പ് എനിക്ക് നസീറിനോട് തോന്നിയിരുന്നില്ല.

എങ്കിലും നസീർ അപ്പോഴും ഒരദ്ഭുതമോ ലെജൻഡോ ഒക്കെ ആയിരുന്നു, മലയാളി മനസ്സുകളിൽ.

പത്രം ഓഫീസിലെ വിളി വന്നതോടെ ഞാൻ അന്വേഷണം ആരംഭിച്ചു. സന്ധ്യയോടെയറിഞ്ഞു, നസീർ ലൊക്കേഷനിലാണ്. ഔട്ട്ഡോറിലാണ്. ദൂരെയെവിടെയോ. ഇന്റർ നാഷണൽ ഹോട്ടലിലാണ് താമസം.

ഞാൻ ഹോട്ടലിൽ ബന്ധപ്പെട്ടപ്പോൾ ഏഴുമണിയോടെ ഷൂട്ടിംഗ് കഴിഞ്ഞ് മടങ്ങിയെത്തിയേക്കുമെന്നറിഞ്ഞു.

ഓഫീസിൽ തന്നെയിരുന്ന്, ഓരോ പത്തുമിനിറ്റ് കൂടുമ്പോഴും നസീർ എത്തിയോ എന്നന്വേഷിച്ചുകൊണ്ടിരുന്നു.

ലൊക്കേഷനുമായി ബന്ധപ്പെടാൻ മാർഗ്ഗമില്ല.

ഫോണുകൾ അന്നൊക്കെ ആഡംബര വസ്തുവാണ്.

നാട്ടിൻ പുറങ്ങളിൽ ഫോണുള്ള വീടുകൾ അപൂർവം.

ഒമ്പതു മണിയോടെ ഞാൻ ഹോട്ടലിലെത്തി.

ലോബിയിൽ കാത്തിരുന്നു.

വൈകുന്തോറും കാണാൻ പറ്റാതെ പോയാലോ എന്ന ഉത്കണ്ഠയും.

നസീർ പിറ്റേന്ന് മദ്രാസിലേക്കു മടങ്ങുകയാണ്. എത്ര വൈകിയാലും എനിക്കു കണ്ടേ പറ്റൂ. ഇല്ലെങ്കിൽ ആ ദൗത്യം നടക്കാതെ പോകും. ഫിലിം മാഗസിന്റെ കവർ സ്റ്റോറി ഇല്ലാതാവും.

ഓരോ കാർ വന്നു നിൽക്കുമ്പോഴും ആകാംക്ഷയോടെ പുറത്തേക്കെത്തി നോക്കി, ക്ഷമ കെട്ടിരിക്കുകയാണ് ഞാൻ.

സമയം പതിനൊന്നര കഴിഞ്ഞു. "ഇനിയിന്നു നടക്കില്ല." ഹോട്ടൽ ജീവനക്കാരിലൊരാൾ പറഞ്ഞു. "അതിരാവിലെ പോയതല്ലേ. ക്ഷീണിച്ചാവും വരിക."

ഇന്നിനി നടക്കില്ല, എന്റെ മനസ്സും പറയുന്നുണ്ടായിരുന്നു. എങ്കിലും മടങ്ങിപ്പോകാൻ ഞാൻ തയ്യാറായിരുന്നില്ല. നസീർ ക്ഷുഭിതനായേക്കാം. "നിങ്ങൾക്കൊന്നും മര്യാദയില്ലേ മിസ്റ്റർ" എന്ന് സിനിമാ സ്റ്റൈലിൽ ചോദിക്കാം. ചിലപ്പോൾ ഒന്നും പറയാതെ, എന്നെ ഗൗനിക്കാതെ മുഖം തിരിച്ച് നടന്നുപോയേക്കാം. എങ്കിലും കാണുക തന്നെ. ഞാൻ ഉറപ്പിച്ചു. സമയം 11.20. ഒരു കാർ വന്നുനിന്നു. മുണ്ടുടുത്ത്, കടും നീല ഷർട്ട് ധരിച്ച് ഒരാൾ ഡോർ തുറന്നിറങ്ങി വരുന്നു - പ്രേംനസീർ. നസീർ നേരെ റിസപ്ഷനിലേക്കു വന്നു.

"ങാ, എന്തെങ്കിലും മെസേജ്ജുണ്ടോ? ആരെങ്കിലും വിളിച്ചോ?" സിനിമയിലെ നായകന്റെ അതേ ചോദ്യം.

ജീവനക്കാർ ഭവ്യതയോടെ, ചില സന്ദേശങ്ങളുടെ കുറിപ്പ് കൈമാറുന്നു.

"ഒ, താങ്ക്സ്." പുഞ്ചിരിയോടെ നസീർ.

"സർ, ഒരാൾ കാത്തിരിപ്പുണ്ട്. ഫിലിം മാഗസിനീന്നാണ്" റിസപ്ഷനിസ്റ്റ് ലോബിയിലേക്കു ചൂണ്ടി.

"ഇന്റർവ്യൂവോ, ഈ പാതിരാത്രിക്കോ?"

ഞാൻ അരികിലെത്തി. പരിചയപ്പെടുത്തി. വിഷയം പറഞ്ഞു. ഷൂട്ടിംഗ് കഴിഞ്ഞ് പരിക്ഷീണിതനായിരുന്നു നസീർ. എങ്കിലും ആ മുഖം അപ്പോഴും പ്രസന്നം. ക്ലീൻ ഷേവ്. അതിരാവിലെ മുതൽ അദ്ധ്വാനിച്ച് തളർന്നു വരുന്ന ആ മനുഷ്യനോടു സംസാരിക്കുന്നതു തന്നെ കഷ്ടമാണെന്ന് എനിക്കു തോന്നി. അതുകൊണ്ട് ഞാൻ പറഞ്ഞു: "സാർ, ഇന്നു വേണ്ട. നാളെ മദ്രാസിലേക്കു പുറപ്പെടും മുമ്പ് ഞാൻ വരാം."

"അത് ബുദ്ധിമുട്ടാവില്ലേ?" നസീർ ചോദിച്ചു. "വീണ്ടും വരികയെന്നു വച്ചാൽ?"

"ഇല്ല, ഞാൻ വന്നോളാം."

"അതു വേണ്ട, ബുദ്ധിമുട്ടാവും" നസീർ പറഞ്ഞു. "ഏതായാലും ഇത്ര നേരം കാത്തിരുന്നതല്ലേ. വാ, നമുക്ക് റൂമിൽ പോയിരുന്ന് സംസാരിക്കാം."

"സാർ വല്ലാതെ റ്റയേഡല്ലേ, നാളെ മതി." ഞാൻ പറഞ്ഞു. നസീർ ചിരിച്ചു. "സാരമില്ല, വരൂ."

ലിഫ്റ്റിലേക്കു നടക്കുന്നതിനിടയിൽ നസീർ പറഞ്ഞു. "നിങ്ങളും റ്റയേഡല്ലേ. രാവിലെ മുതൽ ജോലി ചെയ്യുകയല്ലേ? എന്നിട്ടും ഇത്ര നേരം കാത്തിരിക്കുകയായിരുന്നില്ലേ?"

ലിഫ്റ്റിൽ എനിക്കരികെ ഞാനൊരു വലിയ മനുഷ്യനെ കാണുകയായിരുന്നു. മറ്റൊരാളോടുള്ള കരുതൽ. തൊഴിലിനോടുള്ള മമത. എല്ലാറ്റിനുമുപരി ഒരു മനുഷ്യൻ മറ്റൊരു മനുഷ്യനോട് കാണിക്കേണ്ട ആദരവ് (അയാൾ തന്നേക്കാൾ എത്ര ചെറുതാണെങ്കിലും-)

നസീർ എനിക്കൊരു മാതൃകാപുരുഷനാകുകയായിരുന്നു.

മുറിയിലെത്തിയപ്പോഴാണ് ഞാനറിയുന്നത്, അദ്ദേഹം അപ്പോഴും രാത്രിഭക്ഷണം കഴിച്ചിരുന്നില്ല.

സഹായിയായി ഒപ്പമുണ്ടായിരുന്ന യുവാവ് ഭക്ഷണമെടുത്തു വച്ചു. "വരൂ, നമുക്കൊരുമിച്ചിരിക്കാം."

നസീർ ക്ഷണിച്ചു.

ഞാൻ സ്നേഹപൂർവ്വം നിരസിച്ചു.

"ഭക്ഷണം കഴിക്കുകയുമാവാം. സംസാരിക്കുകയുമാവാം; അതിലൊന്നുമില്ല. വരൂ."

നസീർ നിർബന്ധിച്ചു. ഞങ്ങൾ ഒരുമിച്ചിരുന്നു. ഞാൻ ഒരു ഗ്ലാസ്സ് പഴച്ചാറ് കഴിച്ചു. ഭക്ഷണം കഴിഞ്ഞ്, സ്വീറ്റിലെ അതിഥിമുറിയിൽ ഞങ്ങൾ സംസാരിച്ചിരുന്നു. സംസാരിച്ചു തുടങ്ങിയതോടെ നസീറിന്റെ ക്ഷീണമെല്ലാം എവിടെയോ പോയൊളിച്ചു. വളരെ മൃദുവായി, ചെത്തിയൊരുക്കിയ വാക്കുകളിൽ, മനസ്സു തുറന്നുള്ള സംഭാഷണം. ഞങ്ങൾ പലതും പറഞ്ഞു. ഒടുവിലാണ് അദ്ദേഹം വിഷയത്തിലേക്കു വന്നത്.

-രാഷ്ട്രീയ പ്രവേശം.

അല്പനേരം ആലോചിച്ചിരുന്ന ശേഷം അദ്ദേഹം സൗമ്യനായി, വിനയാന്വിതനായി പറഞ്ഞു: "ഇത്രയും കാലം നായകസ്ഥാനത്ത് നിൽക്കുക, ജനങ്ങളുടെ മനസ്സിൽ സ്ഥാനം നേടുക, ഒരു വിധത്തിൽ നോക്കിയാൽ ഭാഗ്യമാണ്. പ്രേംനസീറിനെ സ്നേഹിക്കുന്നവരാണ് നമ്മുടെ ആളുകൾ. വീട്ടിലെ ഒരംഗത്തെപ്പോലെയാണ് ഞാനവർക്ക്. സിനിമയിലൂടെ അറിയാതെ വളർന്നുവന്ന അടുപ്പം.

ഞാനെവിടെച്ചെന്നാലും ആളുകൾ എന്റെ അടുക്കലേക്ക് ഓടിവരുന്നു. ഒരു കളിച്ചങ്ങാതിയോടെന്ന പോലെ കുശലം പറയുന്നു. എന്നെ പൂമാലയിട്ടു സ്വീകരിക്കുന്നു. സ്നേഹം പങ്കിടുന്നു...." വീണ്ടും അല്പനേരത്തെ മൗനം. നസീറിന്റെ കണ്ണുകളിൽ ഈറൻ പടരുന്നത് എനിക്കു കാണാം. "അയാം മോർ ദാൻ എ മിനിസ്റ്റർ... ഐ ബിലീവ് സോ." നസീർ പറഞ്ഞു. "ദെൻ വൈ ഷുഡ് ഐ എന്റർ പോളിറ്റിക്സ്?"

വല്ലാത്തൊരു ആത്മവിശ്വാസമായിരുന്നു ആ വാക്കുകളിൽ. "അധികാരത്തോട് ഒരിക്കലും ഭ്രമം തോന്നിയിട്ടില്ല." നസീർ പറഞ്ഞു. "പണം, ആവശ്യത്തിന് എന്റെ തൊഴിലിൽ നിന്നുണ്ടാക്കിയിട്ടുണ്ട്. രാഷ്ട്രീയം ആ നിലയ്ക്ക് എന്നെ ആകർഷിക്കുന്നേയില്ല." എനിക്കൊരു പിടിവള്ളി കിട്ടിയതപ്പോഴാണ്. "പിന്നെ ഏതു നിലയ്ക്കാണ് രാഷ്ട്രീയം ആകർഷിക്കുന്നത്?" ഞാൻ ചോദിച്ചു. നസീർ എന്നെ നോക്കി പുഞ്ചിരിച്ചു: "ഇപ്പോഴാണ് സമാധാനമായത്, ഇല്ലേ?"

ഞാൻ ചിരിച്ചു: "അതാണെനിക്കറിയേണ്ടതും."

"ഒരർത്ഥത്തിൽ രാഷ്ട്രീയം ജനസേവനമാണ്. എത്ര പേർ അങ്ങനെ കാണുന്നുണ്ടെന്നറിയില്ല... നമ്മുടെ ആൾക്കാർക്കു വേണ്ടി അങ്ങനെ എന്തെങ്കിലും ചെയ്യാനായാൽ അതൊരു വലിയ കാര്യമല്ലേ? ആ നിലയ്ക്ക്-"

"ആ നില്ക്ക്?" "ഒരു അവസരം ഒത്തുവന്നാൽ ഒരുപക്ഷേ, രാഷ്ട്രീയത്തിൽ ഇറങ്ങിക്കൂടെന്നില്ല. സിനിമയിൽ ഇനി എത്രനാൾ തുടരാനാവുമെന്ന് നിശ്ചയമില്ലല്ലോ." "രാഷ്ട്രീയത്തിൽ ഏതു പക്ഷത്തായിരിക്കും? ഞാൻ ചോദിച്ചു. "ഏതു പക്ഷത്തായാലും ജനങ്ങൾക്കു വേണ്ടി എന്തെങ്കിലുമൊക്കെ ചെയ്യാനാവണം." നസീർ പറഞ്ഞു. "രണ്ടു പക്ഷത്തും എനിക്ക് ഒരുപാട് സുഹൃത്തുക്കളുണ്ട്. അവരോടൊക്കെ ആലോചിക്കണം. ഏതായാലും ഉടനെയില്ല."

ഞാൻ ആശംസ നേർന്നിറങ്ങി.

വാച്ചിൽ നോക്കി. സമയം ഒരു മണി കഴിഞ്ഞിരുന്നു.

നസീർ വാതിൽക്കൽ നിന്ന് പുഞ്ചിരിയോടെ കൈ വീശുകയാണ്.

എന്റെ മനസ്സിലെ വെള്ളിത്തിരയിലുണ്ടായിരുന്ന പ്രേംനസീർ, അതിനകം വലിയൊരു മനുഷ്യനായി വളർന്നിരുന്നു. ഷൂട്ടിംഗ് കഴിഞ്ഞ് ക്ഷീണിതനായി, പാതിരാത്രിയോടടുത്ത് മടങ്ങിവന്ന ആ വലിയ കലാകാരന്, ആ ഒറ്റക്കാരണം പറഞ്ഞ് എന്നെ നിരാശപ്പെടുത്തി അയയ്ക്കാമായിരുന്നു.

അതിനു പകരം രാത്രി ഒരു മണിവരെ, ആ അവസ്ഥയിലും തന്റെ വിലപ്പെട്ട സമയം എനിക്കു തരാൻ അദ്ദേഹത്തെ പ്രേരിപ്പിച്ചതെന്താവണം.

പ്രശസ്തിയുടെ കൊടുമുടിയിൽ നിൽക്കുകയായിരുന്ന ആ മനുഷ്യന്, സഹജീവിയോടുള്ള മമതയിൽ കവിഞ്ഞ് മറ്റൊന്നും പ്രേരകമായിട്ടുണ്ടാവില്ല.

അടുത്തലക്കം ഫിലിംമാഗസിൻ നസീറിന്റെ രാഷ്ട്രീയ പ്രവേശ വാർത്തയുമായി വരുന്നു. പിന്നീട് നസീർ രാഷ്ട്രീയ വേദികളിലെത്തിയെങ്കിലും മടുപ്പു തോന്നിയിട്ടാവണം പെട്ടെന്നു തന്നെ പിൻവലിഞ്ഞു.

അവിചാരിതമായിരുന്നു ആ മരണവും. നസീർ മരണമടഞ്ഞ്, ഒരു വർഷം തികയുന്ന സമയത്ത്, ചില ഫീച്ചറുകൾ ചെയ്യാൻ ഞാൻ മദ്രാസിൽ എത്തിയിരുന്നു. അതിനകം മലയാള മനോരമയിലേക്കു മാറിയിരുന്നു ഞാൻ.

കോട്ടയത്തു നിന്ന് എനിക്കൊരു ഫോൺ സന്ദേശം വരുന്നു.

പ്രേംനസീറിന്റെ വേർപാട് ഒരു വർഷം പിന്നിടുകയാണ്.

അദ്ദേഹത്തിന്റെ മകൻ ഷാനവാസിനെ കാണണം. നസീറിന്റെ സ്മരണ നിലനിർത്താനായുള്ള പരിശ്രമങ്ങൾ വിലയിരുത്തി ഒരു റിപ്പോർട്ട് വേണം.

ഞാൻ നസീറിന്റെ വീട്ടിലേക്ക് ഫോൺ ചെയ്യുന്നു. കോഴിക്കോട്ട് ഒരു ഷൂട്ടിംഗിൽ പങ്കെടുത്തു ഷാനവാസ് പുലർച്ചെ മടങ്ങി എത്തിയ തേയുള്ളു. ഒന്നു രണ്ടു മണിക്കൂർ കഴിഞ്ഞൊന്നു വിളിച്ചു നോക്കൂ." മറുപടി. രണ്ടു മണിക്കൂർ. ഞാൻ വീണ്ടും വിളിച്ചു. "അദ്ദേഹം ഉറക്കമാണ്. പന്ത്രണ്ടു മണിയോടെ വന്നു നോക്കൂ. ഫോണെടുത്തയാൾ പറഞ്ഞു.

ഞാൻ ഒരു ടാക്സി വിളിച്ച് പന്ത്രണ്ടുമണിയോടെ നസീറിന്റെ വീട്ടിലെത്തി. ഷാനവാസ് അപ്പോഴും ഉറക്കമുണർന്നിരുന്നില്ല.

എനിക്ക് ഉച്ചയ്ക്ക് രണ്ടു മണിക്കുള്ള ബിലാസ്പൂർ - കൊച്ചി എക്സ്പ്രസ്സിൽ കേരളത്തിലേക്കു മടങ്ങേണ്ടിയിരുന്നു.

ഞാൻ നിരാശനായി പുറത്തേക്കിറങ്ങുമ്പോൾ എന്റെ ഓർമ്മയിലേക്ക് പ്രേംനസീർ ക്ഷീണിതനായി കാറിൽ വന്നിറങ്ങുന്നു. "നിരാശനായി പോകുകയാണോ? ങാ, വരൂ" നസീർ സ്നേഹത്തോടെ ക്ഷണിക്കുന്നു.

മലയാളത്തിന്റെ നിത്യഹരിതനായകൻ എന്റെ തോളിൽ കൈവയ്ക്കുന്നു. സ്നേഹത്തോടെ എന്നെ അകത്തേയ്ക്ക് ആനയിക്കുന്നു.

പിന്നിൽ ഗേറ്റ് അടയുന്ന ഒച്ച കേട്ട് ഞാൻ തിരിഞ്ഞു നോക്കി.

ഇല്ല, നസീറില്ല.

ദീപ്തമായ ആ സാന്നിദ്ധ്യം പോയ്മറഞ്ഞു.

ക്യാമറയുടെ ഫോക്കസിനപ്പുറത്തേക്ക് നടന്നകന്നുപോയിരിക്കുന്നു, നസീർ. ■

അരങ്ങിൽ കെട്ടാതെ പോയ വേഷം

അന്നൊരു രണ്ടാം ശനിയാഴ്ചയായിരുന്നു. ഓഫീസ് അവധിയായിരുന്നതിനാൽ ഞാൻ വായനയുമായി വീട്ടിൽ തന്നെയിരുന്നു. ഭാര്യയും കുട്ടികളും പുലർച്ചെ വേണാടിന് കോട്ടയത്തു പോയി - വയസ്സായ അമ്മൂമ്മയെ സന്ദർശിക്കാൻ. വീട്ടിൽ ഞാൻ തനിച്ചും. വായനയിൽ മുഴുകിയിരിക്കെ ഗേറ്റിൽ ഒരനക്കം കേട്ടു. തൊട്ടുപിന്നാലെ "അമ്മാ..." എന്നോ 'വല്ലതും തൈയ്...' എന്നോ നീട്ടിയൊരു വിളി ഞാൻ പ്രതീക്ഷിച്ചു. സാധാരണ യാചകരാണ് ആ സമയത്ത് ഗേറ്റിൽ തട്ടി ഒച്ചയുണ്ടാക്കുക. വിളി ഉയർന്നില്ലെങ്കിലും ഒരു രൂപയുടെ നാണയവുമായി ഞാൻ വാതിൽ തുറന്നു പുറത്തുചെന്നു. ഗേറ്റിനു വെളിയിൽ നിൽക്കുന്നയാളെ കണ്ടതും നാണയം ഞാൻ കയ്യിലൊളിപ്പിച്ചു. മുടി പിന്നിലേക്കു ചീകിയൊതുക്കി, ക്ലീൻ ഷേവ് ചെയ്ത്, വൃത്തിയായി വേഷം ധരിച്ച ഒരു പാവം മനുഷ്യൻ. അയാളുടെ കണ്ണുകളിൽ ദൈന്യതയുടെ തിളക്കവും കക്ഷത്തിൽ പഴയൊരു ബാഗുമുണ്ടായിരുന്നു. ശോഷിച്ചതെങ്കിലും നീണ്ടുനിവർന്ന കൈകാലുകൾ. സാമാന്യം ഉയരമുണ്ട്. മുണ്ട് ശ്രദ്ധയോടെ മാടിക്കുത്തിയിരിക്കുന്നു. ഞാൻ പരുങ്ങി നില്ക്കെ, സാവധാനം ഗേറ്റ് തുറന്ന് അയാൾ അകത്തേക്കു വന്നു. ബാഗ് തുറന്ന് യാചനാഭാവത്തിൽ എന്റെ നേർക്കു നീട്ടി.

ഓ, ഭിക്ഷക്കാരൻ തന്നെ.

എന്റെ ഊഹം തെറ്റിയില്ല. ഞാൻ നാണയം ബാഗിലേക്കിട്ടു. അതിൽ വേറെയും കുറച്ചു നാണയങ്ങളുണ്ടായിരുന്നു. ബാഗ് കക്ഷത്തിൽ തിരികെ വയ്ക്കുന്നതിനിടയിലാണ് അയാളുടെ മുരടിച്ച കൈവിരലുകൾ എന്റെ കണ്ണിൽ പെട്ടത്. അതേസമയം, കെട്ടുപോകാറായൊരു ചൈതന്യം അയാളുടെ കണ്ണുകളുടെ നനവിൽ ഞാൻ കണ്ടു. അലക്കി ചുളിവു മാറ്റി അയാൾ ധരിച്ചിരുന്ന ഉടുപ്പ് വളരെ പഴകി അവിടവിടെ തുന്നിച്ചേർത്തതായിരുന്നു. ഇത്രയേറെ വൃത്തിയും വെടിപ്പുമുള്ളൊരു യാചകനെ ഞാനാദ്യമായി കാണുകയാണ്. എന്തോ ഒരു സവിശേഷത അയാളിൽ എനിക്കു തോന്നി. ഞാനിട്ടുകൊടുത്ത നാണയവുമായി അയാൾ പിന്തിരിഞ്ഞു നടന്നതും ഞാൻ അറിയാതെ പറഞ്ഞു. "ഒന്നു നിന്നേ." അത് എന്റെ ഉള്ളിൽ നിന്ന്, എന്റെ അറിവോടെ

വന്നതായിരുന്നില്ല. വേഗം അകത്തുപോയി, മേശ തുറന്നു പത്തുരൂപാ നോട്ടെടുത്തു കൊണ്ടുവന്ന്, എന്തോ മഹാകാര്യം ചെയ്യുന്ന ആത്മ സംതൃപ്തിയോടെ ഞാൻ അയാളുടെ നേർക്കു നീട്ടി.

അയാൾ തികഞ്ഞ നിസ്സംഗതയോടെ എന്നെ ഒന്നു നോക്കി. ഭിക്ഷ ക്കാരൻ പോവുന്നതു നോക്കിനിൽക്കെ എന്റെ ഉള്ളിൽ അലിവിന്റെ ഒരു സാഗരം അലയടിക്കുന്നതു ഞാനറിഞ്ഞു. 'ഒന്നു നിന്നേ' എന്ന യാളോടു പറയാനും മേശയിൽ കിടന്ന പത്തുരൂപയെടുത്ത് അയാൾക്കു കൊടുക്കാനും എന്നെ പ്രേരിപ്പിച്ചതാരായിരുന്നു?

സ്റ്റീഫൻ സ്വേഗിന്റെ 'ബിവെയർ ഓഫ് പിറ്റി' എന്ന കൃതിയിൽ അലിവിനെക്കുറിച്ചു പറയുന്നതോർത്തപ്പോൾ എനിക്ക് എന്നോടു തന്നെ പുച്ഛം തോന്നി. കരുണ രണ്ടു വിധത്തിലുണ്ട്. ഒന്ന് ക്ഷണി കവും ഉപരിപ്ലവവുമാണ്. അന്യന്റെ അവസ്ഥ കാണുമ്പോഴുണ്ടുകുന്ന അലിവാണത്. അലിവ് ഒരുതരം കാപട്യമോ ഒളിച്ചോട്ടമോ ആണെന്ന് സ്റ്റീഫൻ സ്വേഗ് പറയുന്നു. അയാൾക്കു പത്തുരൂപ കൊടുത്തതോടെ ആ അവസ്ഥകണ്ട് എന്നിലുണ്ടായ ദുഃഖത്തിൽ നിന്നോ കുറ്റബോധ ത്തിൽ നിന്നോ ഒരു ഒളിച്ചോട്ടം. അലിവ് ആപൽക്കരവും സ്വാർത്ഥ വുമാണ്. അത് യാതൊന്നും നൽകുന്നില്ല. യാതൊന്നും നേടുന്നുമി ല്ല. എന്നാൽ യഥാർത്ഥ കരുണ സൃഷ്ടിപരമാണ്. അതാണ് മദർ തെരേസയ്ക്ക് കൽക്കട്ടയിലെ കുഷ്ഠരോഗികളോടു തോന്നിയത്.

എന്റെ അലിവ് അവിടം കൊണ്ട് തീർന്നില്ല. അയാളുടെ തുന്നി ച്ചേർത്ത കുപ്പായം എന്നിൽ പിന്നെയും അസ്വാസ്ഥ്യമുളവാക്കി. എത്രയോ ഉടുപ്പുകൾ എനിക്കുണ്ട്. അതിലൊന്ന് അയാൾക്കു കൊടു ത്താലെന്ത്? ഞാൻ അലമാരയിൽ തിരഞ്ഞു. കുറച്ചുനാളുകളായി ഞാൻ ഓഫീസിലിടാത്തതും അലക്കി ഇസ്തിരിയിട്ടുവച്ചിരുന്നതുമായ പച്ചയിൽ ഇളം വരകളുള്ള അധികം പഴക്കമില്ലാത്ത ഒരു ഷർട്ട് പുറ ത്തെടുത്തു.

രണ്ടു വീടിനപ്പുറം എത്തിനിൽക്കുന്ന ഹൗസിംഗ് കോളനിറോ ഡിലൂടെ അയാൾ മടങ്ങിവരികയായിരുന്നു. ഗേറ്റിനു മുന്നിൽ അയാ ളെത്തിയതും ഞാൻ വിളിച്ചു. "ഒന്നു വരാമോ?

അയാൾ തികച്ചും നിസ്സംഗനായി ഗേറ്റു തുറന്ന് അകത്തേക്കു വന്നു. ഞാൻ നീട്ടിപ്പിടിച്ച ഷർട്ടിലേക്കു നോക്കിയതും അയാളുടെ കണ്ണുകളിൽ നനവൂറി. രണ്ടുകൈയ്യും നീട്ടി അയാളത് സ്വീകരിച്ചു. ഒരു നിമിഷം. അയാളുടെ മിഴികൾ ആകാശത്തിനു നേർക്കുയർന്നു. ദൈവം അവിടെ എവിടെയോ ഉണ്ടെന്ന് എനിക്കും തോന്നി. അയാ ളുടെ കണ്ണുകളിൽ നിന്ന് രണ്ടു തുള്ളി കണ്ണുനീർ ഉതിർന്നു. ആ നിമിഷം എന്റെ ശരീരത്തിലൂടെ അടിമുടി എന്തോ ഒരു തരംഗം പ്രവ ഹിക്കുന്നതുപോലെ എനിക്കു തോന്നി.

അയാൾ നിറഞ്ഞ കണ്ണുകളാൽ എന്നെയൊന്നു നോക്കി ഒന്നും മിണ്ടാതെ പോയി.

മാസങ്ങളോളം പിന്നീടയാളെ കണ്ടില്ല.

ഒരു ദിവസം. ഞാൻ അകത്ത് ഏതോ ഫോൺ സംഭാഷണത്തിൽ ഏർപ്പെട്ടിരിക്കുകയാണ്. ഗേറ്റിൽ ഒരനക്കം കേട്ടു. ആരും വാതിൽ തുറക്കാതിരുന്നിട്ടാവും വീണ്ടും അനക്കം. സംഭാഷണത്തിന്റെ ഇഴ പൊട്ടുന്നതിലുള്ള വൈമനസ്യം മൂലം ഞാൻ ഭാര്യയെ വിളിച്ച് പുറത്താരാണെന്നു നോക്കാൻ പറഞ്ഞു. ഭാര്യ വാതിൽ തുറന്നു പുറത്തേക്കു നോക്കുന്നതും എന്തൊക്കെയോ പിറുപിറുക്കുന്നതും കേട്ടു. ഫോൺ വിളി കഴിഞ്ഞ് പുറത്തുവന്നപ്പോഴും അടുക്കളയിൽ അവളുടെ പിറുപിറുപ്പ് തീർന്നിരുന്നില്ല.

അവൾ വല്ലാത്ത ദേഷ്യത്തിലായിരുന്നു. പുറത്ത് ഗേറ്റിൽ ഒച്ചകേട്ട് നോക്കാനിറങ്ങിയ നേരത്ത് ഗ്യാസ് സ്റ്റവ്വിലിരുന്ന പാല് തിളച്ചു തൂവിപ്പോയി. ഗ്യാസ് കെട്ടു. ഇനി എല്ലാം ഇളക്കിമാറ്റി നേരെയാക്കണം. പാല് നഷ്ടമായതും പോരാ, മെനക്കേട് വേറെ.

“അതിരാവിലെ ഒരോരുത്തര് വേഷം കെട്ടിയിറങ്ങും” അവൾ അരിശപ്പെട്ടു. “അതും ടിപ്പ്ടോപ്പില്. വല്ല ജോലിയെടുത്തു ജീവിക്കാൻ ആരോഗ്യമുള്ളൊരുത്തൻ.”

അവൾ പുറത്തേക്കു വന്നു. “ഒരു വക ഞാൻ കൊടുത്തില്ല. ഒന്നും മിണ്ടാതെ പോയി.”

അന്നേരമാണ് എനിക്ക് ഓർമ്മ വന്നത്.

ടിപ്പ്ടോപ്പിൽ വന്ന ഭിക്ഷക്കാരൻ!

“ഞാൻ തിടുക്കത്തിൽ ആരാഞ്ഞു. “അയാളെവിടെ? എങ്ങോട്ടു പോയി.”

“ആ, പൊറകേ പോയി നോക്ക്” അവൾ എന്റെ ചോദ്യം ഇഷ്ടപ്പെടാതെ അടുക്കളയിലേക്കു വലിഞ്ഞു. ഞാൻ മുറ്റത്തേക്കിറങ്ങി നോക്കി. അയാൾ മറഞ്ഞിരുന്നു. കുറച്ചുകഴിഞ്ഞ് എന്റെ മകൾ സൈക്കിളിൽ പാഞ്ഞുവന്നു.

“അച്ഛാ, ഒരു കാര്യം കേക്കണോ?” അവൾ കിതച്ചു.

“ങും?”

“അച്ഛന്റെയാ പച്ച ഷർട്ട് ഉണ്ടോന്ന് നോക്ക്യേ.” അവൾ പറഞ്ഞു. “ദാ ഒരു ഭിക്ഷക്കാരൻ അതേ പോലത്തെ ഷർട്ട് ഇട്ടോണ്ട് പോണു.”

“എവിടെ”? ഞാൻ ദൂരേക്ക് എത്തിനോക്കി.

“അച്ഛന്റെ അതേ ഷർട്ട് തന്നെ.” അവൾ ഉറപ്പിച്ചു പറഞ്ഞു.

“എന്നിട്ടയാളെവിടെ?” ഞാൻ ചോദിച്ചു.

“ആ മെയിൻ റോഡിലേക്കു കേറി.” അവൾ കിതപ്പടക്കി.

“സാരമില്ല.” ഞാൻ പറഞ്ഞു. “ആ ഉടുപ്പ് അച്ഛൻ കൊടുത്തതാ.”

“ങേ.” അവൾ അമ്പരപ്പോടെ എന്നെ നോക്കി. ‘എപ്പോ?’

“മുമ്പൊരു ദിവസം.” ഞാൻ കൂടുതലൊന്നും പറയാൻ നിന്നില്ല.

മാസങ്ങൾക്കു ശേഷം എന്നെങ്കിലും ഒരു ദിവസം അയാൾ ഇനിയും വരുമെന്നു ഞാൻ ആശ്വസിച്ചു. പാലു തിളച്ചു തൂവിയ ദേഷ്യത്തിൽ ഭാര്യ അയാളെ വെറുംകൈയ്യോടെ പറഞ്ഞുവിട്ടതോർത്തപ്പോൾ എന്നിലെ ‘അലിവ്’ വല്ലാതെ നൊമ്പരപ്പെടുത്തുന്നുണ്ടായിരുന്നു.

അയാൾ വന്നില്ല.

കുറേ നാളുകൾക്കു ശേഷം അവിചാരിതമായൊരു ദിവസം. വൈകീട്ട് ബേക്കലിലേക്കുപോകാൻ തമ്പാനൂർ റെയിൽവേസ്റ്റേഷനിൽ എത്തിയതാണ് ഞാൻ. മൂന്നാമത്തെ പ്ലാറ്റ്ഫോമിലേക്കു നടക്കുമ്പോൾ മുന്നിൽ അയാൾ.

എന്നെ കണ്ടതും അയാൾ തിരിച്ചറിഞ്ഞു. മുരടിച്ച വിരലുകൾ എനിക്കുനേരെ കൂപ്പി. വൃത്തിയുള്ള ഷർട്ടും മുണ്ടുമാണ് വേഷം. പോക്കറ്റിൽ നിന്ന് പത്തുരൂപയെടുത്തു ഞാൻ നീട്ടി. “വേണ്ട സാറെ.” അയാൾ പറഞ്ഞു.

“വാങ്ങിക്കോളൂ.” ഞാൻ നിർബന്ധിച്ചു.

‘വേണ്ട,’ അയാളത് വാങ്ങാതെ ഒഴിഞ്ഞുമാറി.

എനിക്ക് അമ്പരപ്പായിരുന്നു.

ഭിക്ഷക്കാരൻ ഭിക്ഷ നിരസിക്കുകയോ?

“ഇന്നത്തെ എന്റെ ഡ്യൂട്ടി കഴിഞ്ഞു.” അയാൾ പറഞ്ഞു. “ഇനീം കിട്ട്യാലും എനിക്കു ഗുണമൊന്നുമില്ല. അത് ഏജന്റെടുക്കും.” ആയിടെ പത്രത്തിൽ വന്ന വാർത്ത അന്നേരം എന്റെ ഓർമ്മയിൽ വന്നു. നഗരത്തിലെത്തുന്ന യാചകർക്ക് ഏജന്റുണ്ട്. വൈകീട്ട് അവർ അന്നന്നത്തെ ‘കളക്ഷൻ’ ഏറ്റുവാങ്ങും. ദിവസക്കൂലിയിലാണ് ഭിക്ഷാടനം.

നാഗർകോവിലിലേക്കുള്ള പാസ്സഞ്ചർ ട്രെയിൻ കാത്തുനിൽക്കുകയാണയാൾ. വേറെയും യാചകരുണ്ട്. നാഗർകോവിലിൽ ഏജന്റിന്റെ സംരക്ഷണയിലാണ് താമസം.

ആരോരുമില്ല.

“വേണ്ടപ്പെട്ടവരാരുമില്ലേ?” ഞാൻ ചോദിച്ചു.

“എല്ലാരുമുണ്ട്. ഭാര്യയും മക്കളും ഉടപ്പെറന്നോരും.”

“പിന്നെ?”

"ആർക്കും വേണ്ടാതായി." അയാൾ മുരടിച്ച കൈവിരലുകൾ ഉയർത്തി. "സാനട്ടോറിയത്തിലെ ജീവിതം മടുത്തപ്പോ വീട്ടിലേക്കു ചെന്നു. അപ്പോഴാ അറിഞ്ഞെ, ആർക്കും എന്നെ വേണ്ടാതായെന്ന്."

അയാളുടെ ഒച്ചയിടറി.

"ജീവിതത്തില് ഒരുപാട് വേഷം കെട്ടി. ഒരുപാട് ആഗ്രഹിച്ചിട്ടും കിട്ടാതെ പോയ വേഷമാ ഒടുവിൽ ദൈവം തന്നത്."

എനിക്കൊന്നും മനസ്സിലായില്ല. അയാൾ ശബ്ദം പരുവപ്പെടുത്തി യെടുക്കാൻ പണിപ്പെടുന്നുണ്ടായിരുന്നു.

ഭാര്യ പറഞ്ഞത് ഞാനോർത്തു.

കാഴ്ചയിലൊരു മാന്യൻ.

വിരലുകൾ മുരടിച്ചതൊഴിച്ചാൽ പ്രകടമായ അവശതകളൊന്നു മില്ല. എന്തെങ്കിലും ജോലിയെടുത്തു ജീവിച്ചൂടെ? ഭിക്ഷ തെണ്ടണ മെന്നു വാശിയെന്ത്?

"എന്റേം ആഗ്രഹം അതാ" അയാൾ മുടി തടവി." എനിക്കറിയാ വുന്ന ഒരു ജോലിയേ ഉള്ളൂ. അതിനാരും എന്നെയിപ്പോ വിളിക്കാ ണ്ടായി." അയാൾ എന്തൊക്കെയോ അയവിറക്കുന്നതുപോലെ നിന്നു.

"ഒരുപാട് അരങ്ങുകളിൽ വേഷമിട്ടയാളാണ് ഞാൻ. അന്നൊക്കെ കൊതിച്ച ഒരു റോളുണ്ടായിരുന്നു. "അശ്വമേധ"ത്തില് തോപ്പിൽ കൃഷ്ണപിള്ളച്ചേട്ടൻ കെട്ടിയ വേഷം. അരങ്ങത്ത് നടന്നില്ല. ഒടുക്കം ജീവിതത്തില്- ഞാനയാളെ അവിശ്വസനീയതയോടെ നോക്കി.

അയാളുടെ കണ്ണുകളിലെ കെട്ടുപോകാറായ രംഗവേദിയുടെ ഒളി തിരിച്ചറിയാൻ ഞാൻ ശ്രമിച്ചു.

എതു നാടകവേദിയിൽ?

ഏതെല്ലാം നാടകങ്ങളിൽ?

എന്റെ ചോദ്യങ്ങൾ ഉതിർന്നുവീഴും മുമ്പേ അയാൾ സംഭാഷണ ത്തിനു തിരശ്ശീലവീഴ്ത്തി.

"ഏജന്റു വരണൊണ്ട്." അയാൾ തിടുക്കം കൂട്ടി.

യാചകരെന്നു തോന്നുന്ന കുറേപ്പേർ. അവരെ നയിച്ച് മുണ്ടു മാടി ക്കുത്തി, കഴുത്തിൽ കറുപ്പു ചരടുകെട്ടി തടിമിടുക്കുള്ള ഒരുത്തൻ. പ്ലാറ്റ്ഫോമിലൂടെ പാസ്സഞ്ചറിന്റെ മുന്നിലെ ജനറൽ കംപാർട്ടുമെന്റിന് നേർക്കു വരികയാണ്.

ആ ഒഴുക്കിൽ അയാളും അലിഞ്ഞുചേർന്നു. ■

ഒരു യാത്രയുടെ ഓർമ്മ

ഒരു ദീർഘയാത്രയുടെ ഓർമ്മയിലാണ് ആൻ എന്റെ മനസ്സിലേക്കു വന്നത്.

രണ്ടു രാത്രിയും രണ്ടുപകലും അവൾ എന്റെ സഹയാത്രികയായിരുന്നു. ആൻ തനിച്ചായിരുന്നില്ല. പ്രായം ചെന്ന പപ്പായും മമ്മയും ഒപ്പമുണ്ടായിരുന്നു.

ബംഗാളി നടി നന്ദിതാ ദാസിന്റെ രൂപഭംഗിയായിരുന്നു അവൾക്ക്. ഒറ്റനോട്ടത്തിൽ ബുദ്ധിമതിയെന്നു തോന്നിക്കുന്ന മുഖം.

മുംബൈയിലേക്കുള്ള തീവണ്ടി യാത്രയിലായിരുന്നു ഞാൻ. ഔദ്യോഗികമായിരുന്നതിനാൽ രണ്ടാം തരം എ.സി.യിലായിരുന്നു യാത്ര.

കംപാർട്ട്മെന്റിൽ ആനും കുടുംബവും ഞാനും. സൈഡ്ബെർത്തുകളിലൊന്നിൽ ഡൽഹി സ്വദേശി യുവാവ്. അതിനുമുകളിൽ സദാ തിന്നുകയും ഉറങ്ങുകയും ചെയ്യുന്ന ഒരു തടിയൻ മാർവാഡി. ഉറക്കത്തിനിടയിൽ കൂടെക്കൂടെ അയാൾ 'ഹരേറാം' എന്നുരുവിട്ട് നെടുവീർപ്പിടും.

ആൻ ആരെയും ശ്രദ്ധിച്ചിരുന്നില്ല. അവളുടെ പപ്പയേയും മമ്മിയേയും ഒഴികെ. പ്രായം ചെന്നെങ്കിലും രണ്ടാളും നല്ല സ്റ്റൈലിലായിരുന്നു. ഭംഗിയായി മുടി ചീകിയൊതുക്കി, നല്ല വേഷമിട്ട്, കറുത്ത കണ്ണട ചൂടി.

ജീൻസും ടോപ്പുമായിരുന്നു ആനിന്റെ വേഷം. ആനിന്റെ പപ്പായും മമ്മിയും വിൻഡോ സീറ്റിനരികെ, കറുത്ത കണ്ണട ധരിച്ച് പുറം കാഴ്ചകൾ നോക്കിയിരിക്കുന്നത് ആദ്യമൊക്കെ എനിക്കു തമാശയായി തോന്നി. വിൻഡോ ഗ്ലാസ് സാമാന്യം മങ്ങിയതായിരുന്നു. പുറംകാഴ്ചകൾ പലപ്പോഴും അവ്യക്തമായിരുന്നു.

പിന്നീടാണെനിക്കു മനസ്സിലായത്. ഇരുവരും പുറംകാഴ്ചകൾ കാണുകയായിരുന്നില്ല. കാഴ്ചയ്ക്കപ്പുറത്തേക്കായിരുന്നു അവരുടെ നോട്ടം.

ആനിന്റെ പപ്പായും മമ്മയും അന്ധരായിരുന്നു. എന്നാൽ തങ്ങൾ എല്ലാം കാണുന്നുണ്ടെന്ന് മറ്റുള്ളവരെ ധരിപ്പിക്കാൻ ആനിന്റെ മമ്മ പാടുപെടുന്നുണ്ടായിരുന്നു.

"ആൻ, ദാ അവിടെയെന്താ കൃഷി ചെയ്തിരിക്കുന്നെ? നോക്കിക്കേ." ആനിന്റെ മമ്മ വിൻഡോയിലൂടെ പുറത്തേക്കു നോക്കുന്നതായി ഭാവിക്കും. സത്യത്തിൽ നോക്കെത്താ ദൂരത്തോളം തരിശായിരുന്നു പുറത്ത്.

"ആൻ നീ ടോയ്ലെറ്റിലേക്കു തനിച്ചു പോവണ്ട." മമ്മ പറയും. "ഞാൻ കൂടെ വരാം."

"നോ മമ്മ" ആൻ ഒച്ചയടക്കി പറയും. "എ കേൻ മാനേജ്."

ആൻ മിതഭാഷിയായിരുന്നു. ഏറെ നേരവും അവൾ വായനയിലായിരുന്നു. ഒന്നു രണ്ടു പുസ്തകങ്ങൾ ഞാനും കരുതിയിരുന്നു. മിലൻ കുന്ദേരയുടെ ഫെയർവെൽ പാർട്ടി. കൂറ്റ്സേയുടെ വെയ്റ്റിംഗ് ഫോർ ദ ബാർബേറിയൻസ്.

അവൾ ഏതോ സമയംകൊല്ലി പൾപ്പായിരുന്നു വായിച്ചിരുന്നത്.

പെട്ടന്നൊരാൾ ഞങ്ങളുടെ കംപാർട്ട്മെന്റിലേക്കു വന്നു.

"ഹലോ." അയാൾ എന്നെയാണ് ഉന്നംവച്ചത്. ഞാൻ പുസ്തകത്തിൽ നിന്നു തല ഉയർത്തി.

ഒപ്പം ആനും.

അയാൾ എന്റെ നേർക്കു കൈ നീട്ടി. "എങ്ങോട്ടാണ്?"

"മുംബൈയ്ക്ക്." ഞാൻ യാന്ത്രികമായി അയാളുടെ കൈയിൽ തൊട്ടു.

"ഞാൻ പൂനയ്ക്കാണ്." അയാൾ എന്റെ അരികിലായിരുന്നു. "വല്ലാതെ ബോറടിക്കുന്നു. അവിടെ മുഴുവൻ മാർവാഡീസാ." അയാൾ രണ്ടു കംപാർട്ടുമെന്റിനപ്പുറത്തേക്കു ചൂണ്ടി.

'ഹരേറാം.' അതിനു മറുപടിയെന്നോണം സൈഡ് അപ്പർ ബർത്തിലെ മാർവാഡിയുടെ കുംഭ ഉയർന്നുതാണു.

"ഓ ഇവിടെയുമുണ്ടോ ഒരെണ്ണം."

അയാൾ തമാശയോടെ മുകളിലേക്കു നോക്കി. ആനിന് അതു കേട്ട് ചെറുതായൊന്നു ചിരിവന്നെന്നു തോന്നുന്നു. അവളുടെ ചുണ്ടുകൾ പെട്ടെന്നു ദീപ്തമാവുന്നതു കണ്ടു.

എന്നേക്കാൾ മുമ്പേ അത് കണ്ടുപിടിച്ചത് അയാളായിരുന്നു.

"ഹലോ." അയാൾ സമയം ഒട്ടും പാഴാക്കിയില്ല. "ഞാൻ ക്യാപ്റ്റൻ കോര." അയാൾ ആനിനു നേർക്കു കൈ നീട്ടി. അവൾ കൈയിൽ തൊടാതെ മൃദുവായൊന്നു "ഹലോ" പറഞ്ഞതേയുള്ളൂ.

“പേരു പറഞ്ഞില്ല” അയാൾ ജാള്യം ഭാവിക്കാതെ ആനിനു നേർക്ക് പുഞ്ചിരിച്ചു.

“സോറി.” അവൾ ഒരു നിമിഷത്തേക്കു പുസ്തകത്തിൽ നിന്നു മുഖമുയർത്തി. “അയാം ആൻ.”

താത്പര്യമില്ലാതെയാണ് അവളതു പറഞ്ഞത്.

“ആരാ മോളേയത്?” അവളുടെ അമ്മ ചോദിച്ചു.

“ഒന്നുമില്ല മമ്മ” അവൾ മന്ത്രിച്ചു. “മമ്മ വിശ്രമിച്ചോളൂ.”

ഇംഗ്ലീഷിലായിരുന്നു ചോദ്യവും മറുപടിയും.

കോര പെട്ടെന്ന് ഇംഗ്ലീഷിലായി.

“പേരന്റ്സിനു സുഖമില്ലേ?” കോര ആനിനു നേർക്കു കുനിഞ്ഞു.. “എന്തെങ്കിലും സഹായം വേണമെങ്കിൽ പറയാം. മടിക്കണ്ട. എന്തൊക്കെയായാലും നമ്മൾ ഒരേ നാട്ടുകാരല്ലേ?”

“നോ, താങ്ക്സ്.” ആൻ മൃദുവായി മൊഴിഞ്ഞു. “ദേയാർ ഓൾ റൈറ്റ്.”

ക്യാപ്റ്റൻ കോര എന്നോടായി ചങ്ങാത്തം. ചെറുപ്പക്കാരനായിരുന്നു അയാൾ. മുപ്പതിനു താഴെ പ്രായം. ടിപ്പിക്കൽ പട്ടാളക്കാരൻ. പറ്റെ വെട്ടിയ മുടി. വ്യായാമം ചെയ്യുന്ന ശരീരം. ആകെക്കൂടെ ഒരു പെർഫെക്ഷനുണ്ടയാൾക്ക്. തിരുവല്ലയ്ക്കടുത്താണ് വീട്. അവിവാഹിതൻ. നാട്ടിൽ അവധിക്കു വന്നപ്പോൾ കാലിനൊരു ഫ്രാക്ചറുണ്ടായി. അവധി നീട്ടി. ഇപ്പോൾ ക്യാമ്പിലേക്കു മടങ്ങുകയാണ്. അയാൾ കാലുറ ഉയർത്തി. മുട്ടിനു താഴെ പ്ലാസ്റ്റർ ഇട്ടിരിക്കുന്നതു കാണിച്ചു. നടക്കാൻ കുറേശ്ശേ വിഷമമുണ്ട്.

“ബട്ട് ഐഡോന്റ് കെയർ” അയാൾ ആനിനു കൂടി കേൾക്കാവുന്നപോലെ പറഞ്ഞു. “അയാം ഓൾവെയ്സ് വെരി ആക്ടീവ്. ദാറ്റ്സ് മൈ ബേസിക് നേച്ചർ.”

ആനിന്റെ ചുണ്ടിന്റെ കോണിൽ ബോറടിക്കുന്ന ഭാവം. അവൾ വായനയിലാണ്. എന്റെ വലതുഭാഗത്ത് വിൻഡോയ്ക്കരികിലായി ചാരിയിരുന്ന് അവളുടെ പപ്പാ ചെറിയ മയക്കത്തിലാണ്. ആനിരിക്കുന്നത് എനിക്കെതിരെയാണ്.

“മുംബൈയിലേക്കാണോ? ക്യാപ്റ്റൻ കോര ആനിനു നേർക്കു വീണ്ടും. അവൾ മുഖമുയർത്തി. അയാളെ നോക്കി ചെറുതായൊന്നു ശിരസ്സനക്കി.

“ഏതു സ്റ്റേഷനിൽ?”

കോര വിടുന്നില്ല.

“വീറ്റി.” അവൾ പറഞ്ഞു.

"അവിടെ സെറ്റിൽഡ്ഡാണോ?"

"ഉം." അവൾ മൂളി.

"എന്തു ചെയ്യുന്നു?"

അയാൾ ചോദ്യങ്ങൾ കൊരുത്തുവച്ചിരിക്കുകയാണ്.

"പഠിപ്പിക്കുന്നു." ആൻ പാറിപ്പറന്ന മുടിയൊതുക്കി. "ഒരു കോളേജിൽ."

"ഓ, വെരിഗുഡ്" അയാൾ ഉഷാറായി.

"എവിടെ? ഏതു കോളേജിൽ? എന്താണ് സബ്ജക്റ്റ്? ഇൻഫാക്റ്റ് മൈ അംബീഷൻ വാസ് റ്റു ബിക്കം എ റ്റ്യൂട്ടർ..."

കോരയിൽ നിന്നുള്ള വാക്കുകളുടെ പ്രവാഹം മുറിച്ചുകൊണ്ട് ആനിന്റെ മമ്മ നിവർന്നിരുന്നു.

"മോളെ, വേദപുസ്തകമെവിടെ?"

ആൻ പെട്ടെന്നു വേദപുസ്തകമെടുത്ത് അടയാളം വച്ചഭാഗം നിവർത്തി.

"യോഹന്നാന്റെ സുവിശേഷം, ബാക്കി വായിക്ക്" ആനിന്റെ അമ്മ ഓർമ്മിപ്പിച്ചു. "യേശു ഗലീലയിൽ-"

"ഐ നോ." ആൻ വായിച്ചു തുടങ്ങി.

"അപ്പോൾ അവർ ചോദിച്ചു. നിന്റെ കണ്ണുകൾ തുറന്നത് എങ്ങനെ? അയാൾ പറഞ്ഞു: യേശു എന്ന മനുഷ്യൻ ചെളിയുണ്ടാക്കി എന്റെ കണ്ണുകളിൽ പൂശി. ശിലോഹാമിൽ പോയി കഴുകുക എന്നു പറഞ്ഞു. ഞാൻ പോയി കഴുകി. എനിക്കു കാഴ്ച കിട്ടി..."

ആനിന്റെ മമ്മ ഏതോ ആത്മീയനിർവൃതിയിൽ ലയിച്ചിരിക്കുകയാണ്.

കോര എണീറ്റു. ആൻ കേൾക്കാനാവണം, ശല്യം ചെയ്തതിന് ഔപചാരികമായി ക്ഷമ ചോദിച്ചു. തിരികെപ്പോകുന്നതിനുമുമ്പേ അയാൾ എന്റെ അരികിലിരുന്ന പുസ്തകത്തിനു നേർക്കു നോക്കി.

"എങ്ങനെയുണ്ട് ഈ പുസ്തകം?"

അയാൾ വെയിറ്റിംഗ് ഫോർ ദ ബാർബേറിയൻസിലേക്കു ചൂണ്ടി.

"ആർ യൂ റീഡീംഗ് ഇറ്റ്?"

"അല്ല. ഞാൻ കുന്ദേരയാണ് വായിക്കുന്നത്."

ഞാൻ പറഞ്ഞുതീരും മുമ്പേ അയാൾ പുസ്തകം കുനിഞ്ഞെടുത്തു.

"ഇന്നു തന്നെ തിരിച്ചു തരാം." അയാൾ സൂത്രത്തിൽ ആനിനെ നോക്കി പറഞ്ഞു.

"അയാം എ ഫാസ്റ്റ് റീഡർ."

'കൂറ്റ്സേയുടെ ബാർബേറിയൻസു'മായി അയാൾ പോയി.

അല്പം കഴിഞ്ഞ് ആനിന്റെ മമ്മ ഒച്ച വളരെ താഴ്ത്തി ചോദിക്കുന്നതു കേട്ടു. "അയാൾ പോയോ?"

"ങും." ആൻ മൂളി

"ടേക്ക് കെയർ" മമ്മ സൂചിപ്പിച്ചു.

"ങും." ആൻ എന്നെ നോക്കി, ഞാൻ ശ്രദ്ധിക്കുന്നുണ്ടോ എന്നറിയാൻ. ഞാൻ ശ്രദ്ധിക്കാത്ത ഭാവത്തിലായിരുന്നു.

"ഡോൺട് വറി ഐ വിൽ ടേക് കെയർ, മമ്മാ." ആൻ മമ്മയുടെ കൈകളിൽ തലോടി. പിന്നെ അവൾ ബൈബിളിലേക്കു മടങ്ങി. വായന തുടർന്നു.

ഉച്ച തിരിഞ്ഞ് ക്യാപ്റ്റൻ കോര പുസ്തകവുമായി വന്നു. അയാൾ വേഷം മാറിയിരുന്നു. ബർമുഡയും ടീ ഷർട്ടും. ഇപ്പോൾ അയാളുടെ കാലിലെ പ്ലാസ്റ്ററും സമൃദ്ധമായ രോമങ്ങളും കാണാം. ആഫ്റ്റർ ഷേവ് ലോഷന്റെ രൂക്ഷമായ ഗന്ധം. അയാളുടെ വേഷം എനിക്ക് അരോചകമായി തോന്നി. ആൻ വിൻഡോയിലൂടെ പുറത്തേക്കു നോക്കിയിരിക്കുകയാണ്. പുറത്ത് മഞ്ഞവെളിച്ചത്തിൽ നിള കാണാം. മങ്ങിയ മഞ്ഞവെയിൽ നോക്കിയിരിക്കുകയായിരുന്നു ഞാനും.

മമ്മ, ആനിന്റെ മടിയിൽ തലവെച്ചുറങ്ങുന്നു. പപ്പാ സൈഡ് ബെർത്തിൽ കിടന്നുറങ്ങുന്നു. സൈഡ് ബെർത്തിലിരുന്ന യുവാവ് മുകളിലെ ബർത്തിലും. മാർവാഡിയും ഉറക്കത്തിലാണ്.

"അയാം സോറി." ക്യാപ്റ്റൻ പുസ്തകം എന്റെ നേർക്കു നീട്ടി. "റിയലി ബോറിംഗ്. ഒട്ടും നീങ്ങുന്നില്ല." കൂറ്റ്സേയേക്കുറിച്ചോ രചനകളെക്കുറിച്ചോ അയാളോടു പറയുന്നതിൽ കഴമ്പില്ലെന്നെനിക്കു തോന്നി. ഞാൻ പുസ്തകം വാങ്ങിച്ചു.

"വരുന്നോ." അയാൾ എന്റെ ചെവിയോളം താഴ്ന്ന മുഖം ചേർത്തു. "വാട്ട് എബൗട്ട് ഹാവിംഗ് എ സ്മോക്ക്?"

"വേണ്ട. താങ്ക്സ്." ഞാൻ ഒഴിഞ്ഞു.

"ഓകെ. ഐ ഷാൽ ടേക്ക് എറൗണ്ട് ആൻഡ് കം ബാക്ക്."

ആനിന്റെ നേർക്ക് ഒരു നോട്ടമെറിഞ്ഞിട്ട് അയാൾ പോയി.

അയാൾ മടങ്ങിവന്നപ്പോൾ വണ്ടി പാലക്കാട് കഴിഞ്ഞിരുന്നു. അയാൾ ഓരോന്നു പറഞ്ഞ് എന്റെ അരികിലിരുന്നു. പെട്ടെന്ന് പിന്നിലെവിടെയോ ഒരു ബഹളം. ആളുകൾ, അടുത്ത കംപാർട്മെന്റിൽ നിന്നെത്തിനോക്കുന്നു. അവരുടെ കണ്ണുകളിൽ ഭീതി. പിന്നിൽ കേട്ട ആക്രോശം അടുത്തെത്തി. നീട്ടിപ്പിടിച്ച കത്തിയുമായി ഒരുത്തൻ. മുണ്ട് മേലേക്കു കേറ്റി മാടിക്കുത്തി, രോഷാകുലനായി അലറി വിളിച്ചു

വരികയാണ്. ഇടതുകൈകൊണ്ട് വശങ്ങളിൽ നിൽക്കുന്നവരെ തള്ളി മാറ്റി കാണുന്നവരെയൊക്കെ തെറിവിളിച്ചാണ് വരവ്.

പ്രേമിച്ച പെണ്ണ് വേറൊരുത്തന്റെ കൂടെ പോയി. രണ്ടാളും ട്രെയിനിൽ കയറിയിട്ടുണ്ടത്രേ. അവരെ കുത്തിമലർത്താനാണ് അവന്റെ പുറപ്പാട്. കാഴ്ചയിൽ ഒരു മാനസികരോഗിയുടെ മട്ടും ഭാവവും. അവൻ ആക്രോശിച്ചുകൊണ്ടു മുന്നോട്ടു പോയി. ഉറങ്ങിക്കിടന്നിരുന്നവരെല്ലാം ഞെട്ടിയെണീറ്റു. ആനിന്റെ മമ്മയും പപ്പായും ചാടിയെണീറ്റു.

"വോട്ട് ഹാപ്പൻഡ്? വാട്ടീസ് ദ പ്രോബ്ളം."

ആൻ അവരെ ആശ്വസിപ്പിക്കുന്നതു കണ്ടു. നിമിഷങ്ങൾക്കകം ആക്രോശം വീണ്ടും കേൾക്കാനായി. അവൻ തിരിച്ചുവരികയാണ്. ഞങ്ങളുടെ കംപാർട്ട് മെന്റിലെത്തിയതും അവന്റെ ശ്രദ്ധ ആനിൽ പതിഞ്ഞു. അവൻ കത്തിയുമായി ആനിനു നേർക്കടുത്തു.

"എടീ എവിടെ അവൻ? നീയെവിടെയാടീ അവനെ ഒളിപ്പിച്ചു വച്ചിരിക്കുന്നെ?"

ആൻ പേടിച്ചരണ്ടു. കംപാർട്മെന്റിൽ ആകെ ബഹളം. പെട്ടെന്നാണ് ക്യപ്റ്റൻ കോര പ്രവർത്തിച്ചത്. ഇടതുകാൽ നിലത്തൂന്നി ക്യാപ്റ്റൻ മുന്നോട്ടാഞ്ഞതേ കണ്ടുള്ളൂ. അടുത്തക്ഷണം അവന്റെ തല ക്യാപ്റ്റന്റെ കക്ഷത്തിൽ. ക്യപ്റ്റന്റെ വലതുകൈ അവന്റെ കത്തി പിടിച്ച കൈത്തണ്ടയിൽ മുറുകിയിരിക്കുന്നു. ഒടിഞ്ഞകാലിന്റെ മുട്ടുയർത്തി അയാൾ അവന്റെ അടിവയറ്റിലൊരു താങ്ങ്.

അലറിവിളിച്ചുകൊണ്ട് അവൻ നിലംപതിച്ചു. ആളുകൾ ഓടിക്കൂടി. ഓരോരുത്തരായി അവനെ ചെറിയതോതിൽ പെരുമാറി. അപ്പോഴേക്കും വണ്ടി കോയമ്പത്തൂരിൽ എത്തിയിരുന്നു. വിവരമറിഞ്ഞ് ആർ.പി.എഫുകാർ വന്നു. അവനെ തൂക്കിയെടുത്തു കൊണ്ടുപോയി. ദൈവത്തിന്റെ ഓരോ കളി! ഞാനോർത്തുപോയി. ഒറ്റനിമിഷം കൊണ്ട് ക്യാപ്റ്റൻ കോര ഹീറോ ആയി. ആൻ ഒരു നൂറു നന്ദി പറഞ്ഞു. അയാൾ ആ തക്കം നോക്കി അവളെ തോളിൽ തട്ടി ആശ്വസിപ്പിച്ചു. ആൻ ഇപ്പോൾ ആരാധനയോടെയാണ് അയാളെ നോക്കുന്നത്. ആനിന്റെ മമ്മയും പപ്പായും ദൈവനാമത്തിൽ അയാളെ പലവട്ടം അനുഗ്രഹിക്കുന്നതു കേട്ടു. ക്യാപ്റ്റൻ ആകെ ത്രില്ലിലാണ്. ആൻ ഒരു ബാഗ് തുറന്ന് ഞങ്ങൾക്കു കേക്കു തന്നു. ക്യാപ്റ്റൻ പുറത്തിറങ്ങി കുറേ ഓറഞ്ച് വാങ്ങിക്കൊണ്ടു വന്ന് ആനിനു കൊടുത്തു. ആൻ അത് വീതം വച്ചപ്പോൾ അയാൾ വിലക്കി: "നോ, ഇറ്റ്സ് ഫോർ യൂ."

ക്യാപ്റ്റനു നന്ദി. ആനിന്റെ കുടുംബത്തിനും ഞങ്ങൾക്കും ഇടയിലുണ്ടായിരുന്ന മതിൽ നീങ്ങി. ആനിന്റെ പപ്പയും മമ്മയും വിശേഷങ്ങൾ ആരാഞ്ഞു തുടങ്ങി. ക്യാപ്റ്റൻ അയാളുടെ ഗുണമേന്മകളത്രയും അക്കമിട്ടു വർണിക്കുന്നുണ്ടായിരുന്നു. വണ്ടി സേലം അടു

ക്കാറായി. "വീശുന്നോ? എന്റെ കംപാർട്ട്മെന്റിലേക്കു വാ." ക്യാപ്റ്റൻ ക്ഷണിച്ചു. ഞാൻ പിന്നെയും നന്ദി പറഞ്ഞൊഴിഞ്ഞു.

"എന്നാ, ഞാൻ ദേ വരുന്നേ." ക്യാപ്റ്റൻ പോയി. ഒമ്പതുമണിയോടെ ക്യാപ്റ്റൻ ലേശം ഉഷാറായി വന്നു. സൈഡ് ബെർത്തിലെ ഡൽഹിയുവാവിന്റെ അരികിലെത്തി. ഹിന്ദിയിൽ കുശലാന്വേഷണങ്ങൾ തുടങ്ങി. ഒടുവിൽ ക്യാപ്റ്റൻ ഒരു സഹായാഭ്യർത്ഥന നടത്തി. ഡൽഹി യുവാവ് ക്യാപ്റ്റന്റെ കംപാർട്ട്മെന്റിലെ അപ്പർ ബർത്തിലേക്കു മാറി പകരം സൈഡ് ബർത്ത് ക്യാപ്റ്റന് നല്കണം. ഫ്രാക്ചറുള്ളതിനാൽ മുകളിലേക്കു കയറാനാവില്ല.

ഡൽഹി യുവാവ് കനിഞ്ഞില്ല. ക്യാപ്റ്റൻ നിരാശനായില്ല. എന്നോടായി പിന്നെ അഭ്യർത്ഥന. ഞാൻ അമ്പരന്നു. "അതുകൊണ്ടെന്തു മെച്ചം? എന്റെ ബർത്തും മുകളിലല്ലേ?"

"ഓകെ, ഓകെ" ക്യപ്റ്റന് മറുപടിയില്ലാതായി.

എന്റെ ബർത്തിന്റെ എതിർവശത്തായിരുന്നു ആനിന്റെ ബർത്ത്. അവൾ കിടക്കവിരിച്ച് വായനയിൽ മുഴുകി കിടക്കുകയാണ്. ക്യാപ്റ്റന്റെ താത്പര്യം അപ്പോഴാണെനിക്കു പിടികിട്ടിയത്. ആനിന്റെ നേർക്കു 'ശുഭരാത്രി' നേർന്ന് എല്ലാവരോടുമായി ഒഴുക്കൻ മട്ടിൽ ഗുഡ്നൈറ്റ് പറഞ്ഞ് ക്യാപ്റ്റൻ നിരാശനായി മടങ്ങി.

പുലരും മുമ്പേ ആൻ എണീറ്റു. അവൾ അമ്മയെ വിളിച്ചുണർത്തുന്നതു കേട്ടാണ് ഞാൻ ഉണർന്നത്. ബർത്തിൽ കിടന്നുകൊണ്ട്, ആനിന്റെ ദിവസം ആരംഭിക്കുന്നത് എനിക്കു കാണാമായിരുന്നു. അവൾ ചെറിയൊരു ഹാൻഡ് ബാഗും ടവ്വലുമെടുത്ത് അമ്മയെക്കൂട്ടി ടോയ്ലറ്റിലേക്കു പോയി. കുറച്ചുകഴിഞ്ഞ് മടങ്ങിയെത്തി. അമ്മയുടെ മുടി ചീകിയൊതുക്കി. കൈവെള്ളയിൽ അല്പം പൗഡറെടുത്ത് അവരുടെ മുഖത്തും കഴുത്തിലും തടവി. അമ്മയെ അവൾ പുതിയ വേഷങ്ങൾ ഇടീച്ചു. മുഷിഞ്ഞ വസ്ത്രങ്ങൾ വേറൊരു ബാഗിൽ വച്ചു. കറുത്ത കണ്ണട മുഖത്തു വച്ചു. അടുത്ത ഊഴം പപ്പായുടേതായിരുന്നു. അയാളെ കൈപിടിച്ച്, കൂടുതൽ ശ്രദ്ധയോടെയാണവൾ കൊണ്ടുപോയത്. മടങ്ങിവന്ന് ഒരു കൊച്ചുകുട്ടിയെപ്പോലെ അയാൾ അവളുടെ മുന്നിലിരുന്നു. അമ്മയെ എന്നപോലെ പപ്പയേയും അവൾ ഒരുക്കി. വണ്ടി നിർത്തിയതും ഒരു ഫ്ളാസ്കുമായി അവൾ പുറത്തിറങ്ങി.

"റേണിഗുണ്ട്" ഞാൻ പുറത്തേക്കു നോക്കി.

"വണ്ടി പെട്ടെന്നു വിടുമോ?" അവർ പരിഭ്രാന്തയായി.

"ഇല്ല." ഞാൻ പറഞ്ഞു.

"അവൾ എവിടെയാണ്? ഒന്നു നോക്കാമോ?" അവർ ചോദിച്ചു.

"ദൂരേക്കു പോവരുതെന്നു പറേണം." പപ്പാ പറഞ്ഞു. ഞാൻ എണീറ്റ് പുറത്തേക്കു നോക്കി. വണ്ടിയിൽ പാഴ്സലുകൾ

കയറ്റുന്നതേയുള്ളൂ. സമയമുണ്ട്. അവൾ ഒരു ടീ സ്റ്റാളിനു മുന്നിലാണ്. വണ്ടി നീങ്ങിയാലും ഓടിക്കയറാവുന്ന ദൂരമേയുള്ളൂ. ഞാൻ അവരെ ആശ്വസിപ്പിച്ചു.

"പാവം കുട്ടി." അവർ നെടുവീർപ്പിട്ടു. "രാമായണത്തില് ഒരു കഥേല്ലേ. അതു പോലാ അവള്ടെ കാര്യം. കണ്ണുകാണാത്ത ഈ രണ്ടാളേം ചുമക്ക്കാ അവള്."

ഞാൻ ചോദിച്ചു. "എങ്ങനാ കാഴ്ച പോയത്?"

അവളുടെ പപ്പയാണ് മറുപടി പറഞ്ഞത്.

"ഗ്ലൂക്കോമ എനിക്ക് ഡയബറ്റിസ് കടുത്തിട്ടാ. ഇവൾടെ കാര്യം കഷ്ടം. ഹെറിഡിറ്ററിയാ."

അവൾ ഫ്ളാസ്ക്കിൽ ചായയുമായി വന്നു. രണ്ടു കപ്പുകളിലായി ചായ പകർന്ന് ഓരോരുത്തരേയും കുടിപ്പിച്ചു. അതുകഴിഞ്ഞ്, എന്നോട് "ഒന്നു ശ്രദ്ധിക്കുമോ" എന്നു വിനയത്തോടെ ചോദിച്ച് അവൾ ടോയ്ലറ്റിലേക്കു പോയി.

"കാഴ്ച പോയിട്ട് ഒരുപാടായോ?"

ഞാൻ ചോദിച്ചു.

"അഞ്ചുവർഷം മുമ്പാണ്." അവളുടെ പപ്പാ പറഞ്ഞു.

"എനിക്ക് ഒരുവർഷത്തിനിപ്പുറവും." മമ്മ പറഞ്ഞു.

അവർ പിന്നെയും ഓരോന്നു പറഞ്ഞുകൊണ്ടേയിരുന്നു. ഒറ്റ മകൾ. അവൾക്ക് ഇരുപത്തഞ്ചായി. അവളുടെ കാര്യമാണ് കഷ്ടം. നല്ലൊരു ജോലിയുണ്ട്. മുംബൈയിൽ ഫ്ളാറ്റുണ്ട്. അവളുടെ ജീവിതം ഇനിയും തുടങ്ങിയിട്ടില്ല.

"ജോലിയില്ലേ, ഇനി വിവാഹം ആകാമല്ലോ?"

ഞാൻ ചോദിച്ചു. അവളുടെ പപ്പയാണ് അതിനു മറുപടി പറഞ്ഞത്. ഒച്ചവെച്ചുള്ള ഒരു ചിരി. ആ ചിരി അവസാനിപ്പിച്ചുകൊണ്ട് കറുത്ത കണ്ണടയുടെ മറവിലൂടെ കണ്ണീരൊഴുകി വരുന്നതു കണ്ടു.

"കണ്ണുകാണാത്ത രണ്ട് ഒഴിയാബാധകളെ ആർക്കു വേണം?" ആനിന്റെ മമ്മയാണതു പറഞ്ഞത്. ഒരുപാട് ആലോചനകൾ വന്നു പോയി. അന്ധരായ അച്ഛനമ്മമാരെ ആരു നോക്കും?

"വല്ല വൃദ്ധസദനത്തിലും കൊണ്ടാക്കാൻ അവളോടു നൂറുവട്ടം പറഞ്ഞു." പപ്പാ പറഞ്ഞു. "അവൾ സമ്മതിക്കണ്ടേ."

"അവൾ അന്നുമുതൽ ചുമക്കുകയാണ് ഞങ്ങളെ." ആനിന്റെ അമ്മ.

"രാമായണത്തിലെ ആ കൊച്ചന്റെ പേരെന്താ?"

"രാജാവ് അമ്പെയ്തു കൊന്ന" ഞാൻ പതറി.

ആ മുനികുമാരന്റെ പേരു ഞാൻ മറന്നിരുന്നു.

"അവൾക്കിനി കല്യാണം വേണ്ടെന്നാ അവള് പറേണെ." ആനിന്റെ പപ്പാ എവിടേക്കോ കണ്ണുനട്ടിരിക്കുകയാണ്. "ഞങ്ങടെ കാലം കഴിഞ്ഞാ അവളു വല്ല മഠത്തിലും പൊയ്ക്കോളാന്ന്. അതിന് ഞങ്ങളുടെ കാലം ഒന്നു തീർന്നുകിട്ടണ്ടേ. കർത്താവേ."

ആനിന്റെ പപ്പാ പിന്നെയും വിലപിക്കുകയാണ്. ഞാൻ മിലാൻ കുന്ദേരയെ എപ്പോഴോ മടക്കി വെച്ചിരിക്കുന്നു. എന്തിനാണ് പുസ്തകം വായിക്കുന്നത്? ജീവതം മുന്നിൽ തുറന്നുവച്ചിരിക്കുക യല്ലേ?

"അവളെ വിവാഹമാലോചിക്കാൻ വന്നവർ പറഞ്ഞതെന്താന്നോ?" ആനിന്റെ മമ്മ എന്റെ നേർക്കു നോക്കി. "ഗ്ലൂക്കോമ അവൾക്കും വരില്ലെന്നെന്താ ഉറപ്പെന്ന്?

"ഉറപ്പ് കർത്താവിന്റെ പക്കലല്ലേ ഉള്ളൂ."

ഞാൻ നിശ്ശബ്ദനായിരുന്നു. എന്തു പറയണമെന്നോ അവരെ എങ്ങനെ ആശ്വസിപ്പിക്കണമെന്നോ എനിക്കറിയില്ലായിരുന്നു.

ഇതൊന്നുമറിയാതെ കൂർക്കം വലിച്ചുറങ്ങുന്ന മാർവാഡി എന്തു ഭാഗ്യവാനാണെന്നു ഞാനോർത്തു. ഡൽഹി യുവാവും ഉറക്ക ത്തിലാണ്.

വല്ലാത്തൊരു ധർമ്മസങ്കടത്തിലായിരുന്നു ഞാൻ. "ആനിന് അങ്ങ നെയൊന്നും വരില്ല." ഞാൻ പറഞ്ഞു.

"ആവോ." അവർ മുകളിലേക്കു നോക്കി കുരിശുവരച്ചു.

പെട്ടെന്ന് അവർ അകലേക്കു ചെവിയോർത്തു.

"എന്താ ഒരൊച്ച."

"ആൻ മോളുടെതാണല്ലോ?"

ഞാൻ നോക്കിയതും ആൻ പരിഭ്രമത്തോടെ ഓടിപ്പാഞ്ഞു വരുന്നു. അവൾ കിതയ്ക്കുന്നുണ്ട്. അടുത്തെത്തിയതും അവൾ പിന്തിരിഞ്ഞു നോക്കി.

"എന്തു പറ്റി ആൻമോളേ?" പപ്പയും മമ്മയും ഒരുമിച്ചാണു ചോദിച്ചത്.

"ഒന്നുമില്ല." ആൻ കിതച്ചു.

"ഛെ..." അറപ്പോടെ അവൾ ചുണ്ടുതുടച്ചു.

"എന്താണ്ടായേ?" ഞാൻ ചോദിച്ചു. അവൾക്കെന്തോ പറയാനു ള്ളതുപോലെ. അവൾ എന്നെയും അവളുടെ പപ്പയേയും മമ്മയേയും മാറിമാറി നോക്കി. പെട്ടെന്നവൾ എനിക്കുമാത്രം കേൾക്കാവുന്ന പോലെ പല്ലിറുമ്മി. "ദാറ്റ് ബ്രൂട്ട്."

"ആര്? ആരാ ആൻമോളേ?" ഇരുവരും ചാടിയെണീറ്റു.

"അവനാണോ? ആ കത്തിയുമായി വന്ന-

"നിന്നെയവൻ എന്താ ചെയ്തെ?"

ഇരുവരും തപ്പിത്തടഞ്ഞ് അവളുടെ നേർക്കാഞ്ഞു. ട്രെയിൻ പായുകയാണ്. "ഇല്ല. ഒന്നൂല്ല." ആൻ പെട്ടെന്ന് മുന്നോട്ടാഞ്ഞ് രണ്ടാളേയും പിടിച്ചിരുത്തി. നനഞ്ഞ ടവൽ കൊണ്ട് അവൾ പിന്നെയും പിന്നെയും ചുണ്ടും മുഖവും അമർത്തിത്തുടയ്ക്കുന്നതു കണ്ടു.

ഞാൻ എണീറ്റു. ടോയ്ലെറ്റിനു നേർക്കു നടന്നു. പ്രതീക്ഷിച്ചതു പോലെ തന്നെ ക്യാപ്റ്റൻ കോര അവിടെയുണ്ടായിരുന്നു. ചുണ്ടിൽ ഒരു സിഗരറ്റിന് തീകൊളുത്തുകയായിരുന്നു അയാൾ. എന്നെ കണ്ടതും എന്റെ ഭാവം ശ്രദ്ധിച്ചിട്ടാവണം അയാൾ ഒരു ഇളിഭ്യച്ചിരി ചിരിച്ചു.

"ഒന്നും ഉണ്ടായില്ല. ആ പെണ്ണ് വെറുതെ ബഹളം കൂട്ടിയതാണ്." അയാൾ സിഗററ്റ് ഊതി വിട്ടു. വായുവിൽ മദ്യത്തിന്റേയും പുകയുടേയും ചൂര്. "ഞാൻ വെറുതെ, ചുമ്മാ ഒന്ന്-"

"കഷ്ടം." ഞാൻ സ്വയം പറഞ്ഞു. "ആ കുട്ടി-"

എനിക്കയാളോട് വെറുപ്പാണോ പുച്ഛമാണോ തോന്നിയതെന്നറിയില്ല. പിന്നീടൊന്നും പറയാൻ ഞാനവിടെ നിന്നില്ല. വേഗം കംപാർട്ട്മെന്റിലേക്കു മടങ്ങി. ആൻ പകച്ചിരിക്കുകയാണ്. അവളുടെ കിതപ്പടങ്ങിയിരുന്നില്ല.

■

ജീവന്റെ അവസാന ഇല

നവംബർ ഒടുവിലെ ഒരു മരവിച്ച പ്രഭാതത്തിൽ ചേട്ടൻ എന്നെ ഫോണിൽ വിളിച്ചു.

“ആ എഡിറ്റർ ഇന്നലെയെന്നെ വിളിച്ചു. അയച്ചു കൊടുത്ത അഞ്ച് അധ്യായങ്ങളും അങ്ങേർക്കിഷ്ടമായി. തുടർന്നുള്ള കഥാഗതി ചർച്ച ചെയ്യാൻ അവിടം വരെയൊന്നു ചെല്ലണമെന്നു പറഞ്ഞു. എന്നായിരിക്കും നിനക്കു സൗകര്യം?”

എന്റെ ജോലിത്തിരക്ക് അറിയാവുന്നതുകൊണ്ടായിരിക്കും. അസൗകര്യങ്ങളുടെ ആനുകൂല്യങ്ങൾ എനിക്കു തന്നുകൊണ്ടേ എന്നോട് ഈവക കാര്യങ്ങൾ ചേട്ടൻ ചർച്ച ചെയ്യാറുള്ളൂ.

“ഈയാഴ്ച ഒടുവിലായാലോ?” ചേട്ടൻ മടിച്ചു മടിച്ചു ചോദിച്ചു. “നിനക്ക് അസൗകര്യമില്ലെങ്കിൽ...?”

“ഈയാഴ്ചയോ? നടക്കില്ല.” പെട്ടെന്നായിരുന്നു എന്റെ മറുപടി. എന്റെ പ്രകൃതം അറിയാവുന്നതുകൊണ്ട് ചേട്ടനൊന്നും തോന്നിക്കാണില്ല.

“ഡിസംബർ പത്തു കഴിയട്ടെ” ഞാൻ പറഞ്ഞു. “അങ്ങേരെ ഞാൻ വിളിച്ചു സംസാരിക്കാം.”

എന്റെ മറുപടി കേട്ടതും ഫോണിന്റെ അങ്ങേത്തലയ്ക്കൽ മൗനം.

“ഡിസംബർ പത്തോ?” കുറച്ചു കഴിഞ്ഞ് ചേട്ടൻ സൗമ്യമായി ചോദിച്ചു. “അത് വൈകിപ്പോകില്ലേ. നേരത്തെ ആയിരുന്നുവെങ്കിൽ എനിക്ക് ബാക്കി അദ്ധ്യായങ്ങൾ കുറെയെങ്കിലും വേഗം എഴുതിത്തീർക്കാമായിരുന്നു.”

ചേട്ടൻ എന്താണ് അർത്ഥമാക്കുന്നതെന്ന് എനിക്കറിയില്ലായിരുന്നു. അതുകൊണ്ട് ഞാൻ തീർത്തുപറഞ്ഞു: “ഡിസംബർ പത്തു കഴിയട്ടെ ചേട്ടാ. അതുവരെ എനിക്കു തിരക്കുണ്ട്.”

“ങ്ും...” ചേട്ടൻ നിരാശയോടെ മൂളി.

“വൈകിപ്പോകുമോ എന്തോ! അങ്ങനെ ഒരു തോന്നൽ.”

2005 ഡിസംബർ ഏഴ് രാത്രി.

ചേട്ടന്റെ രണ്ടാമത്തെ മകൻ രാഹുൽ എന്നെ വിളിച്ചു. "കൊച്ചച്ഛാ, അച്ഛനു തീരെ സുഖമില്ല. കടുത്ത പനി. ചേർത്തല ഗ്രീൻ ഗാർഡൻസ് ആശുപത്രിയിൽ കൊണ്ടുചെന്നപ്പോൾ കോട്ടയം മെഡിക്കൽ കോളേജിലേക്കു കൊണ്ടുപോവാൻ പറഞ്ഞു.

പിറ്റേന്നു രാവിലെ കോട്ടയത്തെത്തുമ്പോൾ ചേട്ടൻ ഐ.സി.യുവിലാണ്. നാലഞ്ചു ദിവസമായി പനി തുടങ്ങിയിട്ട്. ചേട്ടൻ കാര്യമാക്കിയില്ല. ശ്വാസകോശത്തിൽ ഫ്ളൂയിഡ് നിറഞ്ഞു. ഓക്സിജൻ കൊടുത്തിരിക്കുകയാണ്.

ഇടയ്ക്ക് ഓക്സിജൻ മാസ്ക് എടുത്തു മാറ്റിയതും ചേട്ടൻ എന്നോടു പറഞ്ഞു: "വല്ലാത്ത ശ്വാസംമുട്ടൽ. വേറെ പ്രയാസങ്ങളൊന്നുമില്ല. മൂന്നാലു ദിവസമായി എഴുതീട്ട്. അത് എങ്ങുമെത്തിയിട്ടില്ല."

അപ്പോഴേക്കും ചേട്ടൻ ശ്വാസം കഴിക്കാൻ വിമ്മിഷ്ടപ്പെടുന്നതു കണ്ടു. ഡോക്ടർ ഓടിവന്ന് ഓക്സിജൻ മാസ്ക് ഘടിപ്പിച്ചു. ഓക്സിജൻ സാച്ചുറേഷൻ താഴുന്നു. വെന്റിലേറ്റർ ഘടിപ്പിക്കുകയേ മാർഗ്ഗമുള്ളൂ."

വെന്റിലേറ്ററിലും ചേട്ടൻ പ്രാണവായു സ്വീകരിക്കാനാവാതെ കഷ്ടപ്പെടുന്നതു ഞങ്ങൾ കണ്ടു. ചേട്ടന്റെ മൂത്തമകൻ ഗോപീകൃഷ്ണൻ, രാഹുൽ, വല്യച്ഛന്റെ മകൻ അപ്പുച്ചേട്ടൻ... ഞങ്ങൾ നാലഞ്ചു പേർ നോക്കിനിൽക്കെ, വൈകിട്ട് അഞ്ചരയോടെ ചേട്ടൻ യാത്രയായി.

ഡിസംബർ പത്തിനു രണ്ടേ രണ്ടു ദിവസം ബാക്കി നിൽക്കേ-

"ഡിസംബർ പത്തോ?" എന്റെ കാതുകളിൽ ചേട്ടന്റെ അവസാനത്തെ ഫോൺവിളി മുഴങ്ങി. "അത് വൈകിപ്പോകില്ലേ?"

മരണം കഴിഞ്ഞ്, ചേട്ടന്റെ അലമാര തുറന്നു നോക്കിയ ഞാൻ അതിശയപ്പെട്ടുപോയി. ഒരു തട്ടു മുഴുവൻ നിറഞ്ഞിരിക്കുകയാണ് എഴുതി പൂർത്തിയാക്കാൻ കഴിയാതെ പോയ നോവൽ. കുട്ടികൾ പറഞ്ഞു: "അസുഖം വരുന്നതുവരെ അച്ഛന് ഊണും ഉറക്കവുമില്ലായിരുന്നു. പുറത്ത് വരാന്തയിലെ ചാരുകസേരയിൽ ഏതു നേരവും എഴുത്താണ്. എഴുത്തിന്റെ ആവേശം കൂടിയതോടെ ഇടതുകൈവിരലുകൾക്കിടയിൽ എരിഞ്ഞു തീരുന്ന സിഗരറ്റുകളുടെ എണ്ണവും പെരുകി. എഴുതിയ അദ്ധ്യായം തന്നെ വടിവൊത്ത കൈയക്ഷരത്തിൽ ആറും ഏഴും തവണ മാറ്റിയെഴുതിയിരിക്കുന്നു. ചില അദ്ധ്യായങ്ങൾ പല ആംഗിളുകളിൽ എഴുതിയിരിക്കുന്നതു കണ്ടു. ഏതാണ്ട് ആയിരത്തോളം ഫുൾസ്ക്യാപ്പ് കടലാസുകൾ.

"പത്തു മുപ്പതു വർഷമായി എന്റെ മനസ്സിലുള്ള ആശയമാണ്. ബ്രോംസ്റ്റോക്കറുടെ ഡ്രാക്കുളയോടോ, ദുർഗ്ഗാപ്രസാദ് ഖത്രിയുടെ

'മൃത്യു കിരണ'ത്തോടോ കിടനിൽക്കാവുന്ന ഹൊറർ നോവൽ മലയാളത്തിലുണ്ടായിട്ടില്ല. ഒന്നു ശ്രമിച്ചു നോക്കണം. വിജയിക്കുമോയെന്നറിയില്ല." ചേട്ടൻ പറഞ്ഞിരുന്നു.

ഫാക്ടിൽ നിന്ന് ചേട്ടൻ 'നിർബന്ധിത' വി.ആർ.എസ്. വാങ്ങി വീട്ടിൽ വെറുതെയിരിക്കുന്ന സമയമായിരുന്നു അത്. വിരമിക്കാൻ മൂന്നു വർഷം ബാക്കി നിൽക്കെ, ജോലി അവസാനിപ്പിക്കേണ്ടി വന്നതിന്റെ മാനസികവിഷമത്തിലായിരുന്നു ചേട്ടൻ. അന്നത്തെ കേന്ദ്ര സർക്കാരിന്റെ 'ഡിസ് ഇൻവെസ്റ്റ് പോളിസി'യുടെ ഭാഗമായി 'സ്വയം വിരമിക്കൽ' എന്ന ഓമനപ്പേരിൽ നിർബന്ധിത വിരമിക്കലിന് ഇരയായപ്പോൾ ചേട്ടന് നഷ്ടമായത് മൂന്നു വർഷത്തെ സർവ്വീസ്. അതിൽ ഒടുവിലത്തെ രണ്ടു വർഷത്തെ ശമ്പളവും മാനേജ്മെന്റ് നൽകിയില്ല. പുതിയ നയമനുസരിച്ച് വിരമിക്കൽ പ്രായം പുനർനിർണയം ചെയ്തു എന്നതായിരുന്നു മാനേജ്മെന്റിന്റെ വാദം.

ആ നാളുകളിൽ കടുത്ത മാനസിക പ്രതിസന്ധിയിലായിരുന്നു ചേട്ടൻ. "കുട്ടികൾ ഒരു വഴിക്കെത്തിയിട്ടില്ല. കാര്യമായ സമ്പാദ്യവുമില്ല. നാട്ടിലെ തെങ്ങുകളിൽ നിന്നു പഴയതുപോലെ വരുമാനവുമില്ല. ഇനിയുള്ള കാലം എങ്ങനെ മുമ്പോട്ടു പോകുമെന്ന് എനിക്കൊരൂഹവുമില്ല. നീ വിചാരിച്ചാൽ എവിടെയെങ്കിലും മാന്യമായ ഒരു ജോലി ശരിയാക്കിത്തരാനാവുമോ?" ചേട്ടൻ ഒരു ഘട്ടത്തിൽ എന്നോടു ചോദിച്ചു. "അല്ലാതൊരു വഴീം ഞാൻ കാണുന്നില്ല." വി.ആർ.എസ്. പാക്കേജ് എന്ന പേരിൽ പതിനൊന്നു മാസത്തെ ശമ്പളമാണ് ചേട്ടന് ആകെ കിട്ടിയത്. സത്യത്തിൽ എന്റെയും ഉറക്കം കെടുത്തിയ നാളുകളായിരുന്നു അത്. ഓർക്കാപ്പുറത്ത് ജോലിയിൽ നിന്ന് പുറത്താക്കപ്പെട്ട ചേട്ടന്റെ മാനസികാവസ്ഥ, വീട്ടിലെ സാമ്പത്തിക ഞെരുക്കം - ഇവയെല്ലാം എന്നെയും മഥിച്ചിരുന്നു.

ആ ദിവസങ്ങളിലാണ് കോട്ടയത്തെ ഒരു ജനപ്രിയ വാരികയുടെ പത്രാധിപർ എന്നെ വിളിക്കുന്നത്. വാരികയിലേക്ക് അമ്പതോളം അദ്ധ്യായമുള്ള ഒരു ജനപ്രിയ നോവൽ വേണം. ഒരു ലക്കത്തിന് 3000 രൂപ നിരക്കിൽ പ്രതിഫലവും വാഗ്ദാനം ചെയ്തു. ജനപ്രിയ വാരികയിൽ സ്വന്തം പേരിൽ എഴുതാൻ ബുദ്ധിമുട്ടുണ്ടെങ്കിൽ വ്യാജ പേരിൽ എഴുതാനും അനുവാദം. അതു കേട്ടതും ഞാൻ ചേട്ടനെ ഓർത്തു.

എന്തുകൊണ്ട് ചേട്ടനൊരു നോവലെഴുതിക്കൂടാ? വർഷങ്ങൾക്കു മുമ്പ്, ഫാക്ട് മാസികയിൽ 'സ്വാതി' എന്ന പേരിൽ ചേട്ടൻ കഥയെഴുതിയത് എന്റെ ഓർമ്മയിൽ വന്നു.

ചെറുപ്പത്തിൽ ഒട്ടേറെ കഴിവുകളുണ്ടായിരുന്നു ചേട്ടന്. മലയാളത്തിലെയും ഹിന്ദിയിലെയും പ്രശസ്തമായ മെലഡികൾ ശ്രുതിമധുരമായി പാടിയിരുന്നു. ചിത്രകലയിലും പെയിന്റിംഗിലും ചേട്ടനുണ്ടാ

യിരുന്ന മികവ് എന്നെ അതിശയിപ്പിച്ചിരുന്നു. (അക്കാലത്ത് ചേട്ടൻ വരച്ച ചിത്രങ്ങളെല്ലാം പിന്നീട് ചിതലെടുത്ത് പോയി.) ഞാൻ കണ്ടിട്ടുള്ളതിൽ വെച്ച് ഏറ്റവും സ്പീഡുള്ള വായനക്കാരനുമായിരുന്നു ചേട്ടൻ. രണ്ടോ മൂന്നോ ഗ്രന്ഥശാലകളിൽ അംഗത്വമുണ്ടായിരുന്നു. എന്നും വൈകിട്ട് വീട്ടിൽ വരുമ്പോൾ കയ്യിൽ മൂന്നോ നാലോ പുസ്തകങ്ങൾ കാണും. രാത്രി ഉറങ്ങാതെയിരുന്ന് ഓരോന്നും വായിച്ചു തീർക്കും. മലയാളത്തിൽ എസ്.കെ. പൊറ്റക്കാടും വി.കെ.എന്നുമായിരുന്നു ചേട്ടന്റെ പ്രിയപ്പെട്ട എഴുത്തുകാർ. ഇംഗ്ലീഷിൽ ഡിക്കൻസ്, ഡോസ്റ്റോവ്സ്കി മുതൽ അഗതാ ക്രിസ്റ്റി വരെ.

എനിക്ക് നക്ഷത്രവ്യൂഹങ്ങളെ പരിചയപ്പെടുത്തിത്തന്നത് ചേട്ടനാണ്. ഞാൻ ഹൈസ്ക്കൂളിൽ പഠിക്കുന്ന കാലം. രാത്രി കൊയ്ത്തു കഴിഞ്ഞ പാടത്തേക്ക് ചേട്ടനെന്നെയും കൂട്ടി പോകും.

"ദാ... അതാണ് വേട്ടക്കാരൻ. മൂന്ന് നക്ഷത്രങ്ങൾ ചേർന്ന ആ ബെൽറ്റും താഴേയ്ക്ക് ഞാന്നു കിടക്കുന്ന വാളും നീ കണ്ടോ...? ദാ, അതാണ് പ്രിയാർഡസ് അഥവാ സെവൻ സിസ്റ്റേഴ്സ്. ദാ.... കാനസ് മേജർ, അതിലെ ആ ചുവന്ന നക്ഷത്രത്തെ കണ്ടോ? ദാ... ഗ്രേറ്റ് ബെയർ... സപ്തർഷികളെ പരിചയപ്പെടുത്തി എനിക്ക് അരുന്ധതി ദർശന ന്യായം പറഞ്ഞു തന്നത് ചേട്ടനാണ്. പിന്നെ ആന്ദ്രോമീഡാ, സ്കോർപിയോ, റ്റോറസ്, ഷിപ്പ്, കാഷ്യോപ്യ, തെക്കൻ കുരിശ്...

ചക്രവാളങ്ങൾ മാറുന്നതനുസരിച്ച് രാത്രിയുടെ പല യാമങ്ങളിലും ഉണർന്നിരുന്ന് ചേട്ടൻ നക്ഷത്രവ്യൂഹങ്ങളെ നിരീക്ഷിച്ചിരുന്നു. ഹേലിയുടെ വാൽനക്ഷത്രവും ശുക്രനും വ്യാഴവും ശനിയും ചൊവ്വയും ഉൾപ്പെടെയുള്ള ഗ്രഹങ്ങളെയും എനിക്കു കാണിച്ചു തന്നതും ചേട്ടനാണ്. കൂടുതൽ പഠിക്കാൻ പാട്രിക് മൂറിന്റെ 'ലെറ്റസ് ലുക്ക് അറ്റ് ദ സ്റ്റാഴ്സ്' എന്ന പുസ്തകവും വാങ്ങിത്തന്നു, കുട്ടിയായ എനിക്ക്.

ആലപ്പുഴ എസ്.ഡി. കോളേജിൽ നാഷണൽ ഡി കോമിനു പഠിക്കുന്ന കാലത്ത് കോളേജിലെ ഗ്ലാമർ താരമായിരുന്നു ചേട്ടൻ. എനിക്കന്ന് ആറോ ഏഴോ വയസ്സേയുള്ളൂ. എങ്കിലും ചേട്ടന്റെ തടിമേശയുടെ അടിയിലൂടെ കൈ കടത്തി ചേട്ടനു കിട്ടുന്ന പ്രണയലേഖനങ്ങൾ കട്ടു വായിക്കുമായിരുന്നു ഞാൻ. സംഗതി പ്രണയമാണെന്നും വശപ്പിശകാണെന്നുമുള്ള തിരിച്ചറിവെനിക്കുണ്ടായിരുന്നുവെന്നു തോന്നുന്നു. കട്ടു വായിക്കുന്ന പ്രണയലേഖനങ്ങൾ പന്തികേടെന്നു കണ്ടാൽ രഹസ്യത്തിൽ ഞാനത് അമ്മയ്ക്കു കൈമാറിയിരുന്നു. അങ്ങനെ 'സരള' എന്നൊരു ക്രിസ്ത്യൻ പെൺകുട്ടിയും ചേട്ടനുമായുള്ള പ്രണയം ഏഴു വയസ്സുകാരനായ ഞാൻ വിജയകരമായി പൊളിച്ചുകൊടുത്തു. എങ്കിലും ചേട്ടനെന്നോട് എതിർപ്പോ വിദ്വേഷമോ കാണിച്ചില്ല. പതിമൂന്നു വയസ്സിന്റെ മൂപ്പും പക്വതയും വാത്സല്യവും ചേട്ടനെന്നും

എന്നോട് കാണിച്ചിരുന്നു. എന്റെ എട്ടാം വയസ്സിൽ അച്ഛൻ മരിച്ച തോടെ കുടുംബത്തിന്റെ ഉത്തരവാദിത്തങ്ങൾ ഇരുപത്തൊന്നുകാര നായ ചേട്ടന്റെ ചുമലിലായി.

എന്തുകൊണ്ട് ചേട്ടനൊരു നോവലെഴുതിക്കൂടാ? ഞാൻ ചേട്ടനു മായി പല ദിവസങ്ങളിലായി ഫോണിൽ സംസാരിച്ചു. ജോലി നഷ്ട പ്പെട്ടതിനെത്തുടർന്നുണ്ടായ പ്രതിസന്ധിയിൽ നിന്നു ചേട്ടനെ കര കയറ്റാൻ എഴുത്തു സഹായിക്കുമെന്നെനിക്കു തോന്നി. ക്ലിക്ക് ചെയ്താൽ അത്യാവശ്യം കഴിഞ്ഞു കൂടാനുള്ള വരുമാനവുമാകും.

"എഴുതാം, പക്ഷേ എന്തെഴുതും? നിനക്കറിയാമല്ലോ, പഴയ വായന ഇല്ലാതായിട്ട് വർഷങ്ങളെത്ര കഴിഞ്ഞു. കഴിഞ്ഞ പത്തിരു പത് വർഷമായി എന്റെ വായനയുടെ ഗതി തന്നെ മാറി. ഞാൻ പഴയ ഞാനേ അല്ലാതായി." ചേട്ടൻ എന്നോടു പറഞ്ഞു.

ശരിയാണ്. ചേട്ടൻ ഒരുപാട് മാറിയിരുന്നു. കാൽ നൂറ്റാണ്ടിനുള്ളിൽ കാലം കാതലായ മാറ്റങ്ങൾ ചേട്ടനിൽ വരുത്തിയിരുന്നു. വിവാഹം കഴിഞ്ഞ് പൊള്ളാച്ചിയിലേക്കു സ്ഥലം മാറിപ്പോയതോടെയാണ് ചേട്ട നിൽ മാറ്റങ്ങൾ വന്നത്. പിന്നെ കുറേക്കാലം ചേട്ടൻ തമിഴകത്തായി രുന്നു.

ഏഴെട്ടു വർഷത്തെ തമിഴക ജീവിതം കഴിഞ്ഞ് കേരളത്തിലേക്കു സ്ഥലം മാറി വന്ന ചേട്ടൻ തീർത്തും മറ്റൊരാളായിരുന്നു. ഈശ്വരനിൽ വിശ്വാസമില്ലാതിരുന്നയാൾ കടുത്ത ദൈവവിശ്വാസിയായി. അതേ സമയം വരയ്ക്കാനും പാടാനും ഉണ്ടായിരുന്ന കഴിവുകൾ ചേട്ടനെ കൈവിട്ടു.

തമിഴ്നാട്ടിലെ വൈത്തീശ്വരൻ കോവിലിൽ പോയതോടെയാണ് ചേട്ടനിൽ ഈ മാറ്റം. അവിടെ അഗസ്ത്യമുനി എഴുതിവച്ച താളിയോ ലകളിൽ നിന്ന് ചേട്ടൻ സ്വന്തം ഭൂതവും വർത്തമാനവുമറിഞ്ഞു. അതിശയത്തോടെയാണ് ചേട്ടനത് വന്നു പറഞ്ഞത്. "താളിയോല കൾക്കിടയിൽ നിന്ന് എന്റെ ജാതകം അവർ കണ്ടെത്തി വായിച്ചു. പറഞ്ഞതെല്ലാം കൃത്യം. അച്ഛന്റെയും അമ്മയുടെയും ഭാര്യയുടെയും പേരു പോലും. ഈ ജന്മത്തെക്കുറിച്ച് പറഞ്ഞതെല്ലാം അച്ചട്ട്. സുഹൃ ത്തുക്കൾ ചിലർ പറഞ്ഞപ്പോൾ ആദ്യം ഞാൻ വിശ്വസിച്ചില്ല. അനുഭ വിച്ചറിയുമ്പോൾ എങ്ങനെ അവിശ്വസിക്കും? നമ്മൾ കാണുന്നതും കേൾക്കുന്നതും മാത്രമല്ല ഈ ലോകം - നമുക്കറിയാതെ വേറെ എന്തൊക്കെയോ രഹസ്യങ്ങളുണ്ട്."

ചേട്ടനിൽ മാറ്റങ്ങൾ പ്രകടമായി. ജ്യോതിഷത്തിലും ഗൂഢശാസ്ത്ര ങ്ങളിലുമായി താത്പര്യം. അമ്പലങ്ങളിൽ പോവുകയോ നെറ്റിയിൽ ചന്ദനം തൊടുകയോ ചെയ്യാതിരുന്ന ചേട്ടൻ കടുത്ത ഈശ്വരവിശ്വാ സിയായി. വൈകാതെ ഫാക്ടിന്റെ മാർക്കറ്റിംഗ് വിജിലൻസ് വിഭാഗ ത്തിലേക്കു ചേട്ടൻ മാറ്റം വാങ്ങി. ഉദ്ദേശ്യം ഒന്നുമാത്രം - യാത്ര. ദക്ഷി

ണേന്ത്യൻ സംസ്ഥാനങ്ങൾ മുഴുവൻ കറങ്ങി നടക്കാം.

ഓരോ സംസ്ഥാനത്തെയും പ്രശസ്തവും പുരാതനവുമായ ക്ഷേത്രങ്ങളുടെയും പുണ്യതീർത്ഥങ്ങളുടെയും വിവരം ശേഖരിച്ചു വച്ചു. ഓരോ ഔദ്യോഗികയാത്രയും അവയെ ബന്ധിപ്പിച്ചുകൊണ്ടായി. ഒടുവിൽ പത്തു വർഷത്തിലേറെ ചേട്ടൻ നിരന്തരമായ യാത്രയിലായിരുന്നു. ഇതിനകം ജ്യോതിഷത്തിലും സംഖ്യാശാസ്ത്രത്തിലും മന്ത്രങ്ങളിലും അനുഷ്ഠാനങ്ങളിലും സാമാന്യം അവഗാഹം നേടിയിരുന്നു. ഇവയെല്ലാം പഠിക്കുന്നതിലൂടെ ഗൂഢമായ ഒരു ആഹ്ലാദം ചേട്ടൻ അനുഭവിച്ചിരുന്നു. കിട്ടാവുന്നത്ര പുസ്തകങ്ങൾ വാങ്ങിക്കൂട്ടി. വി.കെ.എന്നും എസ്.കെ. പൊറ്റക്കാടും ചാൾസ് ഡിക്കൻസും ഡോസ്റ്റോവ്സ്ക്കിയും പോയ് മറഞ്ഞേടത്ത് ഗൂഢശാസ്ത്രങ്ങൾ കൈയടക്കി.

എന്റെ ചിന്തയും ആ വഴിക്കാണ് തിരിഞ്ഞത്. ചേട്ടന്റെ നിരന്തരമായ യാത്ര. പുണ്യസങ്കേതങ്ങളുമായുള്ള സമ്പർക്കം. ഗൂഢശാസ്ത്രങ്ങളിലുള്ള അവഗാഹം. എന്തുകൊണ്ട് ആ വിതാനത്തിലുള്ള ഒരു കൃതി ചേട്ടനെഴുതിക്കൂടാ?

“സത്യത്തിൽ എന്റെ മനസ്സിലൊരു ആശയമുണ്ട്.” ഞാൻ പറഞ്ഞു: “നമ്മുടെ മിത്തായ മാഴൂർ തണ്ടാൻ നൂറ്റൊന്നു മൂർത്തികളുമൊത്ത് പൊയ്പോയ പ്രതാപം പിടിച്ചെടുക്കാൻ മടങ്ങി വന്നാലോ?” കേട്ടതും ചേട്ടന് ആശയം ഇഷ്ടപ്പെട്ടു. പക്ഷേ, മുന്നൂറു വർഷം മുമ്പ് ചതിയിൽ കൊല ചെയ്യപ്പെട്ട മാഴൂർ തണ്ടാൻ തിരിച്ചു വരുന്നതെങ്ങനെ? അതിനൊരു യുക്തി വേണ്ടേ?”

“സുനാമിയുടെ പശ്ചാത്തലത്തിലായാലോ?” ഞാൻ ചോദിച്ചു. “സുനാമി വന്നപ്പോൾ ആദ്യം കടൽ പിൻവാങ്ങുകയായിരുന്നില്ലേ? മാഴൂർ തണ്ടാന്റെയും നൂറ്റൊന്നു മൂർത്തികളുടേയും ആത്മാവിനെ ആവാഹിച്ച് കടലിൽ താഴ്ത്തിയ കാഞ്ഞിരത്തടിയിൽ തീർത്ത പേടകം കടൽ പിൻവാങ്ങിയതും പുറത്തുവരുന്നു. സുനാമിത്തിരകൾ അതിനെ കരയിൽ തള്ളുന്നു. ആരോ അറിയാതെ തുറന്നതും മാഴൂർ തണ്ടാന്റെയും നൂറ്റൊന്നു മൂർത്തികളുടേയും ആത്മാക്കൾ പുറത്തു കടക്കുന്നു. പിന്നെ ചതിയിൽ കൊന്നവരുടെ പിന്തുടർച്ചക്കാർ ഓരോരുത്തരോടായി അവർ പ്രതികാരം വീട്ടുന്നു. കരപ്പുറം പ്രവിശ്യയുടെ കൈവിട്ടുപോയ അധികാരം പിടിച്ചെടുക്കാൻ ദുരാത്മാക്കൾ തന്ത്രം മെനയുന്നു. അതിനായി ആധുനിക കാലഘട്ടത്തിന്റെ രീതികളുമായി അവർ പൊരുത്തപ്പെടുന്നു. രാഷ്ട്രീയക്കാരുമായി സഖ്യമുണ്ടാക്കുന്നു. കടപ്പുറത്തെ പഴയ കൊട്ടാരക്കെട്ടിനകത്ത് മാഴൂർ തണ്ടാനും മൂർത്തികളും പുതിയ സാമ്രാജ്യം കെട്ടിപ്പടുക്കുന്നതിനായി വിത്തുകൾ പാകുന്നു. വിചിത്രമായ അരുംകൊലകൾ അരങ്ങേറുന്നു. ഒടുവിൽ മാഴൂർ തണ്ടാനെതിരെ ഉപരോധ നിര തീർക്കാൻ ഒരാൾ വരുന്നു.

നാഗക്കാവിലെ അമ്മയുടെ മകൻ, എന്നേ നാടുവിട്ടു പോയി ദേശദേശാന്തരം അലഞ്ഞു തിരിഞ്ഞ് ഒടുവിൽ ഒരുൾവിളിയുമായി നാട്ടിലെത്തുന്ന ഭവത്രാതൻ.

കരപ്പുറത്തിന്റെ (ഇന്നത്തെ ചേർത്തലയും കൊച്ചിയുടെ ഒരു ഭാഗവും) നാടുവാഴിയായിരുന്ന മാഴൂർ തണ്ടാൻ എന്ന ചരിത്രപുരുഷനെ പുനരുജ്ജീവിപ്പിക്കാനുള്ള ആശയം ചേട്ടനെ ആവേശം കൊള്ളിച്ചു. ബ്രോംസ്റ്റോക്കറുടെ ഡ്രാക്കുള പ്രഭുവിനോളം കരുത്ത് ആർജ്ജിക്കാവുന്ന കഥാപാത്രം. പിന്നെ ദിവസവും ഫോണിലൂടെ ഞങ്ങൾ ചർച്ചയായി. ഇടയ്ക്ക് ചേർത്തലയിലെ വീട്ടിലെത്തി ഞാനും ചേട്ടനുമായി ദീർഘനേരം ചർച്ചചെയ്ത് നോവലിന്റെ രൂപരേഖ മെനഞ്ഞു. നോവലിന് ചേട്ടനൊരു പേരും കണ്ടുവെച്ചു. “സൂര്യനാരായം’ “നോവലിനു മാത്രമല്ല, എഴുതുന്നയാളിനും” “ഉണ്ണി ഗോപിനാഥൻ. ‘ഉണ്ണി’ ചേട്ടന്റെ വിളിപ്പേരാണ്. ‘ഗോപിനാഥൻ’ ഔദ്യോഗികനാമം.

പിന്നീട് ചേട്ടനിൽ ആവേശത്തിന്റെ തിരയിളക്കമായിരുന്നു. ചേട്ടൻ ഉന്മേഷവാനായി. രാപകൽ എഴുത്തിന്റെ ലോകത്തായി ചേട്ടൻ. ഏതാനും ദിവസം കഴിഞ്ഞപ്പോൾ എഴുതാനാവുമെന്ന ആത്മവിശ്വാസം കൈവന്നു. എങ്കിലും എഴുത്തു കുറേയെറെ പുരോഗമിച്ചു കഴിഞ്ഞപ്പോൾ അതു പൂർത്തിയാക്കാൻ കഴിയാതെ വരുമോ എന്നൊരു ആശങ്ക ചേട്ടനിൽ നാമ്പിട്ടതായി എനിക്കു തോന്നി.

ഒരു ദിവസം സംസാരമദ്ധ്യേ, ചേട്ടൻ സാഹചര്യമുണ്ടാക്കി പറഞ്ഞു. “മരണം രണ്ടു തരമുണ്ട്. കാലമൃത്യുവും അകാലമൃത്യുവും. അകാലമൃത്യു ദൈവാധീനത്താൽ തടയാം. കാലമൃത്യു സുനിശ്ചിതമാണ്. പരീക്ഷിത്തിന്റെ മുന്നിൽ തക്ഷകൻ പുഴുവായി വന്നതുപോലെ മരണം ഏതു രൂപത്തിലും കടന്നുവരാം.

“ചേട്ടൻ ഇങ്ങനെയൊക്കെ പറയാൻ കാരണം?” ഞാൻ ചോദിച്ചു.

“അല്ലാ, ഞങ്ങൾ ചോതി നക്ഷത്രക്കാർക്ക് അറുപതാം വയസ് പൊതുവെ അപകടഘട്ടമാണ്. അതു കടന്നുകൂടിയാൽ പിന്നെ ഉത്തമം.” ചേട്ടനന്ന് 57 ആയിരുന്നു.

പിറ്റേന്ന് ‘സൂര്യനാരായ’ത്തിന്റെ വൺലൈൻ പൂർത്തിയാക്കി ചേട്ടൻ എന്റെ പേർക്ക് കൊറിയറിൽ അയച്ചു. “കഥാഗതി നീയൊന്നു മനസ്സിലാക്കി വയ്ക്ക്. മാറ്റങ്ങൾ വേണമെന്നുണ്ടേൽ പറയാം. നിന്റെ സഹായം വേണ്ടി വരും.”

പിന്നാലെ എഴുതിക്കഴിഞ്ഞ പത്ത് അദ്ധ്യായങ്ങളും അയച്ചു തന്നു. ചേർത്തല നാട്ടിൻപുറത്തെ മണ്ണിന്റെ മണമുള്ള ഭാഷയും സംഭാഷണങ്ങളും കഥാപാത്രങ്ങളും നിറഞ്ഞ് സജീവമായിരുന്നു ആ അദ്ധ്യായങ്ങൾ. “ഒന്നാം അദ്ധ്യായം ഞാൻ മൂന്നു രീതിയിൽ എഴുതിയിട്ടുണ്ട്. ഏതാണ് ചേരുന്നതെന്നു നീ നോക്കിപ്പറയുക.” ചേട്ടൻ ഒരു കുറിപ്പെഴുതി വച്ചിരുന്നു.

അതിൽ അഞ്ച് അദ്ധ്യായങ്ങൾ ചെറിയ ചില മിനുക്കുപണികൾ നടത്തി ഞാൻ ജനപ്രിയ വാരികയുടെ പത്രാധിപർക്കയച്ചു കൊടുത്തു. അദ്ദേഹം വായിച്ചു തീർന്നതും എന്നെ വിളിച്ചു: "ഭാഷ മനോഹരമായിരിക്കുന്നു. കരുത്തുറ്റൊരു മാന്ത്രിക-ഹൊറർ നോവലിനുള്ള സാധ്യത കാണുന്നു." അതറിഞ്ഞതും ചേട്ടൻ ആവേശത്തിലായി. എഡിറ്റർ നേരിട്ടു വിളിച്ചതോടെ ആവേശം പതിന്മടങ്ങായി. "കഴിയുന്നതും ഡിസംബറിൽ എഴുതിത്തീർക്കണമെന്നുണ്ട്." ചേട്ടൻ എന്നോടു പറഞ്ഞു. "കഴിയുന്നത്ര വേഗം പ്രസിദ്ധീകരിക്കാൻ ഏർപ്പാടു ചെയ്യണം. അതൊന്ന് അച്ചടിച്ചുകാണാൻ ആഗ്രഹം."

അമ്പത്തേഴാം വയസ്സിൽ ജീവന്റെ അവസാന ഇല കൊഴിക്കാനെന്നോണം മരണം മാരകമായ പനിയായി വന്ന്, എഴുതിത്തുടങ്ങിയ നോവൽ എഴുതിത്തീരും മുമ്പേ, എഴുതിത്തീർന്ന താളുകളിലെ മഷിയുണങ്ങും മുമ്പേ, ചേട്ടനെ വിരൽത്തുമ്പിൽ പിടിച്ചുകൊണ്ടുപോയി. ചേട്ടന്റെ ഭാഷയിൽ, ദൈവത്തിനും വഴിതടയാനാവാത്ത കാലമൃത്യു. 'സൂര്യനാരായം' അപൂർണമായി അവശേഷിച്ചു. ഇനിയൊരിക്കലും മടങ്ങിവരാത്ത ആ വിരൽ സ്പർശവും കാത്ത്...

■

www.ingramcontent.com/pod-product-compliance
Lightning Source LLC
LaVergne TN
LVHW100825051026
849519LV00006B/2181

* 9 7 8 9 3 8 0 8 8 4 2 8 8 *